తారాదేవి

యేటూరి శ్రీనివాసులు

D9900541

notionpress.com

INDIA • SINGAPORE • MALAYSIA

అంకితం

వ్రాయాలన్న ఆలోచనకు

బీజం వేసిన స్ఫూర్తి ప్రధాత,

లక్ష్యం వైపు నడిపించిన మార్గదర్శి,

వ్యక్తిత్వాన్ని మలచిన జీవనశిల్పి

మా బావగారైన

శ్రీ కరేటి మోహన్ గారికి

వందన సమర్పణతో

– యేటూరి శ్రీనివాసులు

ఎలా మొదలయ్యిందంటే....

కొన్ని సార్లు అతి సాధారణంగా అనిపించే సంఘటనలలో ఎక్కడో ఓ చోట మనల్ని ఆకర్షించే విషయమొకటి కనిపిస్తుంది. వెంటనే మనసు అటు వెళ్ళిపోతుంది. అది కాస్త విభిన్నంగా అనిపిస్తే మళ్ళీ దాని గురించి ఆలోచన మొదలవుతుంది. ఆ ఆలోచన ఇంకాస్త ముందుకెళితే .... ఏమి జరగడానికి ఆస్కారం ఉందోనని ఊహిస్తే ... ఆ ఊహాకు మరిన్ని ఘటనలు జతచేస్తే ......

ఇలాగే జరిగింది ఈ నవల విషయంలో. మా ఇంటావిడ ఫోన్లో మాట్లాడుతూ .. "ఏమయ్యోయ్! వీడు చూడండి. ఎక్కడున్నావురా అంటే .. రైల్వే ఫ్లాట్ ఫాం మీద ఉన్నా అంటున్నాడు ... ఇంటికేమైనా వస్తున్నావురా అంటే ... లేదు లాప్టాప్ లో ఆర్టికల్స్ వ్రాసుకుంటున్నానంటున్నాడు. ఇపుడు టైమెంతా? ..వీడుండేది ఎక్కడా??!..... వీడికేమైనాకి బొత్తిగా ఒంట్లో భయమనేదుందా... అదేదో రూమ్ లో వ్రాసుకోవచ్చుకదరా అంటే ....అక్కడ డిస్ట్రబెన్సు ...ఇక్కడైతే ప్రశాంతంగా ఉంటుంది, పైగా wifi ఫ్రీ అంట.వీడి వేషాలు వీడు .. ...." ఇంకా ఏదో చెప్పుకుపోతోంది.

ఇది విన్నపుడు కాస్త నవ్వొచ్చిందిగానీ ..నిజంగా అలాంటి చోట జరగరానిదేమైనా జరిగితే ..మా ఆవిడ భయానికో అర్ధమున్నట్లనిపించింది.

ఇలాంటి పరిస్థితిని తీసుకుననే ఈ కథ మొదలయ్యింది .. కథ విషయానికొస్తే నవల మొత్తం ఓ సాఫ్ట్వేర్ ఉద్యోగుల చుట్టూ తిరుగుతూ ఉంటుంది. ఊహించని పరిస్థితుల్లో అనుకోకుండా పరిచయమైన ఓ అమ్మాయితో ఓ సాఫ్ట్వేర్ ఇంజనీర్ సహజీవనం చేయాల్సివస్తుంది. అదీ తను ప్రేమించిన అమ్మాయితో చెప్పి మరీ. ఆ అమ్మాయి చుట్టూ ఉన్న వలయంలో చిక్కుకుని అతను ఏ పరిస్థితుల్లోకి నెట్టబడ్డాడో అనేది ఈ నవల నేపధ్యం. ఇందులోని వ్యక్తుల పేర్లు, స్వభావాలు, పాత్రలు నిజజీవితంలో ఉన్నట్టు అనిపించినా నవలను నడిపించే ఒరవడిలో రూపుదిద్దుకున్నవే తప్ప ఎవరినీ ఉద్దేశించి

వ్రాసినవికాదని సవినయంగా మనవి చేసుకుంటున్నాను. ఈ నవల మీకు ఓ క్రొత్త అనుభూతిని, ఆనందాన్ని అందిస్తుందని..... మీ ఆదరణతో ఈ నవల రెండోవ భాగానికి ఊపిరులూదుతారని ప్రగాడంగా ఆశిస్తూ...

మీ

యేటూరి శ్రీనివాసులు

01

దూరంగా కూతవేస్తూ గూడ్స్ రైలు చీకటిని తోసుకుంటూ ఆ స్టేషన్ వైపు దూసుకు వస్తుంటే అడ్డుతొలగమన్నట్టుగా గాలిని పచ్చజెండాతో ఊపుతూ దారిచ్చాడు గ్యాంగ్ మాన్ పరమశివుడు. అంతటి అర్ధ రాత్రివేళ ప్రశాంతంగా కునుకుతీస్తున్న స్టేషన్, భోగీల పరుగులతో ఊగిపోతుంటే, గాలి భయపడి రయ్యిమంటూ ఉరుకుతోంది ప్లాట్ ఫాం మీదకు. ఆ గూడ్సు రైలు గార్డు ప్లాట్ ఫాం దాటేదాక జండా ఊపి, స్టేషన్ మాస్టర్ రూమ్ వైపు అడుగులేశాడు గ్యాంగ్ మాన్. గూడ్స్ వెళ్ళిన తాలూకు అలజడికి తిట్టుకుంటూ ప్లాట్ ఫాం కొంచెంకొంచెంగా సర్దుకుంటుంటే శశాంక్ మాత్రం ప్లాట్ ఫాం మీద ఓ సిమెంటు బల్లపై కూర్చొని తన లాప్ టాప్ లోనుండి తల పైకెత్తడం లేదు. తన చుట్టూ ప్రపంచం మాయమైపోయినట్టు తానొక్కడే అక్కడ ఉన్నట్టుంది అతడి వాలకం. తన చుట్టూ జరుగుతున్నదంతా మిధ్యలా ఉన్నట్టుంది అతనికి. తను ఊహిస్తున్న ప్రపంచమే నిజమన్నట్టు, దాన్నే గ్రంధస్తం చేయసాగాడు. తన ఊహా ప్రపంచాన్ని అందరికి పరిచయం చేయాలనే కృతనిశ్చయంతోనున్నాడు శశాంక్. తనలో ఆలోచనలు అక్కడికి వచ్చే రైళ్ళ కంటే వేగంగా పరుగులు తీస్తొంటే, తన లాప్ టాప్ లో గూగుల్ డాక్యుమెంట్లో బంధించాలనే ప్రయత్నం బలంగా కనపడుతోంది అతని కళ్ళల్లో. అతని ప్రయత్నాన్ని మరింత ప్రోత్సహిస్తోంది రైల్వే వైఫై నెట్వర్క్. అతని దృష్టి లాప్ టాప్ నుండి మరలడం లేదు.

అతని దృష్టిని తన వైపు తిప్పుకోవడానికి “సార్! సార్!!” అని రెండు సార్లు గట్టిగా పిలవాల్సి వచ్చింది గ్యాంగ్మెన్ కు. కూరుకుపోయిన ఆలోచనలనుండి బయటకు రావడానికి ప్రయత్నిస్తూ తన కళ్ళజోడు పైనుండి అతని వైపు చూశాడు శశాంక్. తన పనిని ఆపకుండానే ఏమిటి అన్నట్టు చూశాడు అతనివైపు.

“సార్. మీరు ఇక్కడికి ఎందుకు వస్తున్నారో నాకు తెలీదు. మీరు ఇక్కడ ఇంతసేపు ఉండడం మంచిది కాదు. ఎప్పుడో అడపాదడపా వచ్చే పాసెంజర్ రైలు రేపు ఉదయం పదకొండు గంటలకి కానీ రాదు. మీరు వెళ్ళదలచుకొంటే రేపు ట్రైన్ టైం కి రండి”.

"నేను ప్లాట్ ఫాం టికెట్ కొన్నానండి. నేనిక్కడ ఉండొచ్చుగా".

"అది ట్రైన్ కోసం వచ్చే వాళ్ళకి. కొద్ది రోజులుగా గమనిస్తున్నా. మీరు ట్రైన్ కోసం వస్తున్నట్టు లేదు. కేవలం పైపై కోసమే వస్తున్నట్టుంది. కానీ ట్రైన్ రాని సమయంలో మీరిక్కడ ఉండకూడదు. మీ ఆఫీసు వర్క్ ఏదైనా ఉంటే మీరు మీ ఆఫీసులో చూసుకోండి. దయచేసి వెళ్ళండి. మా స్టేషన్ మాస్టర్ నన్ను తిడుతున్నాడు".

"ప్లీజ్, ఇంకాసేపే.. ఈ ఆర్టికల్ ఐపోగానే వెడతాను. బై ది బై నా పేరు శశాంక్. సాఫ్ట్ వేర్ ఇంజనీర్ని. అంటూ తనను తాను పరిచయం చేసుకుంటూ చేయి ముందుకు చాచాడు గ్యాంగ్ మాన్ షేక్ హ్యాండ్ కోసం. అనాసక్తిగా చేయిచ్చాడు గ్యాంగ్ మాన్ పరమశివుడు.

"నేను ఆఫీస్ వర్క్ ఆఫీస్ లోనే చేస్తాను, ఇది నా వ్యాపకం, నా ఆశయం నేనో రచయితగా స్థిరపడాలని. నేను చేసే ఉద్యోగం కంటే ఇదే నాకు తృప్తినిస్తోంది. ఇక్కడైతే ట్రైన్స్ ఎక్కువ ఉండవు. ప్రశాంతంగా ఉంటుందిక్కడ. అందుకే ఇక్కడకు వస్తుంటాను.." ఇంకా ఎదో చెప్పపోతోంటే పరమశివుడు అడ్డుతగులుతూ

"ఇదేదో మీ ఇంటికి పోయి చేసుకోవచ్చుగా" అన్నాడు చిరాగ్గా మొహం పెట్టి.

"లేదు లేదు అక్కడ ట్రాఫిక్ శబ్దాలకు మూడ్ రావడం లేదు".

"అంతేనా లేక మీ ఫ్రెండ్స్ తో పార్టీలకు విసిగిపోయా?" తన బాచిలర్ లైఫ్ గుర్తుచేసుకుంటూ అన్నాడు పరమశివుడు.

"ఆహా అదికాదు. నా రూమ్ లో నేనొక్కడినే ఉంటా. కాని ఆ ట్రాఫిక్ గోల భరించలేకే ఇక్కడికి వస్తుంటా"

"ఇప్పటిదాకా ఏం రాశారేంటి".

"ఓ నవల, కొన్ని కథలు.. పత్రికల్లో కూడా పబ్లిష్ అయ్యాయి. కొన్నింటికి క్యాష్ అవార్డ్స్ కూడా వచ్చాయి".

"సరే సరే. త్వరగా వెళ్ళండి. మా స్టేషన్ మాస్టర్ మళ్ళీ పిలిచేదాకా ఉండొద్దు". అంటూ శశాంక్ స్వోత్కర్ష వినడం ఇష్టంలేక అక్కడి నుండి వెళ్ళిపోయాడు పరమశివుడు.

అతని వాలకం గమనించి తన పనిలో తానూ మునిగిపోయాడు శశాంక్.

పావు గంట... అరగంట... గంట... ఇలా సెకండ్ల ముల్లు, నిమిషాలముల్లు తనచుట్టూ తిరిగితిరిగి అలసిపోతున్నట్టనిపిస్తోంది, పరమశివుడు స్టేషన్లోని గడియారంలో ముల్లులా. ట్రైన్ వచ్చిన ప్రతీసారి రావడం. శశాంక్ ను వెళ్ళమని చెప్పడం తను ఇంకాసేపు అనడం... ఈ వరస చూస్తోంటే.

విసిగెత్తి కాలం ఆగిపోవలసిందే తప్ప, శశాంక్ అక్కడనుండి కదిలేలా కనిపించడం లేదు. అంతగా నిమగ్నమై పోయాడు తన రచనలో.

అక్కడికి ఆర్ పి యఫ్ కానిస్టేబుల్ వచ్చేవరకు లాఠీ ఓ సిమెంటు బల్లపై అంతగా శబ్దం చేస్తుందని తెలీలేదు శశాంక్ కు.

“ఏం బాబు. రేపు ఉదయం దాకా ఏ ట్రైన్ రాదనీ తెలీదా. ఇలా ఆడవాళ్ళను ఎవరూ లేని ప్లాట్ ఫాం మీద ఉంచడం మంచిది కాదు. మీకీ ఊర్లో తెలిసినవారెవరూ లేకుంటే ఎక్కడైనా లాడ్జిలో ఉండడం సేఫ్. త్వరగా మీ వాళ్ళను తీసుకుపో.” అంటూ తను చెప్పాల్సింది గబాగబా చెప్పి అక్కడనుండి వెళ్ళిపోయాడు కానిస్టేబుల్.

అప్పడికి కాని ఈ లోకంలోకి రాలేదు శశాంక్. ఓసారి వెనుదిరిగి చూశాడు. తన వెనకాల ఉన్న సిమెంటు బెంచిలో ఇద్దరు ఆడవాళ్ళు కూర్చొని ఉన్నారు. ఒకామెకు ఓ యాభై ఐదు, అ ప్రక్కనే ఉన్నామె ఆమె కూతురేమో ఆమెకు అందులో సగం ఉంటాయి. ఒంటరిగా కూర్చొని ఉన్న వాళ్ళను పోలీసు ఏం అడిగాడో కాని, చాల చక్కగా తనను వాడుకున్నారన్న సంగతి తలచుకొని తనలో తాను నవ్వుకున్నాడు శశాంక్.

ఏమనుకున్నారో ఏమో ఓ పావుగంట తర్వాత అక్కడి నుండి వెళ్లిపోయారు వాళ్ళు.

తనుకూడా ఇక తన రచనను ముగించి బయలుదేరాలనుకున్నాడు. ఇప్పటిదాకా టైపు చేసిన డ్రాఫ్ట్ ను సేవ్ చేసి, ఓ సారి తనకు వచ్చిన మెయిల్స్ చూసుకున్నాడు. బహుశారాత్రి పది గంటలకు వచ్చిందేమో, ఓ మెసేజ్. రేపు తనను పదిగంటలకు కాన్ఫరెన్స్ కి అటెండ్ అవమని. తన గోలలో పడి గమనించలేదు. ఓ సారి తన సెల్ ఫోన్ ను చూసుకున్నాడు.తన బాస్ నందన్ చతుర్వేది మిస్సిడ్ కాల్స్ ఓ పది దాకా పడివున్నై. ఫోన్ సైలెంట్ లో పెట్టి మర్చిపోయినట్టున్నాడు. మెసేజ్ చూశాడు. రేపు ఉదయం పది

గంటలకి కంపెనీ డెలిగేట్స్ వస్తున్నారు. వాళ్ళు తెచ్చిన ప్రాజెక్ట్స్ కు టెక్నికల్ అడ్వైజర్ గా తను అటెండ్ అవ్వాలి.

వెంటనే లాప్ టాప్ సర్దేసి బ్యాగ్ లో పెట్టుకొని బుజానికి తగిలించుకొని లేచి బయలుదేరాడు. స్టాండ్ లో ఉన్న బైక్ ను తీసుకొని ఎక్కి ఓసారి తన వాచీ చూసుకున్నాడు. రెండు గంటలైంది. వెంటనే బలుదేరుదామని కీ ని తిప్పి, బైక్ ని స్టార్ట్ చేసి అక్సెలరేటర్ రైజ్ చేయబోయేంతలో, తన బైక్ మీద ఎదో బరువు పడ్డట్టుగా అనిపించింది. వెనుదిరిగి చూసేంతలో తనముందు పెట్రోల్ ట్యాంక్ మీద విసురుగా ఓ లగేజ్ బాగ్ పడింది. ఎవరా అని బైక్ కు స్టాండ్ వేయబోయేంతలో విసురుగా ఓ ఆడవాళ్ళ చేయి తన నడుమును చుట్టేసింది, తమాయించుకొనేంతలోనే తన వెనుక కూర్చున్న ఆమె మరింత దగ్గరగా జరుగుతూ.

తన చెవుల మీదుగా భయంతో మిళితమైన గొంతుతో శ్వాస ఎగసిపడుతుండగా.

"ప్లీజ్ బాబు, త్వరగా మమ్మల్ని ఇక్కడనుండి తీసుకుపో" అంటూ వాళ్ల అమ్మాయిని కూడా కోర్చోపెట్టుకొంది

"ఏయ్... ఎవరు మీరు" అంటూ విసురుగా బైక్ కి స్టాండ్ వేసి తిరిగి చూశాడు.

ఆమే

ఇంతకుముందు తను తన వెనుక బెంచిలో చూసిన నడి వయస్కురాలు.

వెలుగుతూ ఆరుతున్న ఎల్ ఇ డి లైట్ కాంతిలో ఆమె ముఖమిప్పుడు స్పష్టంగా కనిపిస్తోంది.ఆమె ముఖం మీద పడ్డ నెత్తుటి మరకలు ఆమెను పోల్చుకోవడానికి అడ్డువస్తున్నై.

ఇంతలో దూరంగా తనవైపు వస్తున్న అడుగుల చప్పుడు వినపడి తననుండి దూరంగా వెళ్ళిపోయారు వాళ్ళిద్దరూ. ఓ ముగ్గురు యువకులు తనను చూసి "హలో!!.. ఇద్దరు ఆడవాళ్ళేమైనా ఇటోచ్చారా" అని అడిగారు. వాళ్ళ ముఖాల్లో కసి, ఎదో చేజారి పోయిందన్న ఉక్రోషంకన్నా తమను దెబ్బకొట్టి వెళ్ళిందన్న కోపం ఎక్కువగా కనబడుతోంది.

నిజం చెప్పడానికి ధైర్యం కావాలంటారు. అదిప్పుడు నిజం కాదనిపిస్తోంది. ఇపుడు అబద్ధం చెప్పడానికి ధైర్యాన్ని కూడదీసుకుంటున్నాడు శశాంక్.

చీకట్లో తన బైక్ మీద బ్యాగ్ వాళ్ళకి అగుపడలేదేమో. అగుపడి ఉంటే తను చెప్పబోయేది అబద్ధమని తెలిసిపొయేది. ఏదో తప్పించుకోవడానికి ఆ ఆడవాళ్లు పోయిన వైపుకు కాకుండా మరోవైపు చూపించాడు వాళ్ళకి. అటువైపు వెళ్ళిపోయారందరూ. అటు వాళ్ళు వెళ్లిపోయారో లేదో గబా గబా బైక్ పైనున్న లగేజ్ బ్యాగ్ ను తీసి క్రింద వేసి బైక్ ను స్టార్ట్ చేయబోయాడు. ఎలావచ్చారో వాళ్ళు మళ్ళీవచ్చి తన బైక్ మీద కూర్చున్నారు. క్రిందపడ్డ బాగ్ ను తిరిగి మళ్ళి శశాంక్ ముందువైపు ఉంచి తనూ బైక్ ఎక్కింది అ చిన్న వయస్కురాలు.

"మీ రూమ్ కి పోనీ" ఈ సారి ఆమె గొంతులో భయం లేదు. కేవలం అజ్ఞాపనే ఉంది. తను తిరిగి వారి వైపు చూడబోయెంతలో శశాంక్ పీకపై కత్తి పెట్టింది. శశాంక్ ఏమాత్రం కదిలినా తెగిపోతుంది పీక.

* * * * *

02

విధిలేని పరిస్థితుల్లో బైక్ ని ముందుకు ఉరికించాడు శశాంక్.

“చూడండి.. ముందా కత్తి తీసేయండి. బైక్ గుంటలో పడితే పీక తెగుతుంది” అనగానే వెంటనే కత్తిని తీసి సర్దుకుని కుర్చున్నారిద్దరూ.

“చూడండి నేను మా ఫ్రెండ్స్ తో కలిసి ఉంటున్నాను. మిమ్మల్ని అక్కడకు తీసుకెళ్ళలేను. మిమ్మల్ని ఇక్కడకు దగ్గరలో ఉన్న ఏదైనా పోలీస్ స్టేషన్లో దిగపెట్టిపెడతాను.”

“మాకు తెలుసు. నీ రూమ్ లో నీవోక్కడివే ఉంటావని. పిచ్చి వేషాలెయ్యకు.పోలీస్ స్టేషన్ లో మాకు జరిగే మర్యాదేమిటో మాకు బాగా తెలుసు. నోర్మూసుకొని రూమ్ కి పద”.

కత్తిని అలాగే అతని చాతి మీదకు తెస్తూ కర్కశంగా అంది ఆమె.

“చూడండి. మిమ్మల్ని ఈ వేళ రూమ్ కి తీసుకు పెడితే నా మర్యాదేంకావాలి. మిమ్మల్ని ఎవరని చెప్పమంటారు” వదిలించుకుందామని శతవిధాలా ప్రయత్నిస్తున్నాడు శశాంక్

“నువ్వో రైటర్ వి కదా. ఎదో ఓ కథ చెప్పేయ్.” కరకుదనం ఏమాత్రం తగ్గలేదు ఆ గొంతులో

వాళ్ళనుండి తప్పించుకొనే వీలులేని తన దురవస్థను తలచుకొని తన రూమ్ కి చేరుకున్నాడు శశాంక్.

ఆ సమయంలో ఇంటి ఓనర్స్ మేలుకొని ఉండరు కాబట్టి సరిపోయింది. లేకుంటే తన బ్రతుకు బస్టాండింగే. అదే విషయం చెబుతూ టెర్రస్ లోని తనగది లోకి తీసుకెళ్ళాడు వాళ్లతో.

"పేకువజామునే మీరిక్కడనుండి వెళ్లిపోవాలి." అంటూ రూమ్ లోపల గడియ పెట్టి పడుకోవడానికన్నట్టు ఓ చాపను దుప్పటిని విసిరేశాడు వారి వైపు. కాని తను షూ రిమూవ్ చేసేలోపు ఎప్పుడు వెళ్లి పడుకుందో ఆ యువతి తన బెడ్ ను ఆక్రమించేసింది. పెద్దావిడ వాష్ రూమ్ కి వెళ్ళిపోయింది. ఇక చేసేది లేక తను విసిరేసిన చాపను దుప్పటిని తెచ్చుకొని రూమ్ లో ఓ మూల పడుకుండిపోయాడు శశాంక్.

శశాంక్ కి నిద్ర పట్టడంలేదు. జరిగిన హఠాత్తు పరిణామానికి ఇంకా తను షాక్ లోనే వున్నాడు. రేపు ఉదయాన్నే లేవాలి. అంటే తనిప్పుడు పడుకోవాలి. కాని నిద్ర రావట్లేదు. ఛ అంటూ తన పరిస్థితిని తిట్టుకొంటూ పడుకొనిపోయాడు శశాంక్.

* * *

ఎపుడు నిద్ర పట్టేసిందో తెలీదు. ఏవేవో కలలు. అవి కలలని తెలుస్తూనే ఉంది. అవి నచ్చినా నచ్చక పోయినా తనను ఆవరించిన నిద్ర అనే మయాజగత్తు నుండి బయటపడలేక పోతున్నాడు.. తన కలలను కాదనలేకపోతున్నాడు. కలల మరుగున తన కర్తవ్యం నిద్ర సుఖంలో కనుమరుగైపోయింది. మెల్లగా ఎదో సుగంధం తన ముక్కు పుటాలనుండి తన మష్కిస్తానికి చేరుతోంది. కలలో రంగులే కాదు వాసనలు కూడా వస్తాయా.. కలలో దృశ్యానికి మనం అంతగా కనెక్ట్ అయిపోతామా??,,, ఇంతలా అనుభవిస్తామా?? అలా అనుకుంటే నిద్రలేచిన క్షణం నుండి మన చుట్టూ ప్రపంచానికి కనెక్టై ఉంటాముకదా.. అంటే మనం గడిపే ప్రతీ ఘడియ కలనుకోవచ్చుగా.. ఏమో తోలి సారిగా ఒళ్ళు తెలియని స్థితిలో ఉన్నాడు తను. దూరంగా దేవుని చిరుగంట గణగణ మని మ్రోగడం మొదలైంది. ఎస్ ఇది నిజంగా కలే. ఎందుకంటే తను నాస్తికుడు. తన రూమ్ లో గంట ఉండే ప్రసక్తే లేదు. తన రూమ్ లో అగరువత్తుల వాసనతో కర్పూరం వాసన కూడా మిళితమై తన మనోజగత్తును జాగృతం చేస్తున్నట్టుంది. తనలో ఒక్కోకణం చైతన్యమై మనసు తేలికపడుతోంది. ఎంతో నిలకడగా ఉన్న మనసును కల్లోల పరుస్తూ ఫోన్ మ్రోగిన శబ్దం వినపడుతోంది. అదే తానెప్పుడు తన బాస్ నందన్ చతుర్వేది కాల్స్ కోసం సెట్ చేసుకున్న రింగ్ టోన్ అది. వెంటనే బాస్ గుర్తొచ్చాడు. కాన్ఫరెన్స్ గుర్తొచ్చింది. వెళ్ళాలనే స్పృహవచ్చింది. చివాల్న పైకి లేచి కళ్ళు తెరిచాడు.

మసకమసక పేకువ వెలుతురు, తొలగిన కిటికీ తెరలోంచి పొగమంచులో మిళితమై తన కళ్ళలోకి సూటిగా పడుతోంది. తెరవలేక తెరవలేక తెరచి చూస్తే తన ఎదురుగా పులుకడిగిన ముత్యంలా ఓ స్త్రీ మూర్తి ముఖారవిందం. చీకటి వెలుగులు ఆమె మోముపై దోబూచులాడుతున్నట్టున్నాయి. ఉదయభానుడిలా రెండు తీర్చైన కనుబొమ్మలనడుమ కుంకుమబొట్టు. చీకటిని దూరంగా నెట్టేస్తున్నట్టున్న నల్లని కనుపాపలతో మెరుస్తున్న కాటుక కళ్ళు. ఆ ముక్కుపుడక.. తనూ అందంగా కనపడడానికి ఆమె చక్కటి ముక్కుపై చేరిందేమో... చక్కటి పలువరుస నేనూ ఉన్నానంటూ రోజాలా విచ్చుకున్న పెదాలమధ్య ముక్కుపుడక మెరుపులతో పోటీ పడడానికి మళ్ళీ మళ్ళీ ప్రయత్నిస్తోంది. ఎదో కోయిల గమకాలూ పోతూ మాటల స్వరాలను వినిపిస్తున్నట్టుంది. మాటల స్వరాలకు లయబద్ధంగా ఉగుతున్నై ఆమె చెవులకు పెట్టుకున్న బుట్ట కమ్మలు. రెప్పవేయలేకున్నాడు తానింకా కలలోనే ఉన్నానా అన్నట్టుంది.

ఓవైపు గాజుల చప్పుడు చేస్తూ తనను తట్టిలేపుతున్న ఓ నాజుకైనా చేయి. ఓవైపు పొగలు రేగుతున్న కాఫీ కప్పును పట్టుకొని తనదగ్గరకు చేరుస్తున్న మరో చేయి. తలారా స్నానం చేసి తడి బట్టలో ఒద్దికగా కూర్చున్న నల్లని శిరోజాలనుండి తనను తట్టి తట్టి విసిగిపోయినట్టు విడివడి ఓ కేశ గుచ్ఛం నుదిటి పైనుండి ముఖం మీద పడుతోంటే, సవరించే చేయి చేసే గాజుల సవ్వడి ఈ జగత్తులో ఏ వాయిద్యం పలికించలేదేమో. తడిఆరని అ కేశ గుచ్ఛం చివర తనూ హొయలుబోతూ సూర్యకాంతిలో ఓ క్షణం మెరిసి జాలువారింది చివురాకునుండి రాలుతున్న మంచు ముత్యంలా ఓ నీటి బింధువు. ఇంతగా పరవశింపచేసే ముగ్ధ మనోహర సౌందర్యం ఓ స్త్రీ మూర్తి ముఖంలో, నిజంగా అద్భుతం. ప్రకృతి యావత్తు తనముందు మనోహరమైనట్టు తనవైపే చూస్తున్నట్టుంది. ఓ స్త్రీని ఇంత దగ్గరగా ఇంత పరిశీలనగా చూడడం ఇదే మొదటి సారి. మనసును ఎదో హాయి ఆవరించింది. రాత్రి అంతగా గమనించలేదు తను. ఎంత అందంగా ఉందీమే. తనకున్న సౌందర్య పిపాస అలవోకగా అనుభవానికోస్తుంటే పరవశమవుతున్నాడు తను.

దాన్ని చిద్రం చేస్తూ మళ్ళీ సెల్ ఫోన్ రింగైంది. తేరుకున్నాడు శశాంక్. అది తన బాస్ ఫోన్. లిఫ్ట్ చేశాడు.

రాత్రి ఫోన్ లిఫ్ట్ చేయకపోయేసరికి కాన్ఫరెన్స్ ను గుర్తు చేయడానికి చేశాడా ఫోన్. రాత్రే అ మెసేజ్ చూశానన్నట్టు తను రెడీ అవుతున్నట్టు చెప్పుకొచ్చాడు శశాంక్. ఫోన్ కట్ చేసి ఓసారి టైం చూసుకున్నాడు. ఇంకో అరగంట మాత్రమే ఉంది కాన్ఫరెన్స్ కి. లేచి రెడీఅవ్వాలి అనుకుంటూ లేవబోతుంటే కాఫీ కప్పును తన ముఖం మీదకు తీసుకొచ్చింది ఆమె. లేవబోతున్న తన తలకు తగిలి కాఫీ పైన వొలికింది. చురుక్కుమన్నది పొట్టమీద. ఇందాకటి సౌందర్యారాధన క్షణంలో కనుమరుగైంది. చిర్రెత్తుకొచ్చింది శశాంక్ కు.

"కాఫీ నాకు అలవాటు లేదు. అయినా మిమ్మల్ని తెల్లారగానే వెళ్లిపోమ్మన్నాను కదా. ఇంకా ఇక్కడే ఉన్నారేంటి. లెయ్యండి. త్వరగా వెళ్ళిపొండి. నేను రెడీ అయి ఆఫీసుకు వెళ్ళాలి"

చిన్న బుచ్చుకున్నట్టుగా దూరంగా జరిగిందామె శశాంక్ వైపు చూస్తూ

"ఈ కాఫీ..... ఈ ఇంటి ఓనర్ అనుకుంటా..శాంతమ్మ గారు ఇచ్చారు".

"నేను కాఫీ త్రాగనని తెల్సే ఆమెకు".

"తెల్లవారు జామున ఇంటిముందు ముగ్గేస్తుంటే సాయం చేశా. మాకోసం పంపింది. మీకు కూడా ఇద్దామని తెసుకోచ్చా. సారీ...మీద ఒలికి పోయింది. మీ షర్టు ఇలా ఇవ్వండి ఉతికిస్తా". చాలా మృదువుగా అడిగిందామె.

"అఖ్ఖర్లేదు. ముందు మీరిక్కడినుండి బయలుదేరండి. త్వరగా." అంటుండగానే మళ్ళీ ఫోన్. బాస్ నుండి. ఈ సారి ఎక్కడదాకొచ్చావని ఆరాతీశాడు బాస్.

ఒంటిమీదున్న దుప్పటిని పక్కకు విసిరేసి, విసురుగా లేచి పరుగులాంటి నడకతో బాత్ రూమ్ వైపు వెళ్ళాడు శశాంక్.అలా లోపలి వెళ్లబోతుంటే ఓ నిమిషం అంటూ తన చీర కుచ్చిళ్ళను ఓ చేత్తో ఎత్తిపట్టి మరో చేత్తో ఎలక్ట్రిక్ హీటర్ తో కాగబెట్టిన నీళ్ళ బక్కెట్ ను లోపల పెట్టి శశాంక్ బుజం మీద టవల్ వేసింది. పళ్ళు తోముకోవడం ఆపి టూత్ బ్రష్ ను అలానే నోట్లో ఉంచుకుని విస్తుపోతూ చూడసాగాడు శశాంక్.

"త్వరగా కానివ్వండి. మీ ఆఫీసుకు టైం అవుతుందేమో." అంటూ చాల క్యాజువల్ గా అక్కడినుండి వెళ్లి పోయిందామె.

బాస్, బాస్ పెట్టిన టైం బౌండ్ గుర్తొచ్చి మారు మాటాడకుండా బాత్ రూమ్ లోపలికి వెళ్లిపోయాడు శశాంక్. బాత్ రూమ్ నుండి బయటికి రాగానే ఆమె తన షూ పోలిష్ చేస్తూ కనిపించింది. తనోచ్చిన విషయం గమనించిందేమో

"మీ ఫ్యాంట్ షర్టు టై ఆ బెడ్ మీద పెట్టాను తీసుకోండి" అంటూ తన పని లో నిమగ్నమైపోయింది.

ఇదంతా ఎందుకు చేస్తుందో అడిగే టైం లేదు. వాళ్ళను వెళ్ళమని పదేపదే చెప్పడంతప్ప మరేమీ చేయలేక పోయాడు.కనీసం రాత్రి ఏం జరిగిందో కూడా అడగలేని పరిస్థితి. ఛ ఛ తనింత లేటుగా లేవాల్సింది కాదు. ఓ వైపు బాస్ ఫోన్లు. మరో వైపు వీళ్ళ మర్యాదలు. రాత్రి షెల్టర్ ఇచ్చిందానికి ఈ పనులన్నీ చేస్తున్నారా, లేక ఇక్కడే తిష్ట వేయడానికి ఎత్తులా.. అర్థం కావడం లేదు. ఆలోచించే టైం కూడా లేదు.

మళ్ళీ బాస్ ఫోన్. ఈ సారి లిఫ్ట్ చేయలేదు.

వడివడిగా బట్టలు వేసుకొని షూ తొడిగి బయటకు వెళుతుంటే, ఆగమన్నట్టుగా సైగ చేసిందామె. ఉండండి ఈ కాస్త ఇడ్లి తినిపోదురు అంటూ చనువుగా ఇడ్లీలను తుంచి నోట్లోపెట్టబోయింది శశాంక్ షూ వేసుకుంటుంటే. వద్దన్నట్టుగా వారించాడు.

"ఆ పెద్దావిడ ఏమైంది. త్వరగా రెడీ అవండి నేను రూమ్ కి తాళం వేసుకొని వెళ్ళాలి". అన్నాడు విసుగ్గా

"అమ్మ, శాంతమ్మతో కలసి గుడికెళ్ళింది. ఈ రోజు వైకుంఠ ఏకాదశి కదా. ఉదయాన్నే రూమ్ లో పూజ చేసి గుడికెళ్ళింది. ఈ సరికి వస్తుండోచ్చు"

ఆమె అలా అంటుండగానే ఇంటివోనర్ శాంతమ్మతో కలిసి వచ్చింది ఆమె అమ్మ.

"అబ్బాయి శశాంక్. ఇదిగో ప్రసాదం తీసుకో" అంది చనువుగా ఆ పెద్దావిడ.

"ప్రసాదం అంటే తినడు. ఎందుకంటే ఈ పిల్లాడికి దేవుడు గీవుడు అంటూ నమ్మకాలేమీలేవ్. ఇది ఫలానా వంటకం అని చెప్పు. భేషుగ్గా తింటాడు. అయినా మీ అమ్మాయి రేపు పెళ్ళైన తర్వాత ఎలా వేగుతుందో ఏమిటో" వంకరలు పోతూ అన్నది శాంతమ్మ.

"పెళ్ళేమిటి?". విస్మయంగా చూశాడు శశాంక్

"ఇదిగో శశాంక్. ఈ వీధిలో ఎంతోమంది ఈడోచ్చిన ఆడపిల్లలున్నారు. ఏనాడైనా వాళ్ళని కన్నెత్తి చూశావా. ఎందుకు చూస్తావ్. అప్సరసలాంటి మీ అత్త కూతురుంటే.. ఏదేమైనా నీకూతురు అదృష్టవంతురాలే రేవతి, ఇలాంటి వాడు నీకు అల్లుడవుతున్నందుకు." అంటూ ఒళ్ళంతా తిప్పుకుంటూ చెబుతోంటే ముసిముసిగా నవ్వుకుంటూ లోపలి వెళ్ళింది రేవతి, అదే ఆమె తల్లి.

మళ్ళీ ఫోన్. బయటకు పరుగుతీయబోతూ శాంతమ్మ వైపు తిరిగి,

"బామ్మగారు. వీళ్లిపుడు ఊరెళ్ళిపోతారు. తాళం మీరే దగ్గరుండి వేసి మరీ తీసుకోండి. నాకు టైమైంది". అంటూ, లోపలనున్న ఫైల్ బాగ్ ను తీసుకుని దాంట్లో పేపర్స్ సర్దుకుంటూ ఆమెతో అన్నాడు

"ఏం చెప్పారేమిటి ఇంటి ఓనర్ తో..". లోగొంతుకతో అన్నాడు శశాంక్

"నాకేమీ తెలీదు మా అమ్మే చెప్పింది."

"ఏమని"

"నేను మీ అత్త కూతురినని"

"ఆ.. అ.. సరేలే..వెంటనే పెట్టా బేడా సర్దుకొని బయలుదేరండి. తాళం శాంతమ్మకు ఇచ్చి వెళ్ళండి." కదిలాడు పరుగులాంటి నడకతో. వెళుతున్న వాడల్లా ఉన్నట్టుండి ఆగి ఆమె వైపు చూస్తూ అడిగాడు

"ఏం పేరు నీపేరు"

"తారా దేవి. అందరు నన్ను తారా అని పిలుస్తారు." ఆరాధనగా చూస్తూ అంది తార.

"ఆహా.. పేరుకూడా బాగా మేనేజ్ చేశారూ.. సరే సరే త్వరగా బయల్దేరండి."

ఓ విసురున మెట్లను దిగి వెళ్లిపోయాడు శశాంక్. అటువైపే చూస్తూ ఉండిపోయింది తార, ఉన్నట్టుండి ఏదో గుర్తుకు వచ్చిన దానిలా రూమ్ లోపలి వెళ్లి స్టాండ్ పై ఉన్న హెల్మెట్ ను తీసుకుని పరుగున వెళ్లి

"ఏవండి ఒక్క నిమిషం. మీరు మీ హెల్మెట్ మర్చిపోయారు."అంటూ వడివడిగా మెట్లు దిగి బైక్ ఎక్కి కూర్చున్న శశాంక్ కు ఇచ్చింది. ఇచ్చిన వైపు కూడా చూడకుండా హెల్మెట్ పెట్టుకొని ముందుకు ఉరికించాడు బైక్ ను. అటువైపే చూస్తున్న తారను చూస్తూ మురిపెంగా నవ్వుకుంది శాంతమ్మ.

* * *

కాన్ఫరెన్స్ కు వచ్చిన కంపెని డెలిగేట్స్ ఎదుట తను ఎలా వాళ్ల ప్రాజెక్ట్ ను టేకప్ చేయబోతున్నాడో శశాంక్ వాళ్ళకు వివరిస్తోంటే, మంత్రముగ్ధులై వింటున్నారు కంపెనీ డెలిగేట్స్.తన ప్రజెంటేషన్ పూర్తియ్యాక కూడా కాన్ఫరెన్స్ హాల్ కొన్ని క్షణాలు అలానే సైలెంట్ గా ఉండిపోయి, తేరుకున్నాక చప్పట్లతో సంబరాలు జరుపుకొంది. ఇంకేముంది బాస్ కళ్ళలో ఆనందం.నూట యాభై కోట్ల ప్రాజెక్ట్ తన స్వంతమైందన్న సంతోషంతో ఒక్కసారిగా వచ్చి శశాంక్ ను హత్తుకొని అభినందించాడు, స్టాఫ్ మొత్తం శశాంక్ ను అభినందనలతో ముంచెత్తారు. ఓ స్టార్టర్ కంపెనీ కి ఇంతపెద్ద మొత్తంలో ప్రాజెక్ట్ దక్కడం ఓ వండర్.

కంపెని వాళ్ళు వెళ్ళిపోయిన తర్వాత ఆరోజు అక్కడున్న స్టాఫ్ అందరికి రాత్రి పార్టీ ఆఫర్ చేశాడు బాస్. పార్టీకి సెంటర్ అఫ్ అట్రాక్షన్ శశాంక్. తనక్కడ ఓ చిన్న ప్రోగ్రామర్ గా చేరినా తన టాలెంట్ చూసి తననో టెక్నికల్ అడ్వైజర్ గా బాస్ బాధ్యతలు అప్పజెప్పినందుకు తనను తాను నిరూపించుకున్నాడు శశాంక్.

ఆహ్లాదకరమైన క్షణాల ముందు ఆ రోజంతా చాల చిన్నదైపోయింది. ఎలా గడచిపోయిందో తెలీయలేదు. పార్టీ సమయం వచ్చేసింది. మితంగా తినడం తప్ప మరేమీ అలవాట్లు లేని శశాంక్ తానో సోఫాలో కూర్చుండిపొతే మిగిలిన తన సహచరులందరూ డి జే హోరుకు లయబద్ధంగా చిందులేయడం చూస్తోంటే ఉత్సవ విగ్రహం ముందు చిందేస్తున్న భక్త జనసందోహంలా తోస్తోంది. కూల్ డ్రింక్ సిప్ చేస్తూ వినోదం చూస్తున్నాడు శశాంక్. ఇక ఇంటికి వెళదామనిపిస్తోంది. బాస్ కి చెప్పి బయటకు కదిలాడు శశాంక్.

డ్రైవింగ్ చేస్తున్నాడనే కాని ఆలోచనలన్నీ తన రూమ్ దగ్గరే తిరుగుతున్నాయి. వెళ్లిపోయుంటారా వాళ్ళు. ఏమాటకామాటే చెప్పుకోవాలిగాని. ఎంత నాజుకుగా,

అందంగా, వొందికగా ఉంది తార. తార అనే పేరు తలచుకొగానే నవ్వొచ్చింది అయినా పేరుమాత్రం భలే సెట్ చేసారు. తారా శశాంకం లాగ.... ఎవరో పాపం వాళ్ళు, రాత్రిపూట ఎక్కడ తలదాచుకోవాలో అర్థంకాక విధిలేని పరిస్థితులలో తనను బెదిరించి ఉంటారు. కానీ అర్థం కాని విషయం ఏమిటంటే, ఆమె ముఖం మీద అ రోజు రాత్రి ఆ నెత్తుటి మరకలు, ఆ భయం, వాళ్ళను వెతుక్కుంటూ మనుషులు రావడం, ఇదంతా ఎదో మిస్టరీలావుంది. ఏదైతేనేం అవన్నీ అడగకుండా ఉండడం మంచిదైయింది. లేకపోతే లేనిపోని తలనొప్పులు తలకు పట్టించికోవాల్సి వచ్చేది. పాపం శాంతమ్మ నిజంగా నమ్మేసింది... సరే.. ఈరోజు ఉదయాన్నే నేను కన్న కలలో ఇదో కలనుకోవాలి. కాని నేను సాధించిన విజయం మాత్రం కలకాకూడదు.. నవ్వొచ్చింది శశాంక్ కు అ తలపు రాగానే.

ఎప్పుడొచ్చేసిందో ఏమో తన రూమ్ వచ్చేసింది. తన ఆలోచనల్లో పడి, ప్రయాణం చేసినట్టేలేదు.బైక్ ని ప్రహరి గేటు తీసి గోడ ప్రక్కగా పార్క్ చేస్తూ గ్రౌండ్ ఫ్లోర్ లో ఉన్న ఇంటి వోనర్ శాంతమ్మ ఇంటివైపు చూశాడు, తాళం కోసమన్నట్టు. ఆమె గుమ్మం వైపు చూసి ఒక్క క్షణం ఉలిక్కి పడ్డాడు. శాంతమ్మ వాకిట్లో నిల్చొని తన కోసమే చూస్తున్నట్టుంది. మామూలుగా ఆమె అంత ప్రొద్దుపోయేవరకు మేలుకొని ఉండడం ఎప్పుడూ చూడలేదు. బహుశా నాకు తాళం ఇవ్వడానికేమో. ఛ.. అనవసరంగా ఆమెకు శ్రమిచ్చినట్టున్నాను అనుకుంటూ అటువైపు కదిలాడు శశాంక్.

ఆమెకు దగ్గరవుతున్నకొద్దీ ఆమె ముఖంలోని ఫీలింగ్స్ స్పష్టంగా తెలుస్తున్నై. తన వైపు కోపంగా చూస్తున్నట్టుంది. కొంప దీసి ఆమెకు నిజం తెలిసిపోయిందా ఏమిటి, లేకపొతే... అ ఇద్దరు ఆడవాళ్లు ఏదైనా తీసుకొని ఉడాయించారా. ఏమో?!!. ఆమె చూపులోని తీక్షణత మరింత ఎక్కువవుతుంది ఆమెకు చేరువవుతుంటే.

* * * * *

03

హెల్మెట్ చేతిలో పట్టుకొని తగిలించుకున్న బ్యాగ్ ను పక్కకు నెడుతూ తన బ్యాక్ పాకెట్ లో బైక్ తాళం వేసుకుంటూ అడిగాడు శాంతమ్మను.

"తాళం బామ్మగారు"

"ఏం తాళం"

"అదే బామ్మ, నా రూమ్ తాళం. వాళ్ళు బయటకు వెళ్ళిన తర్వాత మీదగ్గరే ఉంచమన్నాను కదా."

"వాళ్ళు వెళ్ళలేదు" నింపాదిగా అంది శాంతమ్మ

"అవునా.. అప్పుడే వెళతానన్నారే. ఏం వీళ్ళకు చెబితే తమాషా చేస్తున్నారే. వాళ్ళ సొంత కొంపలాగా ఇక్కడే తిష్ట వేసేట్టున్నారే. పాపమని ఎదో షెల్టర్ ఇస్తే.. లగేజి తీసి బయటపడవేస్తే చచ్చినట్టు పోతారు"ముని పళ్ళు కొరుకుతూ కోపంగా పైకి వెళ్ళబోతే ఆపింది శాంతమ్మ.

"ఓ నిమిషం ఇలారా.. నీతో కొంచం మాట్లాడాలి" అంటూ లోపలి దారి తీసింది శాంతమ్మ

"బామ్మగారు మీకు వీళ్ళ సంగతి తెలీదు. మీకు అసలు విషయం తెలిస్తే మీరే వాళ్ళను బయటకునెట్టేస్తారు... అసలు వాళ్ళు మా భంధువులు కాదు బామ్మ". లోపలికెళ్ళి సోఫామీద కూర్చున్నాడు శశాంక్.

"ఊ చెప్పు."

"అసలేం జరిగిందంటే.."అంటూ శాంతమ్మ తెచ్చిన వాటర్ బాటల్ ను అందుకొని త్రాగుతూ కాస్త గ్యాప్ తీసుకున్నాడు.

"నిన్న నేను రైల్వే స్టేషన్ నుండి వస్తున్నానా... వీళ్ళెక్కడి నుండి వచ్చారో తెలీదు. ఇద్దరు ఏకంగా వచ్చి నా బైక్ మీద హఠాత్తుగా కూర్చున్నారు. పదపదమని తొందర.. వాళ్ల కోసమే నేనక్కడ ఉన్నట్టు. నేను తేరుకొనేసరికి వాళ్లకోసం ఎవరో ముగ్గురు కర్రలు రాడ్లు పట్టుకొని నావైపు వచ్చారు. వాళ్ల గురించి అడిగారు. నేను వెనుదిరిగి చూసేలోపలే మాయమైపోయారు. పాపం ఆడవాళ్ళని...వచ్చిన వాళ్ళకు ఎదో చెప్పి డైవర్ట్ చేశా. ఆతరవాత తెలిసింది నేనెంత తప్పు చేశానో. ఆ పెద్దావిడ ఉంది కదా... ఏం జరిగిందో ఏమో. ఆమె ముఖం మీదంతా బ్లడ్. అ ముగ్గురు అటు వెళ్ళారో లేదో, మళ్ళీ నా బైక్ ఎక్కి కూర్చున్నారు.. నేను దిగమని చెప్పేంతలోనే.."

"మెడమీద కత్తి పెట్టిందా." శశాంక్ చెప్పడం పూర్తి కాకుండానే అందుకుంది శాంతమ్మ

"ఆ... నీకెలా తెలుసు."

"నాకు రేవతి అంతా చెప్పింది. నీవిలా చెబుతావని కూడా చెప్పింది. నువ్వో రైటర్ వని తెలుసుగాని మరీ ఇంతగా కధలల్లుతావని తెలీదు. నువ్వు చెప్పేదాంట్లో ఏమైనా నమ్మేవిధంగా ఉందా. ఆ పెద్దావిడ నీ గొంతుపై కత్తి పెట్టడమేమిటి. విడ్డూరం కాకపోతేను. అయినా పెద్దలకు మాట పట్టింపులుంటే ఉండనీ.. పిల్లలు మీకేమైంది. ఆపిల్ల ఎంత బాధపడుతోందో తెలుసా. ఉదయం వాళ్ళునాకు తాళం ఇచ్చి వెళ్లిపోయేటపుడు గమనించా. ఆ పెద్దావిడ కళ్ళనీళ్ళు పెట్టుకొంటుంటే నేనే ఆపాను వాళ్ళను. ఎంత అడిగినా వివరం చెప్పదే. మా ఇంట్లో కుర్చోనిపెట్టి ఎంతగానో అడిగితె గాని చెప్పలేదు... అయినా మీ నాన్న అంత పట్టుదలగా ఉండటం నాకేమీ నచ్చలేదబ్బాయ్.. ఎదో మీ కులం కాని అబ్బాయిని ప్రేమించి పెళ్లి చేసుకున్నంత మాత్రాన స్వంత చెల్లెలినే దూరం పెడతారా?. సరే ఆసమయంలో పెట్టారనే అనుకున్నాం. కనీసం ఆమె భర్త చనిపోయిన తరవాతైనా మీకు వాళ్ళ మీద జాలికలగలేదా. సరే.. మీనాన్న విషయం అలా పక్కనపెట్టు నీకేమైంది. చూడు ఆ తండ్రి లేని పిల్లని చూస్తే నీకేమనిపించడం లేదా.... ఎంత చక్కగా ఉందిరా ఆపిల్ల. నీకు సరైన జోడి. ఇంత ముసల్దాన్నైన నాకే ఆపిల్ల అందం చూస్తే అసూయ ఉంది. నీకు కొంచమైనా మనసు మెత్తపడదారా.. మీ నాన్నకు నచ్చ చెప్పి వాళ్ళని అక్కున చేర్చుకోవాలి గాని.. ఇలా లేని పోనీ కధలల్లుతారా. ఛ ఛ ఇదేమీ బాగాలేదు శశాంక్".

శాంతమ్మ చెప్పడం ఆపేసినా... నోరలా వెళ్ళబెట్టి ఆమెవైపే చూస్తుండిపోయాడు శశాంక్. మళ్ళీ అందుకుంది శాంతమ్మ. "ఇదో శశాంక్. తలచెడి వచ్చింది మీ అత్త, కొద్ది రోజులు నీ దగ్గరే ఉండనీ. ఏదో ఒక రోజు చూసి నేనే ఫోన్ చేస్తా మీ నాన్నకు. మీ నాన్నకు నేను నచ్చచెబుతా. పాపం రేవతి మీ అండ కోసం ఎంతగా తపిస్తోందో. ఇదంతా ఎందుకు నీవా పిల్లను తప్ప వేరొక పిల్లని పెళ్లి చేసుకోనని చెప్పు, మీ నాన్న ఎలా దిగిరాడో చూద్దాం. ఇక పైకి పో.. నీకోసం వాళ్ళు తిండి కూడా తినకుండా ఎదురు చూస్తున్నారు."అంటూ ముగించింది శాంతమ్మ.

మైండ్ బ్లాంక్ అయిపోయింది శశాంక్ కి. ఇంత పగడ్బందీగా కధ అల్లిన తీరు చూస్తుంటే. తను రైటర్ గా కొనసాగడానికి తనకు ఆత్మ విశ్వాసం సన్నగిల్లుతోంది.

ఏదో ప్రేతాత్మ తనను అవహించి తన ప్రమేయం లేకుండా తీసుకెళుతున్నట్లు నడిచాడు పైకి.

డోర్ తెరిచే ఉంది. శశాంక్ రాగానే అతని చేతిలోని హెల్మెట్ ని బ్యాగ్ ను తన ప్రమేయం లేకుండానే తీసుకున్నది తార. ఏదో దెయ్యం పట్టిన వాడిలాగా ఏమీ మాట్లాడకుండా షూ తీసివేసి బెడ్ పై కూర్చుండిపోయాడు. ఏమి మాట్లాడాలో తెలీడంలే, అంతగా ఉంది వాళ్ళ కట్టు కధ ఇచ్చిన షాక్.

"బాబు స్నానం చేసి రాపో భోజనం పెడతాను" అంది రేవతి అతనికి టవల్ అందిస్తూ. రోబో లా బాత్ రూమ్ వైపు నడిచాడు శశాంక్.

* * *

వేడి వేడి నీళ్ళతో తలారా స్నానం చేస్తే గాని కాస్త రిలాక్స్ గా అనిపించలేదు శశాంక్ కి. తల తుడుచుకుంటూ వచ్చి బెడ్ మీద కూర్చుండిపోయాడు. పైన సీలింగ్ ఫ్యాన్ తిరిగినంత వేగంగా తిరుగుతున్నై శశాంక్ ఆలోచనలు. ఏంటో తన పరిస్థితి తనకే అర్ధం కావడంలేదు. ఓ బ్లాగర్ గా స్వేచ్ఛగా బ్రతికే తను ఇప్పుడిలా ఒక్కో చక్రభందంలో ఇరుక్కుపోతున్నాడు.జరిగేవన్నీ తన ప్రమేయం లేకుండానే జరిగిపోతున్నై. తను కలలుగన్న తన కెరీర్ తనకు దక్కగపోగా, పరిస్థితుల దృష్ట్యా తను కంపల్సరీగా ఉద్యోగం చేయాల్సి వస్తోంది. రోజు రొటీన్ లైఫ్.. గానుగెద్దు తిరిగినట్టు ఎంత తిరిగినా గానుగెద్దు

తినే ఎండుగడ్డి తప్ప తన శ్రమ వల్ల వచ్చే ఏ ఫలితాన్ని తను ఆస్వాదించలేని పరిస్థితి. అలాంటిదేదైనా ఉంది అంటే అది తన రచనా వ్యాసాంగం. ఎంతగా మునిగితేలితే అంత ఆనందం తనకు.

ఎప్పుడో తన చిన్నతనంలో తన తల్లి చనిపోయినపుడు, జాలి చూపులు ఓదార్పు వాక్యాల మధ్య తనకు తోడుగా వచ్చినవి, అమ్మ లేని లోటును తీర్చేలాగా నాన్న ప్రేమతో నేర్పించిన ఆ నాలుగు అక్షరాలే. తెలిసీ తెలియని తన మనసును ప్రేమగా పలుకరించేయి. తన స్థాయికి దిగివచ్చి చిన్నిచిన్ని మాటలుగా తన స్కూల్ నోట్ బుక్ లో ఇట్టే ఒదిగిపోయేవి. ఒంటరిగా ఉన్నపుడు కుశలమడిగేయి, తన ఒంటరి తనాన్ని మర్చిపోవడానికి ఆ రోజు జరిగిన ప్రతీ విషయాన్నీ తెలుసుకునేయి.. తన ఫీలింగ్స్ ని తెలుసుకునేయి. ఒక్కోసారి అక్షరాల్ని కన్నీళ్ళతో తడిపేస్తే అవి చలించిపోయేవి, చెదిరిపోయేవి. అప్పటినుండి ఇప్పటివరకు తనకు తోడునీడగా తన వెన్నంటి ఉన్నవి ఆ అక్షరాలే. అందుకే అవంటే శశాంక్ కు చాల ఇష్టం. చిన్న తనంలో తనను వెతుక్కుంటూ అక్షరాలొచ్చేవి, ఇప్పుడు తన ఊహల్ని వెతుక్కుంటూ వెలుతున్నె. వాటితో పాటు తనూ చెట్టపట్టాలు వేసుకొని అలా తిరగడం అంటే తనకు చాల ఇష్టం. ఆ ప్రయాణం ఏ ఒక్క రోజు ఆగినా ఆరోజు ఏదో పోగొట్టుకున్నట్టు ఉంటుంది. ఇప్పుడు తన పరిస్థితి అలాగే ఉంది. ఇప్పుడు తన ప్రమేయం లేకుండా జరుగుతున్న సంఘటనలు తనను రచనా వ్యాసంగం నుండి దూరమవుతున్న బాధను మరింతగా పెంచుతున్నాయి.మంచం మీద కూర్చొని చేతులు వెనకకు ఆనించి సీలింగ్ ఫ్యాన్ వైపే చూస్తూ కల్లోల ఆలోచనా తరంగాలలో మునిగితేలుతున్న తనను తన బెడ్ దగ్గరకు టీ పాయ్ లాగుతున్న చప్పుడు మరింత అలజడిని సృష్టించింది.

“బాబు భోంచేయండి.” మెల్లగా అంది రేవతి టీ పాయ్ మీద భోజనం వడ్డించిన ప్లేట్ ను ఉంచుతూ

“వద్దు.” విసుగ్గా అన్నాడు శశాంక్

“పోనీ.. ఆమ్లెట్ ఏమైనా వేయమంటారా?”.

“వద్దు. నేను తినొచ్చాను”.

“కాస్త మజ్జిగైనా తాగండి బాబు”

చిర్రెత్తుకొచ్చింది శశాంక్ కు"చెబితే మీకు కాదు, వెళ్ళండి అవతలకి నసపెట్టకుండా" దాదాపు కసిరాడు

"అది కాదు బాబు, కాస్త చల్లగా ఉంటుందని...." రేవతి ఇంకా ఎదో అనబోతుంటే

"ఒక్కసారి చెబితే అర్ధంకాదా మీకు. అఖ్ఖర్లేదన్నాను కదా. విసిగిస్తారేంటి." రూఫ్ టాప్ అదిరిపోయేట్టు అరిచాడు కోపంగా శశాంక్ తన ముందు పెట్టిన ప్లేట్ ను చేతులతో తన్నేస్తూ.

ప్లేట్ లో అన్నమంతా చెల్లా చెదురుగా పడిపోయింది పింగాణి ప్లేట్ ముక్కలు ముక్కలవుతూ.

హఠాత్తుగా జరిగిన ఈ సంఘటనకు నిర్ఘాంతపోయింది రేవతి. శశాంక్ కు పెట్టి తను ఇంత తిని పడుకుందామనుకుంది. అతనిలో అంత కోపాన్ని చూసిన తర్వాత ఆమెలో ఆకలి చచ్చిపోయింది,

"మీకు ఏ విషయమైనా పదేపదే చెప్పాలా?? ఒకసారి చెబితే అర్ధం కాదా మీకు.మిమ్మల్ని వెళ్ళమని చెప్పాను కదా. ఎందుకున్నారు ఇంకా సిగ్గులేకుండా. పైగా ఆ అమాయకపు ముసలావిడకు కధలు చెప్పడం. అవతలోళ్ళ మంచితనాన్ని మీరు వాడుకున్నట్టు ఎవ్వరూ వాడరేం. ఛ..ఛ ప్రపంచంలో ఇలాంటి వాళ్ళుకూడా ఉంటారా". గొణుక్కొంటూ వాష్ బేసిన్ వైపు వెళ్ళాడు శశాంక్ తన చేతి కంటిన కూరను కడుగుకోవడానికన్నట్టు. మౌనంగా తలవంచుకుంది రేవతి. తార క్రింద పడిన పింగాణి ప్లేట్ ముక్కల్ని తీసే పనిలో పడింది.

శశాంక్ తిరిగివచ్చి తన బెడ్ పై పడుకుండిపోయాడు. క్రింద పడ్డ అన్నాన్ని శుభ్రం చేస్తోంది రేవతి. ఇంతలో ఎప్పుడు వచ్చిందో ఏమో శాంతమ్మ తలుపు ముందుకు తోసుకొని లోపల ఉన్న దృశ్యాన్ని చూసి నొసలు చిట్లించింది. ఎదో అర్ధమైనట్టు తను తెచ్చిన పెరుగు గిన్నెను తార చేతిలో పెడుతూ

"ఈ కాలం కుర్రాళ్ళు అంతేనమ్మ. అవేశమే తప్ప ఆలోచన ఉండదు. మెల్లగా అన్ని సర్దుకుంటాయిలే". అంటూ ఓ నిట్టుర్పు విడిచి అక్కడనుండి వెళ్ళిపోయింది శాంతమ్మ.

ఆగదిలో అలముకున్న నిశ్శబ్ధంలో ఫ్యాను గాలి చప్పుడు ఒంటరిదైంది.

గదంతా శుభ్రం చేసి చాప వేసుకొని పడుకొనిపోయారు తల్లి కూతుళ్ళు. కోపం ఇంకా చల్లారినట్టు లేదు శశాంక్ కు.

"ఆ లైటు ఆపి చావండి, నిద్ర పట్టి చావట్లేదు.." విసుగ్గా గోణుక్కొంటు దుప్పటి ముసుగుతన్ని పడుకున్నాడు

లైటు ఆపి తను వచ్చి తన తల్లి వైపు పడుకొనిపోయింది తార.

శశాంక్ కు నిద్ర పట్టట్లేదు. బెడ్ పై ఎటు దొర్లి పడుకున్నా కుదురు రావట్లేదు మనసుకు. కాసేపు అలానే తంటాలు పడిపడి నిద్ర పడుతున్నట్టున్న తరుణంలో ఏదో అలికిడైనట్లుండి ముసుగు తీసి చూశాడు. తార నిద్రపోలేదు. తన తల్లి పక్కన కూర్చొని ఉన్నదల్లా పైకి లేచి శశాంక్ బెడ్ వైపుకు రాసాగింది.

* * * * *

04

శశాంక్ నిద్ర నటిస్తూనే గమనిస్తున్నాడు. ఆమె తన మంచం దగ్గరైయ్యేకొద్దీ అతని గుండె వేగంగా కొట్టుకోవడం మొదలైంది. తార శశాంక్ వైపు చప్పుడు చేయకుండా, ఎక్కడ తన తల్లి లేచిపోతుందేమో అన్నట్టుగా వస్తోంది, నేరుగా శశాంక్ తలగడ వైపు వచ్చి నిల్చొంది. ఆమె తననే చూస్తున్నట్టుంది. నిద్ర నటిస్తున్న తనకు కనబడడం లేదు. మెల్లగా ఆమె తన తలవైపు వంగటం గమనించగలుగుతున్నాడు. ఇక తను నిద్ర నటించడం బాగుండదు. జరగరానిదేదో జరగకముందే తను కళ్ళు తెరవాలి. అనుకుంటూ మెల్లగా కళ్ళు తెరిచాడు. కళ్ళు తెరిచిన తనకు తార తన తలగడ వైపు పెట్టిన మంచినీళ్ళ బాటిల్ తీసుకుని నీళ్ళు త్రాగడం చూశాడు. మెల్లగా బాటిల్ ని తిరిగి అక్కడే పెట్టడానికి మళ్ళీ వంగింది తార. ఓసారి శశాంక్ వైపు చూసి, తను చూడలేదన్న ధీమాతో వెళ్లి తన తల్లి దగ్గర పడుకుంది.

ఆమె పడుకొన్న తర్వాత అటువైపు చూశాడు శశాంక్. నిద్ర పడుతున్నట్టు లేదు తారకు. పొట్ట పట్టుకొని అటు ఇటూ మసలుతూనే ఉంది. పూర్తిగా అర్థమైంది శశాంక్ కు.

ఇక ఆలస్యం చేయదలచుకోలేదు. లైటు వేసి రేవతిని తట్టి నిద్ర లేపాడు.

"లేవండి, లేచి భోజనం చేయండి". అంటూ తనే వండిన పాత్రలన్నిటిని తెచ్చి టీపాయ్ మీదపెట్టాడు, వద్దు అన్నట్టుగా తలాడించింది రేవతి. ఎంత ఆకలిలో ఉందో పాపం తార మాత్రం మరో మాట మాట్లాడకుండా ఓ ప్లేటులో అన్నం వడ్డించుకుని గబాగబా తినడం మొదలెట్టింది. ఆకలితో ఉండి ఆత్రంగా తింటున్నదేమో పొలమారినట్టుంది. దగ్గుతూ ఉంటే శశాంక్ ఆమె తలపై మెల్లగా తడుతూ నీళ్ళు త్రావించాడు.

"మంచి తనానికి కూడా ఓ హద్దుంటుంది బాబు. కాని మేం మాత్రం ఎప్పుడూ ఆ మంచితనాన్ని వాడుకోవాలనుకోలేదు. అది మమ్మల్ని మీ రూపంలో ఆదుకొంటుంది అంతే. నా కూతురి మీద ప్రమాణం చేసి చెబుతున్నా మేమీ రోజు వెళ్లిపోవాలనే బయలుదేరాం. శాంతమ్మగారే మమ్మల్ని కదలనీయలేదు. ఆమెకు నిజం చెప్పలేక ఏదో

మా నోటికి వచ్చిన అబద్ధం చెప్పాం. అంతే గాని ఇక్కడే తిష్ట వేయాలనికాదు". అంటూ ఆత్మాభిమానం దెబ్బతిన్నట్టుగా కళ్ళనీళ్ళ పర్యంతం అయింది రేవతి.

మనసు కలచివేసింది ఆమె కన్నీళ్లను చూస్తుంటే. ఆవేశంలో తను పొరపాటుగా మాట్లాడాడు. అసలేం బాధల్లో ఉన్నారో ఏమో పాపం. తను విషయం తెలుసుకోకుండా ఆవేశంలో నోరుపారేసుకున్నాడు.

"సారీ రేవతి గారు. ఆవేశంలో ఏదో వాగేశాను. మీ మనసు నొచ్చుకున్నందుకు క్షమించండి." పశ్చాత్తాపంతో మాట మెత్తనైపోయింది శశాంక్ కు

"ప్లీజ్ మీరు కూడా తినండి, మధ్యాహ్నం అసలు తిన్నారో లేదో." అంటూ మోకాళ్ళ పై చేతులు ఆన్చి కుర్చుని ముఖం దాచుకొని మౌనంగా ఏడుస్తున్న రేవతి దగ్గరకు ప్లేట్ లో భోజనం పెట్టుకొని తీసుకొచ్చాడు శశాంక్.

తడి కళ్ళతో తలపైకెత్తలేకపోతోంది. శశాంక్ ఓదార్పు చూసి మరింత ఆర్ద్ర మవుతున్నై ఆమె కళ్ళు.

"తీసుకోండమ్మా" బ్రతిమాలుతున్నట్టు ఆమె చేతికి ఇచ్చాడు శశాంక్

ఆమె దగ్గరగా తనూ నేలపై చతికిలపడి కూర్చున్నాడు.

"తింటూ చెప్పండి అసలేం జరిగిందో". తన మోకాళ్లను చుట్టుకొని కూర్చుంటూ ఆమె వైపు ఆసక్తిగా చూశాడు శశాంక్

అన్నం కలుపుకుంటూ చెప్పడం మొదలెట్టింది రేవతి

"మాది గుంటూరు దగ్గర రేపల్లె. మావారు తార చిన్నపుడే చనిపోయారు. ఒంటరి ఆడదాన్ని నన్ను నేను కాపాడుకుంటూ, ఈ చిన్నదాన్ని పెంచడానికి నేను ఎన్ని తంటాలు పడ్డానో ఆ దేవుడికెరుక. పిల్లను ఎం సి ఏ వరకు చదివించా." అన్నం ముద్ద నోట్లో పెట్టుకుంటూ ఆగింది రేవతి

అంటే.. వీళ్ళు చెప్పిన పేర్లు కల్పితాలు కాదా..ఈమె ఇప్పటికైనా నిజమే చెబుతుందా సందేహంగా చూస్తున్నాడు శశాంక్

ఒగుక్క నీళ్ళు త్రాగి మళ్ళీ చెప్పడం ఆరంభించింది రేవతి

"పిల్లకు ఏదైనా ఉద్యోగం దొరికితే కొంత ఉరటగా ఉంటుంది, ఉద్యోగం చేస్తున్న పిల్లంటే ఎవరైనా పెళ్లి చేసుకోవడానికి ముందుకొస్తారని అనుకున్నా.... ఎదో కంపెనీకి సాఫ్ట్ వేర్ ఉద్యోగానికి అప్లైచేసింది తను. ఆ కంపెనీవాళ్ళు సెక్యూరిటీగా కొంత డిపాజిట్ చేయమన్నారు. ఎదో జీవనబృతి, పిల్ల పెళ్లి జరిగిపోతుందనే ఆశతో నా శక్తికి మించిన పనైనా లక్ష రూపాయలు అప్పుచేసి మరీ డిపాజిట్ చేశాను. జాబు గ్యారంటీ అని చెప్పారు. దానికి సంభందించి పేపర్స్ కూడా వచ్చాయి, అవి తీసుకుని ఇక్కడికి వచ్చాం ఆ అడ్రస్ వెదుక్కుంటూ. ఇక్కడికి వచ్చిన తర్వాత తెలిసింది, మాలాగే చాలా మంది మోసపోయారని. లోకల్ పోలీస్ స్టేషన్ లో అందరితో పాటు రిపోర్ట్ ఇచ్చాం. ఎంక్వరి చేసి వాళ్ళు దొరికితే చూస్తామన్నారు. చేసేదిలేక ఊరికి తిరుగు ప్రయాణమయ్యాం." కాస్త ఆగి చెప్పడం కొనసాగించింది రేవతి.

"ఒక స్టేషన్ లో దిగబోయి ఇదిగో నీవున్న స్టేషన్లో దిగాం. దిగిన తర్వాత తెలిసింది. అక్కడనుండి ఆ టైంలో ఎటువంటి రైళ్ళు ఉండవని. అక్కడే ఆ ఫ్లాట్ ఫాం మీదే ఉదయం వచ్చే ట్రెన్ కోసం ఉందామనుకున్నాం.

మమ్మల్ని ఆ గ్యాంగ్ మాన్ అక్కడ ఉండొద్దని చెప్పివెళ్ళాడు. ఆ తర్వాత కానిస్టేబుల్ వచ్చాడు. మేము రాంగ్ స్టేషన్ లో దిగామంటే నమ్మలేదు. అతను మమ్మల్ని చూసి ఏమనుకున్నాడో ఏమో?. ఉండగా ఉండగా అతని నోటినుండి మాటలు వంకరగా రావడం మొదలైయ్యాయి. అప్పుడు ఆపద్బాంధవుడిలా మీరు కనిపించారు. మిమ్మల్ని మా అబ్బాయిలా చెప్పుకొచ్చాం. అతని మాట తీరు మారసాగింది. ఆ తర్వాత అతను మీ దగ్గరకు వచ్చాడు."

ప్లేట్ లోని మిగిలిన కొద్ది అన్నాన్నీ ముద్దగా కలుపి నోట్లో పెట్టుకొని కాసేపు ఆపింది చెప్పడం.

"నువ్వు ఎంత సేపుఉంటావో తెలీదు. ఆ పోలీసు పోయినతర్వాత మేమక్కడినుండి స్టేషన్ బయటకు కదిలాం. ఎక్కడ కెళ్ళాలో తెలీదు. ఏదైనా హోటల్ లో బస చేద్దామని ఆటో స్టాండ్ దగ్గరకు వెళ్ళాం.

పోలీసు వాళ్ళు వేసుకున్న ఖాకీ బట్టలే వేసుకున్నారు కదా బాబు వాళ్ళు కూడా. వాళ్ళు అదేవిధంగా ఆలోచించారు. అయినా ఏ రైలు రాని ఆ స్టేషన్ బయట ఆ అర్ధరాత్రి వేళలో మమ్మల్ని అక్కడ చూసిన వాళ్ళెవరైనా ఏమనుకుంటారు.ఏదో ఒక హోటల్ వద్దకు తీసుకెళ్ళమన్నాం. వికారంగా మాట్లాడడం మొదలెట్టారు. వాళ్ళను తప్పించుకుని వెడదామనుకునేలోపే వాళ్ళలో ఒకడు తార చేయిపట్టుకున్నాడు. వాణ్ణి చెంపమీదకొట్టి చేయి విదిలించుకొని వద్దామనుకొనే లోపే మరొకడు కత్తి తీసి బెదిరించడం మొదలెట్టాడు. మాదగ్గరున్న బంగారు గాజులు డబ్బు ఇచ్చేస్తామని చెప్పాం. అయినా వాళ్ళు వినలేదు. దండాలు పెట్టాం... వేడుకున్నాం. ఒకడైతే ఏకంగా నా పీక మీద కత్తి పెట్టి తారను బట్టలూడదీయమన్నాడు. కోపం నషాళాని కెక్కింది. తెగించి వాడి చేతిలోని కత్తిని ఒడుపుగా లాక్కొని తన దగ్గరకు వస్తే చెంపేస్తానని బెదిరించాను తారను నావెనుకవైపుకు లాక్కుంటూ. వాడేమీ బెదరలేదు. వాడు నా బెదిరింపును లెక్కచేయకుండా నా వైపే హేళనగా నవ్వుతూ రాసాగాడు. వాడే లాగుంది అక్కడి వాళ్ళకు లీడర్. వాడు మావైపు వస్తుంటే అందరూ చప్పట్లు కొడుతున్నారు. అతను నా దగ్గరికి రాగానే కత్తిని అతని వైపు అటూఇటూ విసరసాగాను. అతను మరింత హేళనగా నవ్వుతూ తన పీకను నా కత్తివైపు చూపుకుంటూ వస్తున్నాడు. హఠాత్తుగా నే విసిరిన కత్తికి తగిలి అతని పీక తెగింది. రక్తం జివ్వుమని చిమ్మింది. అది చూసి అక్కడి వాళ్ళందరూ క్షణ కాలం అవాక్కైయ్యారు.ఇదే అదునుగా మళ్ళీ మేము స్టేషన్ వైపు పరుగెత్తాం. ఆ తర్వాత జరిగిందంతా నీకు తెలిసిందే."

ఆమె చెప్పడం ఆపిందే కాని ఆమె పడ్డ కష్టం, చూపించిన తెగువ ఇంకా తనను తేరుకోవనీయడం లేదు. పాపం అటువంటి పరిస్థితుల్లో తన పీక మీద ఆమె కత్తిపెట్టడం సబబే అనిపించింది శశాంక్ కు. రేవతి అక్కడినుండి లేచి తను తిన్న ప్లేట్ ను అక్కడ ఉన్న వంట పాత్రలను తీసుకెళ్ళింది కడగడానికి.అన్ని కడిగేసి చేతులు తన పైట కొంగుకు తుడుచుకుంటూ శశాంక్ దగ్గరకు వచ్చి అడిగింది.

"బాబు మళ్ళీ సాయమడుగుతున్నాననుకోకపోతే, తారకు ఎక్కడైనా ఉద్యోగం చూసి పెడతావా..నువ్వు ఆల్రెడీ జాబు చేస్తున్నావు కదా. మీకు తెలిసిగాని, మీ స్నేహితులకు తెలిసిగాని ఎక్కడైనా సాఫ్ట్ వేర్ కంపెనీలో, కనీసం ఏదైనా కాల్ సెంటర్ లో గాని.....ప్లీజ్

శశాంక్.. ఈ ఒక్క సాయం చేసిపెట్టు నీకు జన్మ జన్మలూ ఋణపడి వుంటాను" అంటూ రెండు చేతులెత్తి మొక్కింది రేవతి

"సర్లే తారను తన రెజ్యుం ఇమ్మని చెప్పండి. చూద్దాం" అంటూ బెడ్ మీద వాలిపోయాడు శశాంక్.

ఆ తల్లీ కూతుర్లిద్దరూ కూడా తృప్తిగా నిద్రకుపక్రమించారు చాప పరుచుకొని ఓ వైపు. రేపటి వెలుగుల ఆశలతో కళ్ళు మూసుకుని చీకటిని ఆస్వాదిస్తున్నారందరూ. ఇప్పుడక్కడి నిశ్శబ్ధంలో ఇద్దరి ఆశల శ్వాసలు తోడయ్యేసరికి ఫ్యాన్ మరింత జోరుగా తిరుగసాగింది.

* * *

ఈవాళ్ళ ఈ ఉదయం ఇంత క్రొత్తగా ఉంటుందని ఎప్పుడూ ఊహించలేదు శశాంక్. అయినా ముందుగా ఊహిస్తే అందులో క్రోత్తదనమేముంది. ఇల్లు మరీమరీ గుర్తుకొస్తుంది ఇపుడు. ఉదయం కార్యక్రమాలన్నీ చకచక జరిగిపోయాయి. ఈరోజు మరీ క్రొత్తగా లంచ్ బాక్స్ కూడా రెడి అయింది. టై సవరించుకొని బ్యాగ్ తగిలించుకుంటుంటే లంచ్ బాక్స్ అందించింది తార. ఆమె ఇచ్చిన రెజ్యుంని బాగ్ లోని ఫైల్లో పెట్టుకుంటూ ఓసారి చూశాడు. ఫరవాలేదనిపించింది.

"ఐ విల్ ట్రై మై లెవెల్ బెస్ట" అంటూ అక్కడి నుండి బయలుదేరి వెళ్ళిపోయాడు శశాంక్. అతని వైపు అలానే చూస్తున్న తారను చూసి చిన్నగా నవ్వుకుంది శాంతమ్మ.

* * *

తార రెజ్యుం తనకు తెలిసిన ఫ్రెండ్స్ కు పంపించాడు. తనిలా చేయడం మొదటిసారి కాదు. కాకుంటే ఓ అమ్మాయి కోసం. తార ఫోటో చూసిన అతని ఫ్రెండ్స్ అందరూ, ఈమె నీకేమౌతుందని అడుగుతుంటే ఏమిచెప్పాలో తెలీక మొదట్లో తడబడ్డా, ఆమె తనకు తెలిసిన వాళ్ళ అమ్మాయని ఓసారి, తన బంధువుల అమ్మాయని మరోసారి, తన చెల్లెలి ఫ్రెండ్ అని కొందరికి చెప్పుకొచ్చాడు.ఓ అపరచితురాలి సాంగత్యం ఇంత అలజడి రేపుతుందా. అందుకే ఈ బంధుత్వాలు, పెళ్ళిళ్ళు పెద్దలు ఏర్పాటు చేశారేమో. ఇలా ఆలోచనలలో మునిగివున్న శశాంక్ కు తన కొలీగ్ శ్యామల పిలుపుతో ఈ లోకంలోకి

వచ్చాడు. రెజ్యుం మీద ఫోటో చూసి ఆమె కూడా అడిగింది తార ఏమౌతుందని. నవ్వి ఊరుకున్నాడు శశాంక్. ఇంతలో ప్యూన్ బాస్ ఇచ్చిన స్వీట్ ప్యాకెట్ దాంతో పాటు ఓ గిఫ్ట్ చెక్ శశాంక్ చేతికి అందించాడు. సార్ మిమ్మల్ని బాస్ రమ్మంటున్నాడు అన్నాడు ప్యూన్.

లేచి చాంబర్ వైపు వెళ్ళాడు. ఎందుకో బాస్ ఛాంబర్ లోకి వెళ్ళాలంటే కొంచం సంకోచంగా ఉంటుంది. అందుకే తలుపు కాస్త నాక్ చేసి తలపును ఓరగా తీసి లోపలి చూశాడు ఎక్స్క్యూజ్ మి అంటూ.

తను ఊహించేవిషయమే. ఆ చాంబర్లో, ఆఫీస్ లో పనిచేసే కొంతమంది ఉమన్ ఎంప్లాయిస్ లో ఎవరో ఒకరు తడబడుతూ సర్దుకుంటూ తను లోపలి వెళ్ళిన ప్రతీసారీ నేలచూపులు చూసుకుంటూ బయటకునడవడం. ఎందుకో చాలా ఇబ్బందిగా ఉంటుంది. బాస్ మాత్రం చాలా కూల్ గా పిలిచాడు

“వెల్ డన్ శశాంక్. యు ఆర్ ది బిగ్ అసెట్ టు దిస్ కంపెనీ. కేవలం నీకు ఓ గిఫ్ట్ చెక్ ఇచ్చో లేక జీతం పెంచో నిన్ను అవమానించలేను. నీకేం కావాలన్నా నిరభ్యంతరంగా నన్ను అడగద్దు. తీసేసుకో.” మెచ్చుకోలుగా చూస్తూ అన్నాడు బాస్ నందన్ చతుర్వేది.

“థ్యాంక్ యు సర్” అంటూ కూర్చున్నాడు శశాంక్ ఏమిటో చెప్పమన్నట్టుగా,

“ఏం లేదు శశాంక్, జస్ట్ మిమ్మల్ని అభినందిద్దామనే పిలిచాను. ఇదే టెంపోతో మనం మరో మల్టీ నేషనల్ ప్రాజెక్ట్ కి టెండర్ లో పార్టిసిపేట్ చేయబోతున్నాం.దానికి ఏం కావాలో పూర్తిగా మీరే చూసుకోవాలి. అందుకు కావలసిన ఇన్ఫ్రా స్ట్రక్చర్, మేన్ పవర్ వాట్స్ నాట్ అన్నీ నీ ఇష్టం. నీ డేసిషనే ఫైనల్......” ఇంకా ఏదేదో చెబుతున్నాడు. తనకు స్వేచ్ఛనిస్తున్నాడో లేక కంపెనీలో బంధిస్తున్నాడో అర్థం కావడం లేదు. బాస్ మాటలు శశాంక్ పర్సనల్ విషయాలపై వెళ్ళాయి. సంభాషణ కొనసాగించడం ఇష్టం లేక కుర్చీ లోంచి పైకి లేస్తూ

“సార్. మన సాఫ్ట్ వేర్ ఫస్ట్ వెర్షన్ పంపించాము. ఫీడ్ బ్యాక్ మెయిల్ ఇస్తానన్నారు క్లైంట్. కాస్త త్వరగా చూడాలి. ఎందుకంటే దాన్ని బట్టే మనం ముందుకు వెళ్ళాల్సి వుంటుంది”.

"ఓహ్ థట్స్ గుడ్.. థట్ ఇజ్ శశాంక్.. గో గో గో.." బాస్ అంటూ ఉంటే ఛాంబర్ నుండి విడుదలైయ్యాడు శశాంక్.

అదే ఇరుసు, అదే పని చక్రం, అదే గానుగెద్దు బ్రతుకు. బాస్ ట్రీట్మెంట్ ఓ భారీ పంజరంలో స్వేచ్ఛగా రెక్కలు లేకుండా ఎగురుతున్నట్టుంది తనకు. ఇరుసునోదలని గడియారపు ముల్లులా పనితోపాటు కాలమూ గడచిపోతుంది.

* * *

నీరసంగా రూమ్ కి తిరిగి వచ్చాడు శశాంక్. తారా, రేవతిలు శాంతమ్మ ఇంట్లో టీవీలోని సీరియల్ ను చూస్తున్నారు.శశాంక్ రాకను గమనించి పైకి వెళ్ళారిద్దరూ. ఉసూరుమంటూ బెడ్ పై కూర్చున్న శశాంక్ చేతికి నీళ్ళ బోటిల్ అందిస్తూ ఆశగా చూస్తోంది రేవతి, ఏమైనా పిల్ల ఉద్యోగం గురించి చెబుతాడేమోనని. ఇంతలో తార పిలిచింది. బాత్ రూమ్ లో నీళ్ళు తోడానురండి అంటూ.

"ఆ చాలు చాలు.. నా పనులు నేను చేసుకోగలను. నన్ను మరీ సోమరిని చేయొద్దు". అంటూ బాత్ రూమ్ వైపుకు కదిలాడు.

ఉద్యోగం విషయంలో రేవతి కి ఉన్నంత ఆత్రం తారకు లేనట్టుంది. శశాంక్ కు భోజనం వడ్డించే పనిలో పడింది. భోజనానికి మంచినీళ్ళందిస్తూ మెల్లగా అడిగింది రేవతి తార ఉద్యోగం గురించి

"బాబు, పిల్ల ఉద్యోగం గురించి ఏమైనా తెలిసిందా"

నవ్వొచ్చింది శశాంక్ కి.ఉద్యోగాలేమైనా చెట్లకు కాస్తున్నాయా అనే రొటీన్ డైలాగ్ గుర్తొచ్చి. కాస్త తమాయించుకొని

"ఈ రోజే కదా రెజ్యూం ఇచ్చింది, రెండు మూడు రోజుల్లో వస్తుందిలే." అంటూ భోజనానికి ఉపక్రమించాడు శశాంక్.

* * *

ఎందుకో ఇలా ముక్కు మొహం తెలియని వాళ్ళింటిలో ఉండడం. అదీ ఓ బాచిలర్ ఇంట్లో. చాల అనీజీగా ఉంది రేవతికి. ఆరోజంటే విధి లేని పరిస్థితుల్లో ఉండిపోవలసి

వచ్చింది. ఆ మరుసటి రోజు ఆ పెద్దావిడ బలవంతం మీద ఉండాల్సివచ్చింది. ఇలా ఎన్ని రోజులు. ఉద్యోగమంటే అంత సులువైన పనికాదు. అది వచ్చేవరకు ఇక్కడే ఉండటం... సరికాదనిపిస్తోంది రేవతికి. పాపం ఇప్పటికే ఆ కుర్రాణ్ణి చాలా ఇబ్బంది పెట్టానన్న గిల్టీ ఫీలింగ్ ఆమెను మరింతగా బాధిస్తోంది. మంచి వాడు కాబట్టి అన్ని భరిస్తున్నాడు. ఇక ఇది పద్ధతి కాదు. ఊరెళ్ళి పోవడం మంచిది. ఉద్యోగ అవకాశాలు వచ్చిన తర్వాత ప్రయత్నిస్తే సరిపోతుంది.

ఇక విషయం శశాంక్ కు చెబుదామని నిశ్చయించుకుంది. ఉదయం ఆఫీసుకు వెళుతుంటే ఇదే విషయం అన్నది రేవతి శశాంక్ తో. ఎప్పుడు ఊడిపడిందో ఊడిపడింది ఉన్నఫలంగా శాంతమ్మ అక్కడికి. వాళ్ళు వెళ్ళడానికి ససేమిరా ఒప్పుకోలేదు. ఆ పెద్దావిడతో వాదించడం కంటే ఊరకుండటం మంచిదని అక్కడి నుండి జారుకున్నాడు.

రేవతి తన ధోరణిలో తను ఆలోచిస్తుందే తప్ప, శశాంక్ ఉన్నపుడు తన కూతురు ముఖ కవళికలు శాంతమ్మలా గమనించి ఉంటే ఏమిచేసుండేదో.

* * * * *

05

రోజులు గడుస్తున్నాయి, కానీ తారా రేవతిలు అక్కడినుండి బయటపడే మార్గం, శశాంక్ వాళ్ళను బయటకు పంపించే మార్గాలు రోజువారీ బిజీ పనులతో తెరుచుకోలేదు. స్ఫురించడం లేదు కూడా.

రాత్రి తొమ్మిదయింది. ఆ రోజెందుకో రూమ్ కి వచ్చిన శశాంక్ చాల హుషారుగా ఉన్నాడు. ఫోన్ వదలడం లేదు. పనులన్నీ ఫోనులో మాట్లాడుతూనే చేసుకుపోతున్నాడు. ఫోన్ లో ఎవరు అని అడిగే సాహసం చేయలేక పోతున్నారు తల్లి కుతుర్లిద్దరూ.

ఫ్రెష్ గా స్నానం చేసివచ్చి రూమ్ ముందున్న బాల్కనిలోకి వచ్చాడు. భోజనానికి పిలుద్దామని వచ్చింది తార శశాంక్ ఫోన్ తీసుకుని.

“ఎవరో యామిని అంట, మీకు ఫోన్” అంటూ ఫోన్ శశాంక్ చేతికి అందించింది. ఈమెవర్రా బాబు అన్నట్టుగా చూస్తోంది శశాంక్ వైపు.

“హలో మినీ! ఓ నిమిషం..” అంటూ తార వైపు తిరిగి

“తారా! రేపు నీకు రిటెన్ టెస్ట్ ఉంది. ఉదయం పదకొండు గంటలకి. సబ్జెక్ట్ కాస్త ప్రిపేర్ అవు.... మీరు భోంచేస్తూఉండండి. నేను కాసేపట్లో వచ్చేస్తాను.” అంటూ ఫోన్లో ఉన్న యామినితో.

“ఆ ఏం లేదు మినీ. నీతో చెప్పానే, వాళ్ళే వీళ్ళు. రేపు తీర్థం కేఫ్ దగ్గర కలుద్దాం. ఎలీసాను కూడా రమ్మన్నాను. రేపు నువ్వు ఓకే కదా....” మాటలాడుకుంటూ పోతున్న శశాంక్ వైపు అసహనంగా చూస్తూ లోపలి వెళ్ళింది తారా.

ఎవరీ యామిని. అయినా ఆమె ఎవరైతే నాకెందుకు. అసలు అంతగా నేనెందుకు ఆలోచించాలి. ఏదో ఆపత్కాలంలో ఆదుకున్నాడు శశాంక్. అంతే. అంతకు మించి ఎక్కువగా ఏదీ ఊహించకూడదు. తనను తను సర్ది చెప్పుకొ డానికి ఎంతగా ప్రయత్నిస్తున్నా మనసు ఆమె ఎవరన్న దానిపైనే లాగుతోంది.

ఆరేసిన బట్టలు తీసే నెపంతో బయటకు వచ్చి శశాంక్ సంభాషణలో ఆమెను వెదకడానికి ప్రయత్నిస్తోంది. ఇదేం గమనించకుండా తన ధోరణిలో తను మాట్లాడుకుంటూ పోతున్నాడు శశాంక్.

చూడపోతే చాలా దగ్గరవాళ్ళులా ఉన్నట్టుంది శశాంక్ మాట్లాడే తీరు చూస్తుంటే. ఎందుకో విసుగ్గా అనిపిస్తోంది తనకు శశాంక్ అలా మాట్లాడుతుంటే. తనతో కూడా అలా మాట్లాడాలని ఆశిస్తున్నట్టుంది తార. తనకు దక్కని సౌలభ్యం మరొకరికి దక్కుతోంటే తట్టుకోలేక పోతోంది. బట్టలన్నీ చిరాగ్గా దండెం మీదనుండి లాగేస్తూ తన బుజంమీద పడేసుకుంటోంది పరాకుగా కొన్ని బట్టలు శశాంక్ బుజం మీద కూడా వేసింది తన బట్టలతో సహా. విస్తుపోతూ ఫోన్ లో మాట్లాడడం ఆపేసి మరీ తారనే చూడసాగాడు శశాంక్. తనికిదేమి పట్టనట్టుగా క్రీగంట చూస్తూ లోపలి వెళ్లిపోయింది తార.

* * *

ఎప్పుడూ చీర కట్టే తార ఈరోజు పంజాబీ డ్రెస్ వేసుకుంది. చనువుగా వచ్చి శశాంక్ బైక్ మీద వెనుక కూర్చుంది. బహుశా చీరకడితే అలా వీలుపడదని అనుకుందేమో. ఇప్పుడీ సల్వార్ కమీజ్ లో కూడా చాల బావుంది తార. బైక్ మీద సైడ్ కు కుర్చుంటుందేమో అనుకున్నాడు.కాని అలా చెరోవైపు కాలువేసుకొని మధ్యలో తన సర్టిఫికెట్స్ ఫైల్ పెట్టుకొని కుర్చోంది. శాంతమ్మ కళ్ళలో మెరుపులు. ఎదో కొత్త జంట షికారుకెళుతున్నట్టు.

సబ్జెక్ట్ గురించి అడుగుతున్నాడు శశాంక్. తెలిసిన సమాధానాలు చెబుతోంది తార. రిటన్ టెస్ట్ ని ఎలా ఫేస్ చేయాలో చెబుతున్నాడు. ఇంతలో దూరంగా ఉన్న సర్కిల్ లో ట్రాఫిక్ పోలీస్ ను చూసి బండి ఆపి బైక్ ముందు పెట్టుకున్న హెల్మెట్ ను తలకు తగిలించుకున్నాడు శశాంక్. తార మనసు జరగబోయే ఇంటర్వ్యూ మీద లేదు. శశాంక్ తో ఏవేవో మాట్లాడుతోంది లోలోపలే.

తీర్థం కేఫ్ ను చేరుకున్నారిద్దరూ. బైక్ స్టాండ్ వేసి హెల్మెట్ ను బైక్ వెనుకవైపు తగిలిస్తోంటే సైగచేస్తూ పిలిచింది ఎలీసా ఆ కేఫ్ లోని గార్డెన్ లో ఓ బెంచ్ దగ్గర కుర్చున్నదల్లా పైకిలేస్తూ.

హాయ్ చెబుతూ తారను తీసుకెళ్ళాడు ఆమె దగ్గరికి. ఎలీసా ఓ డైనమిక్ లేడీ. అందుకు తగ్గట్టుగానే ఆమె ఆహార్యం. ఆ జీన్ ఫ్యాంట్ షర్టులో చాలా మోడరన్ గా ఉందామె. తారను ఆమెకు పరిచయం చేస్తూ ఉండగానే శశాంక్ ఫ్రెండ్స్ కొందరు అక్కడకు చేరుకున్నారు, మాకూ పరిచయం చేయమంటున్నట్టుగా. తార గురించి వాళ్ళకు చెప్పుకు పోతున్నాడు శశాంక్, కానీ ఎలీసా మాత్రం తార చుట్టూ ఒరౌండ్ వేసేసింది.

“రేయ్ శశి!. ఎక్కడిది రా ఈ బుట్ట బొమ్మ”. అంది ఎలీసా పరిశీలనగా చూస్తూ తారను

“నాకు తెలిసిన వాళ్ళ అమ్మాయి”

“తెలిసిన వాళ్ళ అమ్మాయంటే”

“అంటే....ఈమె జాబు ట్రైల్స్ లో ఉంది”

“సరే. నిన్నడిగి ప్రయోజనం లేదు కానీ, నువ్వేదో కథలు చెబుతావ్.నిజం ఎలా రాబట్టాలో నాకు బాగా తెలుసు” అంటూ చనువుగా తార చేయిపట్టుకుని కేఫ్ లోనికి తీసుకెళ్ళింది ఎలీసా.

“అలా కాదులే మరో మాట చెప్పు” ఇంటరాగేట్ చేస్తున్నట్టు అడిగాడు శశాంక్ ఫ్రెండ్ నీరజ్

“అంతే బ్రో” నిశ్చయంగా చెప్పాడు శశాంక్.

“అలా కాదులే నిజం చెప్పు” రిపీట్ చేశాడు మరో ఫ్రెండ్.

“నిజంగారా బాబు. వాళ్ళమ్మ ఏదో హెల్ప్ చేయమంటేనూ....”

“ఆ అదే వాళ్లమ్మే... ఎవరని”

“అబ్బా అంతేరా బాబు..” అంటున్న శశాంక్ కు అడ్డుచెబుతూ

“కథలు చెప్పకురా.. మాకు తెలుసు. మొన్న ఏదో.... పూజ చేసుకుందామని పవిత్ర జలాలతో మీరూం కి వస్తే... మీ ఇంటి సిసి కెమెరా చెప్పింది అంతా ”

విస్మయంగా చూశాడు శశాంక్.

“అదే రా మీ ఇంటి ఓనర్ శాంతమ్మ. అంతా చేప్పేసింది.”

“ఆ ముసలమ్మా?. ఆమెకు చాదస్తం ఎక్కువ రా...” అంటూ ఎలీసా వైపు తిరుగి

“ఎలీసా. నాకు ఆఫీస్ కి టైం అవుతోంది. తారను ఎగ్జాం కి తీసికెళ్ళి నీదగ్గరే ఉంచుకో... సాయంత్రం నేను వచ్చి పిక్ అప్ చేసుకుంటా...” అంటుండగానే

“ముందు ఈమెవరో చెప్పు బ్రో” వదలడం లేదు వాళ్ళు.

“ఇదంతా ఎందుకు. ఈమెనే అడుగుదాం. చెప్పండి తారగారు. శశాంక్ మీకేమవుతాడు” తార వైపు కళ్ళెగరేస్తూ అడిగాడు నీరజ్.

కాసేపు దిక్కులు చూసింది తార. ఓసారి శశాంక్ వైపు చూసి ఏం చెప్పాలో తెలీక మిన్నకుండిపోయింది.

ఇక తప్పదన్నట్టు నేల చూపులు చూస్తూ, సిగ్గు పడుతూ మెల్లగా అంది

“బావ”

తార అలా అన్నదో లేదో..ఇక పాటందుకున్నారందరూ “ఓ బావ మా అక్కను సక్కగా చూస్తావా .. ఓ బావా ఈ చుక్కను పెళ్లాడేస్తావా” అంటూ కోరస్ గా పాడుకుంటూ అక్కడనుండి జారుకున్నారు వాళ్ళందరూ. వాళ్లనే చూస్తున్నారు అక్కడ కుర్చునిఉన్నవారందరూ.

చాల ఇబ్బందికరంగా ఉంది శశాంక్ కు, వాళ్ళ అల్లరికి అడ్డుకట్ట వేస్తూ తార వైపు చూసి

“ఈ కోతులింతే. నువ్వేం పట్టించుకోవాకు..ఇక నే వస్తా, మీరు ఎలీసాతో వెళ్ళండి. సాయంత్రం వచ్చి మిమ్మల్ని తీసుకెళతాను.. అంటూ ఎలీసా వైపు చూసి “ఎలీసా తారకు ఎగ్జాం టిప్స్ చెప్పు, ఆమెకి జాబ్ చాలా అవసరం.”అంటూ వారి మధ్యనుండి వెళ్ళిపోయాడు. వెళ్లిపోతున్న శశాంక్ వైపు చేతులూపుతూ

“నీకేం భయం లేదు శశాంక్. నీ తారకు అన్నీ నేర్పించేస్తా కదా. నువ్వు నిశ్చింతగా వెళ్లిరా ” అన్నది కాస్త స్వరం పెంచుతూ

“నీ విద్యలన్నీ వద్దే తల్లీ. ఎగ్జాంకి కావలసినదేదో నేర్పించు చాలు.”అంటూ రెండు చేతులెత్తి దండం పెట్టి బైక్ స్టార్ట్ చేశాడు శశాంక్

ఎలీసా తారను చేయిపట్టి తీసుకెళుతుంటే శశాంక్ వైపే చూస్తూ స్కూల్ కి బలవంతంగా వెళుతున్న కొత్తపిల్లలా ఎలీసా వైపు నడిచింది తార.

* * *

ఎలీసా రూమ్ లో కుర్చుని ఉన్న తార చేతులు మాగజైన్ పేజీలను తిప్పుతున్నాయన్న మాటే కాని ఆమె చూపులు మాత్రం అలారంను పదేపదే పలుకరిస్తున్నాయ్. లాప్ టాప్ లో మునిగిపోయినట్టు కనిపిస్తున్నా, ఓ వైపు తారను గమనుస్తూనే ఉంది ఎలీసా.

“ఎందుకలా ఉన్నావ్.ఎగ్జాం బాగానే వ్రాశావు కదా”. తలెత్తకుండానే అడిగింది ఎలీసా

“ఆ.. బాగానే వ్రాశాను. రెజల్ట్ మెసేజ్ కూడా వచ్చింది. నేను షార్ట్ లిస్ట్ అయ్యాను. రేపు ఇంటర్వ్యూవ్ అట, ఉదయం తొమ్మిది గంటలకు”.

“కంగ్రాట్స్, ఇంటర్వ్యూలో కాస్త ధైర్యంగా, కాన్ఫిడెంట్ గా మాట్లాడు. జాబ్ వచ్చేస్తుంది లే” లాప్ టాప్ నుండి తల పైకెత్తకుండానే అంది ఎలీసా

“అదికాదక్కా, శశాంక్ ఇంకా రాలేదు. అమ్మ ఫోనేమో స్విచ్ ఆఫ్ అయింది. అమ్మ కంగారు పడుతూఉంటుంది.” కాస్త బింకంగా అంది తార చేతిలోని మాగజైన్ ను పక్కన పడేస్తూ.

“ఊ..వచ్చేస్తాడులే. అయినా ఈ సరికి వచ్చేసుండాలే”. అని ఫోన్ తీసుకొని డయల్ చేయబోయే లోపలే శశాంక్ ఫోన్...

“రేయ్ శశి. ఎక్కడున్నావ్”

“యామిని ఏదో షాపింగ్ అంటేను...బిగ్ బజార్ లో ఉన్నా, తారను అక్కడికి తీసుకు రావా? ప్లీజ్.”

“సరే వస్తా. మరి నాకేంటి”

"వస్తే ఇస్తా, మినీని. తీసుకెళ్ళి వాళ్ళ ఇంటిదగ్గర డ్రాప్ చేయి"

"రేయ్, నన్ను మరీ దారుణంగా వాడుతున్నవురా"

హు అంటూ ఫోన్ కట్టేసి ఓ నిట్టూర్పు విడిచి తారను తీసుకుని బయటికి నడిచింది ఎలీసా.

* * *

"తారా! నీకేమైనా కావాలంటే తీసుకో. పై ఫ్లోర్ లో యామిని ఉంది". అని అక్కడి నుండి కదిలాడు శశాంక్. నేనూ వస్తానంటూ వాళ్ళను వెంబడించింది తార. తనకు కావలసినవి అక్కడే ఉన్నా, యామిని ఎవరో చూద్దామని.

మంచి చుడీదార్.. తన భుజాలకు సైజ్ పెట్టుకొని చూసుకుంటోంది అద్దం ముందు నిలబడి యామిని.ఇంతలో ఎలీసా వచ్చేసరికి "ఏయ్ ఎలీసా! ఎలా ఉందే ఇది" అంది కళ్ళెగరేస్తూ.

"మాములుగా అయితే ఏమంతగా లేదు... కాని నువ్వేసుకుంటే.. సూపర్ గా ఉంటుంది".

"అంటే"

"నీవల్ల దానికి అందం రావాల్సిందే తప్ప. దానివల్ల నీకు రానే రాదు."

"తెలిసి తెలిసి నిన్నడిగాను చూడు.. నాది బుద్ధి తక్కువ. ఇది బాగా లేదని ఒక్క మాటలో చెప్పచ్చుగా"

"నీకేమే నీవేమేసుకున్నా బాగుంటుంది" టీ షర్ట్స్ సెలెక్ట్ చేసుకుంటూ అంది ఎలీసా

"చాల్లే"

"అయితే మీ శశాంక్ నే అడుగు" ఇంతలో అక్కడికి వస్తున్న శశాంక్ ను చూపిస్తూ

ఏమిటి అన్నట్టుగా చూశాడు శశాంక్ యామిని వైపు. యామిని చూపు శశాంక్ వైపు లేదు. శశాంక్ వెనుకగా విప్పార్చిన కళ్ళతో తననే చూస్తున్న తార వైపు ఉంది.

ఎవరూ అన్నట్టుగా చూస్తూ వెంటనే ఏదో స్ఫురించిన దానిలా ఆమేనా అన్నట్టుగా చూసింది శశాంక్ వైపు.

కళ్ళతోనే మాట్లాడగల శక్తి కేవలం ఆడవాళ్ళకు మాత్రమే ఉంది. ఏదీ దాచుకోలేనే నిష్కల్మషం వారి సొత్తు. ఎంత గుంభనంగా ఉన్నా వారి ఆలోచనలు వారి కళ్ళలో ప్రతిఫలిస్తూ ఉంటాయి. అవి అర్థం కాకనే మగాళ్ళు అవస్థలు పడుతుంటారు.

ఇప్పుడు శశాంక్ పరిస్థితి కూడా అంతే. అర్థంకానట్టు చూశాడు యామిని వైపు. ఎక్కువ శ్రమివ్వలేదు శశాంక్ కు.

"ఏయ్ తారా! ఇటురా.. అంటూ చొరవగా ఆమెను దగ్గరికి తీసుకుంది యామిని. "తార ఫోటోలో కంటే బాగుంది శశి. అనేసి తారను"ఎగ్జాం ఎలా వ్రాసావ్.ఇంకా ఏవేవో అడుగుతూ తనతో తీసుకెళ్ళింది శారీస్ సెక్షన్ లోకి.

చిత్రంగా చూడడం శశాంక్ వంతైంది. చిత్రం కాకపోతే మరేమిటీ. ఓ ఆడపిల్ల ఇంకో ఆడపిల్లను అందంగా ఉందని ఒప్పుకోవడమేమిటి.

తన గడ్డం క్రింద చేయివేసుకొని దానికి సపోర్ట్ గా చేయి ఆనించి అటువైపే చూస్తున్న శశాంక్ ను "ఏంట్రా అలా చూస్తున్నావ్." కుదిపి మరీ అడిగింది ఎలీసా

"ఏం లేదూ.. ఓ అమ్మాయి ఇంకో అమ్మాయిని అందంగా ఉందని ఒప్పుకోవడం.. చిత్రంగా లేదూ"తన గడ్డం క్రింద చేయి తీయకుండానే అలానే చూస్తూ సాలోచనగా అన్నాడు శశాంక్

"అ అదేమీ కాదులే. నువ్వెక్కడ తారకు పడిపోతావేమోనని ముందు జాగ్రత్త. అలవోకగా అంది ఎలీసా తను సెలెక్ట్ చేసుకున్న టీ షర్ట్ ను బుజం మీద వేసుకుని ట్రయిల్ రూమ్ వైపు వెళుతూ

చిన్నగా నవ్వుకున్నాడు శశాంక్.

యామిని తారను తీసుకు వచ్చింది ఓ శారీ ని ఆమె పైన వేసి

"శశాంక్ ఇదెలా ఉందో చూడు."

"ఎవరికీ"

"తారకు"

తారకెందుకన్నట్టుగా చూశాడు శశాంక్.

"తారకు చీరకట్టు చాల బాగుంటుందని చెప్పావుకదా. నేనే ఇద్దామనుకున్నా. ఇదిగో ఇది చూడు ఈ డ్రెస్ ఎలా ఉంది నాకు" అనగానే యామిని చేతిలోఉన్న సల్వార్ కమీజ్ ను తీసుకుని చొరవగా ఆమె బుజాలకు కొలత పెడుతూ ఆమెకు ఎలా ఉంటుందో చూస్తుంటే తన బుజం మీదున్న శారీని తీసివేసి తన చేతిపై వసుకుంది తారా అసహనంగా. చేతులతో తనను తానూ చుట్టేసుకుంటూ అటువైపు చూడలేక పోతోంది. తల తిప్పుకుంది.

యామిని తార వైపు చూసి ఎలావుంది అన్నట్టుగా కళ్ళెగరేసింది.

తెచ్చి పెట్టుకున్న నవ్వుతో చాలా బాగుంది అన్నట్టుగా తలవూపింది తార. వాళ్ళ నవ్వులు అపుడపుడూ శశాంక్ ను యామిని ముట్టుకోవడాలు లాంటివి ఏవీ నచ్చట్లేదు తారకు. చాలా అసహనంగా ఉంది ఎందుకో తనకు. ఇక అక్కడ ఉండాలనిపించలేదు

"శశాంక్! అమ్మ ఎదురుచూస్తూ ఉంటుంది. మనమెల్దాం" పదా అంటూ తను తీసుకున్న చీరను సేల్స్ మెన్ టేబుల్ మీద విసిరేస్తూ శశాంక్ చేయి పట్టుకొని లాక్కెళ్ళడానికి రెడి అయ్యింది తార.

"ఓకే ఓకే ఒక్క నిమిషం, యామిని బిల్ పే చేసివస్తాను.." అంటూ తార చేయి మెల్లగా తెసి యామినితో కలసి బిల్ కౌంటర్ వైపు నడిచాడు శశాంక్.ఎలీసా కూడా వెంట నడిచింది తను సెలెక్ట్ చేసుకున్న టీ షర్టు తీసుకుని.

* * *

"ఏమిటి తారా నీకోసం చీర తీసుకుంటే అక్కడే పడేసివచ్చావు.. అది నచ్చకపోతే ఇంకొకటి సెలెక్ట్ చేసుకునేవాళ్ళం కదా.." బైక్ పార్కింగ్ దగ్గరకు వెళుతూ తార బుజం మీద చేయిపేస్తూ అడిగింది యామిని.

బైక్ దగ్గరిగి పోతున్న శశాంక్ కు దగ్గరగా వెళ్లి "మళ్ళీ ఎప్పుడో దర్శనాలు" గోముగా అడిగింది యామిని.

"యామిని ఎప్పుడు వస్తే అప్పుడు" అర్థవంతంగా అన్నాడు శశాంక్

మరింత దగ్గరగా వస్తూ ఓ వెచ్చని హాగ్ ఇచ్చింది యామిని, తనూ ఆమెను చుట్టేసి గుడ్ నైట్ చెప్పాడు శశాంక్. ఎలీసా తీసుకు వచ్చిన స్కూటి మీద కూర్చుంటూ తనూ గుడ్ నైట్ చెప్పింది యామిని.

ఎందుకో ఆ రాత్రి అంత చలిలోనూ ఒళ్ళు మండిపోతుంది తారకు. అదేమీ కనిపించనీయకుండా నేలచూపులు చూస్తోంది. తారను బైక్ మీద కూర్చోపెట్టుకొని తనూ బయలుదేరాడు శశాంక్. మాటలేవీ లేకుండా మౌనంగా కూర్చుండిపోయింది తార

కొంత దూరం వెళ్లినతర్వాత గొంతు సవరించుకొంది తార.

"శశాంక్! ఎలీసా ఏంటి నిన్ను ఒరేయ్ అని పిలుస్తోంది."

"ఓ అదా.." చిన్న గా నవ్వి.. "ఓసారి ఎలీసా బర్త్ డే రోజు పొరబాటున ఆమె వయసడిగా.."

"అవును అడగకూడదు కదా, అదెలా అడిగావ్, ఆడవాళ్ళ వయసు" శశాంక్ మాటలకూ అడ్డువస్తూ అంది తార.

"కొంచెం ఆట పట్టిద్దామని.. ఆమె డేట్ అఫ్ బర్త్ అక్కడి వారందరి ముందు చెప్పా. దానికి పనిష్మెంట్ గా వెంటనే నా డేట్ ఆఫ్ బర్త్ చెప్పించేశారు అందరూ. నేను ఎలీసా కంటే మూడేళ్ళు చిన్న. అప్పటినుండి నన్ను ఒరేయ్ అంటూ పిలుస్తోంది. నేను వెంటనే ఆమెను అక్క అని పిలిచా. అలా పిలిస్తే నన్ను కుక్కను కొట్టినట్టు కొడతానన్నది... అంతే" నవ్వుకుంటూ చెప్పుకుపోయాడు శశాంక్. కాస్త ఆగి "ఏం అంత ప్రత్యేకంగా అడిగావ్ ఆమెను"

"ఆ ఏం లేదు. యామినీకి చాల క్లోజ్ లా ఉంది. కాని ఆమెకు ఈమెకు చాలా తేడాఉంది. కట్టు బొట్టులో, ఎలా కుదిరిందా అని."

"దాందేముంది. మన డ్రెస్ సెన్స్ ఎలాగైనా ఉండచ్చు, మన మెంటాలిటీ కలవాలిగాని ఎవరెట్టుంటే మనకెందుకు. వాళ్ల డ్రెస్ వాళ్ళ ఇష్టం.ఫాంటు షర్టు వేసుకున్నంత మాత్రాన

ఆడపిల్ల కాకుండా పోతుందా ఏమిటి, లేకపోతే నేవేమైనా పెళ్లి సంభందం చూస్తావా?" జోవియల్ గా అన్నాడు శశాంక్.

"ఆ ఆ... మా ఊళ్ళో ఓ అతనున్నాడు లెండి. అప్పుడప్పుడు తను కూడా ఫాంట్లు షర్ట్స్ వేస్తుంటాడు"

నవ్వొచ్చింది శశాంక్ కి ఆమె చెప్పిన మనిషి ఎలాంటివాడో అర్ధమయ్యాక. అలా నవ్వుతూనే ఉన్నాడు శశాంక్ "అంటే ఫాంట్ షర్టు వేసుకున్న అమ్మాయికి అలాంటి వాణ్ణిచ్చి పెళ్లిచేయాలనా. ఇది కనక ఎలీసా విన్నదో నీ పని అవుట్." అన్నాడు మరింతగా నవ్వుతూ.

ఇదే మంచి సమయం. యామిని గురించి తెలుసుకోవడానికి.

"మరి యామిని మీ క్లాసుమేటా, ఎలీసాకు ఎలా" ఆమె మాట పూర్తి కాకుండానే ఇల్లుచేరారిద్దరూ. బైక్ కి నిలిపేస్తూ హెల్మెట్ తార చేతికిచ్చి నువ్వు లోపలికేళ్ళు నేను బైక్ లోపల పెట్టి వస్తాను అన్నాడు శశాంక్.

ఓ చేత్తో ఫైల్ ను రెండో చేత్తో హెల్మెట్ ను పట్టుకొని లోపలి వెళ్ళబోతూ ఇంటి గుమ్మం ముందు ఆందోళనగా నిల్చునివున్న రేవతిని చూసి క్షణం ఆగింది తార.

చాల ఆందోళన కనిపిస్తోంది రేవతి ముఖంలో. చకచకా మెట్లెక్కి తన తల్లిని కౌగిలించుకొని నవ్వుతూ

"అమ్మా నేను ఎగ్జాం పాస్ అయ్యా.రేపే ఇంటర్వ్యూ" ఎంతో సంతోషంగా చెప్పింది తార

అయినా ఆమెలో ఆందోళన తగ్గలేదు. విషయం తార కాదు. మరేదో ఉంది. తల్లి కళ్ళలోకి తేరిపార చూస్తోంది తార అదేమిటో వెదుకుదామన్నట్టుగా.

"అమ్మా! ఏంటలా ఉన్నావ్"కాసింత ఆందోళనగా అడిగింది తార.

ఇంతలో శశాంక్ రాగానే ద్వారానికి అడ్డులేస్తూ "బాబు మీ నాన్న గారొచ్చారు" అంది ఇపుడేమీచేయాలో తోచని దానిలా రేవతి

పిడుగు పడ్డట్టైంది. ఒక్క సారిగా మైండ్ బ్లాంక్ అయిపోయింది శశాంక్ కు. తనసలు ఊహించలేదు. జనరల్ గా ముందుగానే ఫోన్ చేసి వస్తాడు తన తండ్రి. పైగా ఈ అడ్రస్ కూడా సరిగా అవగాహన లేదు. ఎలా వచ్చాడు. ఎందుకొచ్చాడు.

"ఎక్కడ??" నాలుకతడారి పోతుంటే నిస్సత్తువగా అడిగాడు శశాంక్

"క్రింద శాంతమ్మ ఇంట్లో ఉన్నాడు." చెప్పింది రేవతి

నిస్సత్తువతో పాటు సన్నగా వణకడం ఆరంభించింది తన శరీరం.

* * *

మెల్లగా మెట్లు దిగి శాంతమ్మ ఇంటి దగ్గరకొచ్చాడు శశాంక్. తలుపు తీసే ఉంది. లోపలి అడుగు పెట్టగానే ఎదురుగా శశాంక్ వాళ్ళ నాన్న, ఓవైపు శాంతమ్మ సోఫాలో కుర్చుని తన రాక కోసమే ఎదురు చూస్తున్నట్లనిపిస్తోంది వాళ్ళ వాలకం చూస్తె.

"నాన్న ఎపుడొచ్చావు." శశాంక్ పిలుపు ఎంత సాదాసీదాగా ఉన్నా గొంతులో కొంచెం బెరుకు కనిపిస్తోంది. శశాంక్ తండ్రి కనకారావు ఓసారి శశాంక్ వైపు అలోవోకగా చూసి ఏమీ మాట్లాడకుండా చూపు మరల్చాడు శాంతమ్మ వైపు.

శాంతమ్మ శశాంక్ ను కూర్చోమన్నట్టుగా సైగ చేసింది. మారుమాట్లాడకుండా కూర్చుండిపోయాడు శశాంక్. కాసేపు ముగ్గురి చూపులు మాట్లాడుకోవడానికి శతవిధాలా ప్రయత్నించాయి. ఇక లాభం లేదనుకొని గొంతుపెగల్చింది శాంతమ్మ

"కనకారావ్. నువ్వు నన్నేమైనా తిట్టుకో. ఇలాంటి సమయంలో నువ్వు కాక ఇంకెవరు ఉంటారు అండగా వాళ్ళకు. వాళ్ళెవరో తెలియదని ఓ మాట అనేస్తే పోతుందా రక్త సంభందం. మీ అబ్బాయి కూడా బాగా కలసిపోయాడు వాళ్లతో. భవిష్యత్తు పిల్లలిది. ఇకనైనా మన కోపతాపాలు పక్కన పెట్టాలి." ఇంకా తన ధోరణిలో తను ఏదో చెప్పబోతుంటే ఇక చాలన్నట్టుగా చేయి పైకెత్తి అపు అన్నట్టుగా కళ్ళుమూసుకుని లేవడానికి సిద్ధమవుతూ

"శశాంక్ వెళ్దాంపద" అన్నాడు కనకారావు.

"కనకారావ్! నే చెప్పేది కాస్త ఆలకించు..." శాంతమ్మ అంటుండగా బయటకు నడిచాడు కనకారావు. శాంతమ్మ ఓ నిట్టుర్పు విడిచి" హు.. వీళ్ళు మారరు". అంటూ నుదురుకొట్టుకొని లోపలి నడిచింది.

మౌనంగా తండ్రి వెంట నడిచాడు శశాంక్. తన తండ్రి ఏమీ మాట్లాడటం లేదు. ఏమి చెప్పిందో శాంతమ్మ. ఆ ఏముంది తనకు చెప్పిందే చెప్పుంటుంది. ఖర్మ! ఖర్మ!! ఈ ముసలామె చాదస్తంతో చచ్చిపోతున్నాం. ఇపుడు తన పరిస్థితి ఏంటో?? నాన్నకు నిజం చెప్పేయాలి. దీంతో ఈ ఇద్దరి ఆడవాళ్ళ పీడా కూడా విరగడవుతుంది. ఓ నిశ్చయానికి వచ్చిన వాడల్లా

"నాన్న ఎంత సేపైంది నువ్వొచ్చి. ఫోన్ కూడా చేయలేదేమి. ఫోన్ చేస్తే నేనొచ్చి పిక్ అప్ చేసుకొనేవాడిని కదా.." ఎన్ని కుశల ప్రశ్నలు వేసినా కనకరావ్ నుండి ఒక్కమాటకూడా సమాధానంగా రావట్లేదు. మౌనంగా వెళ్ళి బెడ్ మీద కూర్చున్నాడు కనకారావు.

"త్రాగండి అంకుల్" అంటూ బొటిల్ లో నీళ్ళు తెచ్చిచ్చింది తార. ఓసారి ఆమె వైపు తేరిపార చూసి బోటిల్ తీసుకుని తలవాల్చి మౌనంగా ఆలోచిస్తూ ఉండిపోయాడు కనకారావు.

గొంతు సవరించుకున్నాడు శశాంక్.

"నాన్న! అమ్మ ఎలా ఉంది. అనుపమను ఎప్పుడు తీసుకొస్తావ్ ఇంటికి.." శశాంక్ ప్రయత్నిస్తున్నాడు కుశలప్రశ్నలతో కనకారావుని ప్రసన్నం చేసుకునేందుకు. కనకారావు ఇవేమీ పట్టించుకోవడం లేదు. మళ్ళీ నిశ్శబ్దం గదంతా. ఇక్కడ ఏం జరుగుతుందో తెలుసుకోవడానికి తీవ్రంగా ఆలోచిస్తున్నాడు. అలా అలోచిస్తున్న వాడల్లా శశాంక్ వైపు చూసి

"వీళ్ళంతా ఎవర్రా" గంభీరంగా అడిగాడు కనకారావు. జరిగిన విషయమంతా చెప్పుకొచ్చాడు శశాంక్. అంతా ఓపిగ్గా విన్నాడు కనకారావు.

ఎదో అర్థమైన వాడిలా చేతిలో ఉన్న మంచినీళ్ళ బొటిల్ ని శశాంక్ కు అందిస్తూ "చెప్పింది చాలు గానీ, అలసిపోయినట్టున్నావ్ కాసిని నీళ్ళు త్రాగు.ఈ కథంతా శాంతమ్మ చెప్పిందిలే, అసలు విషయం చెప్పు" చాలా క్యాజువల్ గా అడిగాడు కనకారావు.

మతి పోయింది శశాంక్ కు. నిజం చెబితే ఎవరూ నమ్మట్లేదే. శాంతమ్మ అంతే. ఈ తల్లి కూతుర్లు చెబితే ఏమైనా నమ్ముతాడేమో. వీళ్ళ చేతే చెప్పిస్తే గాని నమ్మేట్టులేడు. రేవతి కోసం చూశాడు శశాంక్. బాత్ రూమ్ లో నీళ్ళు పెట్టివస్తున్నట్టుంది. తారేమో వంటింట్లో ఉన్నట్టుంది.

దండెం మీద టవల్ ను తీసుకుని కనకారావు దగ్గరకు వచ్చి "స్నానం చేయండి అన్నయ్యగారు. భోంచేద్దురుగాని, వడ్డిస్తాను" అంటూ బాగా పరిచయం ఉన్న దానిలా టవల్ ను కనకారావుకు అందించి వెళ్ళింది రేవతి.

కొసరి కొసరి వడ్డిస్తోంటే, మొహమాట పడకుండా మౌనంగా భోజనం ముగించాడు కనకారావు. తండ్రి కొడుకులకిద్దరికీ టెర్రస్ ఆరుబయట పక్కలు ఏర్పాటు చేయబడ్డాయి. లోపల వంటిల్లు సర్దే పనిలో పడ్డారు రేవతి తారలు.

కనకారావు వెల్లికిలా పడుకొని ఆకాశంలో చుక్కలవైపు తదేకంగా చూస్తోంటే, శశాంక్ మాత్రం కాళ్ళు చుట్టేసుకొని వాళ్ళ నాన్న వైపే చూస్తూ ఉండిపోయాడు. తన తండ్రి నుండి ఎటువంటి భావం వ్యక్తమవపోయేసరికి చాలా అసహనంగా అటూఇటూ చూసి ఇక సహించలేక

"నాన్నా! ఏదైనా మాట్లాడండి నాన్న.. నాన్నా!! నిన్నే. ఏదైనా అనండి నాన్నా. ఏమైనా తిట్టండి, అలా మౌనంగా ఉండబాకండి. కాని నేను చెప్పేది నమ్మండి నాన్న.. ప్లీజ్..." బ్రతిమిలాడుతున్నాడు శశాంక్

కనకారావు నుండి ఎటువంటి రియాక్షన్ లేదు. ఉన్నట్టుండి ఆలోచనల్లోనుండి ఏదో స్ఫురించిన వాడిలా శశాంక్ వైపు తిరిగి

"ఒరేయ్. నా మాటిని.. నువ్వు ఉద్యోగం మానేయ్యరా... నేను కరెక్ట్ గానే చెబుతున్నా."మళ్ళీ ఆకాశం వైపు దృష్టి సారిస్తూ.

"నువ్వో మామూలు రచయిత వనుకున్నాగాని.. నీలో చాల స్టఫ్ ఉందిరా.. ప్లీజ్ కంటిన్యూ... అంటూ కాస్త ఆగి "ఎంత నాచురల్ గా ఉన్నాయిరా నువ్వు క్రియేట్ చేసిన పాత్రలు.. అరెరే రే..... నా కళ్ళముందే కదలాడుతున్నట్టుగా.. వహ్వా సూపెర్" వెటకారంగా అంటున్నాడో అయోమయంలో అంటున్నాడో తెలియక తలపట్టుకున్నాడు శశాంక్.

"నాన్న నేచేప్పేది కాస్త విను నాన్న" అన్నాడు శశాంక్

ఏమీ వినిపించుకోకుండా కళ్ళు మూసుకుని "నాకు చాలా నిద్రొస్తుంది.. పడుకో. రేపు మాట్లాడుకుందాం" అంటూ అటువైపు తిరిగి పడుకున్నాడు కనకారావు. ఇక చేసేదేమీ లేక తనూ ముసుగు తన్ని పడుకున్నాడు శశాంక్.

* * *

ఎప్పటిలాగే తెల్లారింది. కాని అదేంటో శశాంక్ కి ఈ మధ్య ప్రతీ ఉదయం ప్రత్యేకంగా ఎంతో వైవిధ్యంగా కనపడుతోంది తన జీవితంలోకి తారా రేవతిలు ప్రవేశించినప్పటి నుండి. ఎప్పుడూ తన ఇంట్లోలాగే బయట కుర్చీలో కూర్చొని తాపీగా తేనీరు సేవిస్తూ పేపర్ చదువుతున్న తన తండ్రి మాత్రం ఈ రోజు చాలా డిఫరెంట్ గా కనిపిస్తున్నాడు.

"నాన్నా." మెల్లగా పిలిచాడు శశాంక్.

చదువుతున్న పేపర్ లోంచి తల బయటకుపెట్టి కళ్ళజోడు పైనుండి ఏమిటి అన్నట్టుగా చూశాడు కనకారావు."నేను చెప్పేది వినండి నాన్నా. కావాలంటే వాళ్ళని కూడా అడుగు. నిజం నాన్న" పదేపదే చెబుతున్నాడు శశాంక్

ఎటువంటి ప్రతిస్పందన లేదు కనకారావులో. తాగిన టీ కప్పును క్రిందపెడుతూ కుర్చీని దగ్గరగా లాగి కూర్చోమన్నట్టుగా సైగ చేశాడు కనకారావు. పేపర్ని మడిచి పక్కన పెడుతూ పెట్టుకున్న కళ్ళ జోడుని తీస్తూ

"రెడ్ లేబుల్ టీ చాలా బాగుందిరా.. వాళ్ళ అడ్వర్టైజ్ మెంట్ లానే......"

అర్థం కానట్టు చూశాడు శశాంక్.

"ఎరా! నేనేదో మాటవరసకి నువ్వెవరినైనా ప్రేమిస్తే చెప్పురా పెళ్లి చేసేస్తానని అన్నాననుకో.. నువ్వు ఏకంగా కాపురమే పెట్టేశావా?. అదీ అత్తగారితో సహా... ఎందిరా ఇది." తీక్షణంగా చూస్తూ అన్నాడు కనకారావు.

"నాన్న! నిజం చెబుతున్నా. ఇది నీకు ఎలా చెబితే నమ్ముతావో తెలీడం లేదు. చనిపోయిన అమ్మ మీద ఒట్టు. సరేనా.... నేను చెప్పిందంతా నిజం. ఏదో అప్పటికప్పుడు శాంతమ్మ నుండి తప్పించుకోవడానికి వాళ్ళు చెప్పిన అబద్ధం శాంతమ్మ చాదస్తం

ఇంతకాడికి తెచ్చింది. కావాలంటే వాళ్ళను పిలిస్తానుండు" అంటూ పైకి లేవబోయాడు శశాంక్.

కూర్చోమని వారించాడు సాలోచనగా కనకారావు.

"వద్దులేరా. నమ్ముతున్నా. మరి వాళ్ళను వెంటనే వెళ్ళిపొమ్మని చెప్పలేక పోయావా" అంటుండగానే అందుకుంది అప్పుడే అక్కడికి వచ్చిన రేవతి

"మేమూ వెళ్లిపోదామనుకున్నాం అన్నయ్య గారు. శాంతమ్మగారివల్ల ఆరోజు ఆగిపోయాం. అబ్బాయిని తారకేదో ఉద్యోగం చూసిపెట్టమని నేనే చెప్పా. బాబు ఆ ప్రయత్నంలోనే ఉన్నాడు... నిజం చెప్పాలంటే బయటికి వెళ్ళడానికి భయమేస్తోంది అన్నయ్యగారు.. ఆరోజు జరిగిన సంఘటనలో వాడు చనిపోయుంటాడనుకుంటున్నా. లేకపోతే వాళ్ళ మనుషులు మమ్మల్నెందుకు వెదుకుతారూ... నిన్న తార బయటకు వెళ్ళిన తర్వాత కాస్త ధైర్యం వచ్చింది. ఇప్పటి వరకు శశాంక్ మమ్మల్ని ఆదుకొని ఉండకపోతే మేమేమైపోయేవాళ్ళమో తలచుకుంటేనే భయమేస్తోంది. ఇదంతా ఆ బాబు మంచి తనం. మిమ్మల్ని ఇబ్బంది పెట్టినందుకు క్షమించండి.."కళ్ళలో నీళ్ళు సుడులు తిరుగుతుంటే కృతజ్ఞతాభావంతో తన రెండూ చేతులెత్తి నమస్కరించింది రేవతి

"సరేమ్మా. ఇలా ముక్కు మొహం తెలియని వాళ్ళు ఇలా కలసి ఉండడం అంత మంచిది కాదు. శశాంక్ మిమ్మల్ని ఏదైనా హాస్టల్ లో పెట్టిస్తాడులే. అంతవరకూ మీరు ఇక్కడే ఉండండి. ఆ శాంతమ్మకు నిజం చెప్పేయండి. లేకపోతే రాత్రి తను తినగా మిగిలిన బుర్రను కాస్తా ఖాళీ చేసేస్తుంది."అంటూ పైకి లేస్తూ

"సరేరా. నేను వెళ్తా. నన్ను బస్టాండ్ వరకు వదిలిపెట్టు. అంటూ తన లగేజిని చేతిలోకి తీసుకున్నాడు కనకారావు.హెల్మెట్ తీసుకుని కనకారావు వెంటవెళ్ళబోతున్న శశాంక్ ని ఆపింది తార.

"శశాంక్ నా ఇంటర్వ్యూ..." అంటూ మెల్లగా గొణిగింది

"నాన్నను డ్రాప్ చేయాలి. నేనొచ్చేసరికి నీ ఇంటర్వ్యూకి లేట్ అవుతుందేమో..బస్ స్టాప్ లో 301 A కాని 204C కాని ఎక్కు. నిన్న నిన్ను ఎలీసాను కలిసిన చోట దిగుతావు.

నిన్నక్కడినుండి ఎలీసా పిక్ అప్ చేసుకుంటుంది. నేనాల్రేడి ఎలీసాకి చెప్పానులే. అ ఎలీసా ఫోన్ నెంబర్ ఉందికదా" అంటూ వడివడిగా వెళ్ళిపోయాడు శశాంక్.

బేలగా అటువైపే చూస్తూ ఉండిపోయింది తార.

* * *

బైక్ మీద వెనుక కూర్చొని వెడుతున్నాడు కనకారావు. శశాంక్ తన తల్లి మీద ఒట్టేసి చెబుతున్నా ఎందుకో ఎక్కడో చిన్న అనుమానం. తార చాల బాగుంది. శశాంక్ కు సరైన జోడి. ఈ అమ్మాయినే శశాంక్ ప్రేమించి ఉంటే ఎంత బాగుండేది. వెంటనే పెళ్లి చేసి తన భాద్యత తీర్చుకునే వాడు. ఒక వేళ తను అనుకున్నది నిజమై ఉంటే... ఆలోచిస్తుండగానే బస్ స్టాండ్ వచ్చేసింది. బైక్ మీదనుండి దిగుతూ అడిగేశాడు కనకారావు శశాంక్ ని

"ఏరా! అ అమ్మాయి నువ్వు నిజంగా ప్రేమించిన అమ్మాయి కాదా." సంకోచంగా చూస్తూ అడిగాడు కనకారావు.

నిజం నిగ్గు తేల్చిన తర్వాత కూడా ఇలా తన తండ్రి ప్రశ్నించిన తీరు చూస్తోంటే చిర్రెత్తుకొచ్చింది శశాంక్ కి

"నాన్న ఎన్ని సార్లు చెప్పాలి నీకు. నాకు ఆ అమ్మాయికి ఎటువంటి సంభంధం లేదు.అమెవ్వరో నాకు ఇంతకు ముందు తెలీదు... నేను ప్రేమించిన అమ్మాయి ఈ అమ్మాయి కాదు.సరేనా.." విసుగ్గా సమాధానమిచ్చాడు శశాంక్.

ఇంతలో బస్సు రావడంతో గబాగబా లోపలికెళ్ళి సీటు వేసి కనకారావుని కూర్చోబెట్టాడు. ఓ వాటర్ బోటిల్ తీసుకొచ్చి తన తండ్రికి ఇచ్చాడు బస్ కదలబోతుంటే.

బస్సు కదిలి వెళ్ళిపోయింది

చాల రిలక్సింగా ఉంది శశాంక్ కు. బైకే మీద కూర్చొని స్టార్ట్ చేయబోతుంటే తన పక్కగా వెడుతున్న ఓ వ్యక్తి నిన్ను కండక్టర్ పిలుస్తునన్నాడనే సరికి వెనుదిరిగి చూశాడు. ఇందాక తను తన తండ్రి ని ఎక్కించిన బస్సు కండక్టర్. తనవైపే చూస్తూ చేతులూపుతున్నాడు రమ్మంటూ బస్సు దగ్గర నిలబడి. బస్సు విండో నుండి తన నాన్న.

తన కోసమే బసు నిలిపివుంచారక్కడ.

ఏదైనా మర్చిపోయాడేమోనని వెంటనే పరుగున అక్కడకు చేరుకున్నాడు కనకారావు ఉన్న విండో దగ్గరికి శశాంక్. కనకారావు విండో నుండి కిందకు వంగి "రేయ్ శశాంక్!! నువ్వు ప్రేమించిన అమ్మాయి ఈ అమ్మాయి కాదన్నావుకదా?!!.. మరి నువ్వు ప్రేమించిన అమ్మాయిని తీసుకురా, మాట్లాడాలి, నేను వచ్చే వారం వస్తా.. సరేనా అంటూ..."బస్సు కండక్టర్ కంటే ముందు తనే రైట్ రైట్ అంటూ బస్సు ను కదిలించాడు కనకారావు.

ఆ మాట వినడంతో అప్రయత్నంగా తన చేతులు తన నెత్తి మీదకొచ్చేసాయి శశాంక్ కు.

* * * * *

06

“తారా ఎక్కడున్నావ్. ఎలీసాను కలుసుకున్నావా?”

“ఆ ఆ ఇంకా బస్సులోనే ఉన్నా. ఇంకాసేపట్లో వెళతా”

“సరే వెళ్లిన తర్వాత ఫోన్ చెయ్.” మాట్లాడడం ఆపి ఫోన్ పక్కన పెడుతూ తనకోసం వేచి చూస్తున్న శ్రీధరన్ తో

“హాయ్ బ్రో.. వాట్స్ అప్ ” అంటూ పలకరించాడు.

శ్రీధరన్ శశాంక్ సహోద్యోగి. శశాంక్ కంటే సీనియర్. అతి తక్కువ టైంలో అతని స్థానానికి అలవోకగా చేరుకున్నాడు శశాంక్. శశాంక్ శ్రీధరన్ కంటే జూనియర్ అయినా బాస్ తో ఎక్కువ సార్లు మీటవడం కావచ్చు, బాస్ ప్రాజెక్ట్ ఎవాల్యుయేషన్ కోసం ఎక్కడికెళ్ళినా శశాంక్ ను టెక్నికల్ అడ్వైసర్ గా తీసుకెళ్ళడం.. ఇవన్ని శ్రీధరన్ లో ప్రొఫెషనల్ జలసి పెరిగేలా చేసాయి.

తనకు అవసరముండినా లేకపోయినా... శశాంక్ దగ్గరకు రావడం ఏదో శ్రేయోభిలాషిలాగా మాట్లాడడం.బాస్ తో శశాంక్ మూమెంట్స్ ఏమిటో తెలుసుకోవడం ....అది ఏదైనా తనే ముందుగా లాభపడేట్లుగా ప్లాన్ చేసుకోవడం... ఇలాంటివన్నీ తను చేయవలసిన పనులకంటే ఎంతో ప్రాధాన్యతా అంశాలయ్యాయి శ్రీధరన్ కు.

ఇవ్వాళ ఎందుకో శ్రీధరన్ ఎంతో ఉత్సుకతతో ఉన్నట్టనిపిస్తోంది.

రివాల్వింగ్ చైర్ ను దగ్గరిగి లాక్కుంట “బ్రో!.. ఇవ్వాళ్ళ మనం బాస్ తో కలసి గెస్ట్ హౌస్ కి వెళ్ళబోతున్నాము తెలుసా?!!.” అన్నాడు శ్రీధరన్

తెలియనట్టుగా చూశాడు శశాంక్

“ఏం బాస్ చెప్పలేదా. ఇందాక బాస్ ఛాంబర్ లో కెళితే ఓ జర్మన్ డెలిగేట్స్ తో ఫోన్ లో చెబుతుండగా విన్నాను. నువ్వు రాగానే మనల్నిద్దరిని ఛాంబర్ కు రమ్మన్నాడు.

బహుశా కొత్త ప్రాజెక్ట్ కోసం అనుకుంటా. ఫారెన్ వెళ్ళే చాన్స్ ఇస్తాడేమో మనకు.. సొంతోషం నిండిన ఉత్సుకతతో చెప్పుకు పోతున్నాడు శ్రీధరన్.

"ఆ చాల్లే బ్రో! కొత్త ప్రాజెక్ట్ అయితే మన మీటింగ్ హాల్ లోనే పెడతారుగా. దానికి గెస్ట్ హౌస్ కి ఎందుకు. అదేదో అతని పర్సనల్ అయ్యుంటుంది."

"అదేంటది.. నువ్వెప్పుడు బాస్ తో కలిసి గెస్ట్ హౌస్ కి వెళ్ళలేదా.." ఏదో జరగరాని విచ్చిత్రమేదో జరిగిపోయినట్టు మొహం పెట్టాడు శ్రీధరన్.

"మేమెళితే, నేరుగా ప్రాజెక్ట్ కంపెనీ కి వెళతాం. అక్కడ తను నాకు వర్క్ అసైన్ చేసి వెళ్లిపోతారు. అంతే"

ఏదో మిస్సైన వాడిలాగా ఉసూరుమన్నాడు శ్రీధరన్

"అంటే.. బాస్ తో కలిసి వెళితే పార్టీలు.. అవీ... చేసుకుంటున్నారేమో అనుకున్నా. అది కాదా" బాస్ ఉమనైజర్ నేచర్ గురించి నీకూ తెలుసుకదా అన్నట్టుగా అడిగాడు శ్రీధరన్ తన జలసిని సంతృప్తిపరచుకుంటూ.

"ఛ. ఛ అదేమీలేదు. మనం ఎంతలో ఉండాలో అంతలో ఉంటే మంచిది .. మనకైనా వాళ్ళకైనా."

తన వ్యక్తిత్వాన్ని ఏలెత్తిచూపినట్టనిపించింది శ్రీధరన్ కి.. సైలెంట్ అయిపోయాడు కాసేపు శ్రీధరన్. వెంటనే తమాయించుకుంటూ

"సరే బాస్ దగ్గరకు వెళితే తెలిసిపోతుందిగా. రా పోదాం" అంటూ పైకి లేచాడు శ్రీధరన్

* * *

"ఒకే.. తెలిసింది కదా ఇది మన క్రొత్త ప్రాజెక్ట్. దేవాంట్ టు ఇంటరాక్ట్ విత్ అజ్. దే విల్ కం బై ఫైవ్ పియం టు డే అండ్ థె ప్లాన్డ్ టు స్టే థిస్ నైట్...ఎట్ ఎర్లీ అవర్స్ అఫ్ టుమారో, దే ప్లాన్డ్ టు ఫ్లై టు సింగపూర్. మీన్ వైల్ ఉయ్ హవ్ టు ఎక్ప్రెస్స్ అవర్ స్ట్రేటజి.. ఇది మనకు ప్రిస్టేజియస్ ప్రాజెక్ట్. మనం వాళ్ళను ఇంప్రెస్స్ చేయగలిగితే వాళ్ళకున్న

బ్రాంచెస్ అన్నింటిలోను మనకు ప్రాజెక్ట్స్ దొరికే అవకాశం ఉంది. మన కంపెనీని ఖండాంతరాలకు కూడా విస్తరించొచ్చు. ఉయ్ షుడ్ నాట్ లూస్ దిస్ అపర్చునిటి ఎట్ ఎనీ కాస్ట్. ఓకే గాయ్స్!!.. బీ ప్రిపేర్ టు కం విత్ నేససరీ బై ఈవెనింగ్ బై సిక్స్ పియం." అంటూ బాస్ ముగించాడు. చాలా సంతోషంగా పైకి లేచాడు శ్రీధరన్. ఇన్నాళ్ళకు తనకో మంచి అపర్చునిటి వచ్చిందని. శశాంక్ లేవబోతూ

"సార్! ఇవ్వాళ్ళ నేను కొంచం ఎర్లీగా ఇంటికి వెళ్ళాలనుకుంటున్నాను.... సర్ ఐ విల్ ప్రిపేర్ అల్ నేససరి మేటర్ అండ్ ఐ విల్ గివ్ ఇట్ టు శ్రీధరన్. హి విల్ హేండిల్ ది కాన్ఫరెన్స్. ప్లీజ్ పర్మిట్ మీ సర్..."

"వ్వాట్!" అరిచినంత పనిచేశాడు బాస్.

"హే.. శశాంక్ నిను దృష్టిలో పెట్టుకొనే ఈ సైట్ కి వాళ్లతో ఇంటరాక్షన్ ఏర్పాటుచేశా. దీనికోసం ఎంత కష్టపడ్డానోతెలుసా. నువ్విపుడు కాదంటే ఎలా.. వాట్ ఇస్ ది మేటర్... అంత అర్జెంటా.ఇఫ్ యు డోంట్ మైండ్.... కెన్ ఐ డు ఎనీ థింగ్ నీడ్ ఫుల్."

"నో సర్.. నో ఇట్స్ మై పర్సనల్. ఐ కెన్ మేనేజ్ మై సెల్ఫ్.."

"నో నో యువర్ మైండ్ మస్ట్ బి స్ట్రెస్ ఫ్రీ. ఐ కెన్ డు ఎవ్రితింగ్ ఫర్ దట్. ప్లీజ్ టెల్ మి వాట్ కెన్ ఐ డు.. ప్లీజ్ టెల్ మి.." ఆదుర్దాగా బాస్ అడిగే సరికి శ్రీధరన్ కు తల కొట్టేసినట్టైంది. అసూయగా చూశాడు శశాంక్ వైపు. వెంటనే ఏదో స్ఫురించిన వాడిలా

"సార్! శశాంక్ ఇందాకెవరితో మాట్లాడుతుంటే విన్నాను" అంటూ శశాంక్ వైపు చూసి శశాంక్ ఏదో చెప్పబోతుంటే ఆపి

"సారి శశాంక్' అంటూ కొనసాగించాడు శ్రీధరన్

"సర్. ఇందాక ఎవరో తార అనే అమ్మాయిని ఫోన్ లో ఫాలో అప్ చేస్తూ మాట్లాడడం విన్నాను. బహుశా ఆమెను పిక్ అప్ చేసుకోవడానికేమో... సర్! ఇఫ్ యు డోంట్ మైండ్ ఐ కెన్ టాకిల్ ఇంటరాక్షన్."

పట్టించుకోలేదు బాస్. మరింతగా ఉడికిపోయాడు శ్రీధరన్

"హూ ఈస్ షి. ఓకే ఓకే హూ ఎవర్ షి మే బి. ఐ కెన్ డూ వాట్ ఎవర్ నేససరి." అంటూ తన పి ఏ ను డీటైల్స్ తీసుకొమ్మని పురమాయించాడు..

"ఓకే శశాంక్. ఫీల్ ఫ్రీ నౌ." రేలాక్సుడుగా అన్నాడు బాస్

"సర్.... అది... మా భంధువులమ్మాయి, షి ఇస్ మై సిస్టర్ ఇన్ లా. ఆమెకు సిటీ కొత్త. అందుకే నేను కేర్ తీసుకోవాలి."

"నో నో పర్లేదు. ఐ విల్ టేక్ ఆఫ్ హర్. డోంట్ వర్రీ. డీటైల్స్ పి ఏ కి ఇవ్వండి."

"నో నో.. నేను ఎలాగో అలాగా మేనేజ్ చేసుకుంటాలెండి సార్"

"నో శశాంక్.. యు డోంట్ వర్రీ." వదిలేటట్టు లేడు బాస్.

కసిగా తిట్టుకున్నాడు శ్రీధరన్ ని. శశాంక్ కి బాగానే అయ్యిందని లోలోపల సంతోషిస్తున్నాడు శ్రీధరన్.తప్పదన్నట్టుగా డీటెయిల్స్ ఇచ్చాడు శశాంక్ బాస్ పి ఏ కు.

* * *

బాస్ పి యే కి డీటెయిల్స్ అయితే ఇచ్చాడు కానీ తన మనసు మనసు లో లేదు శశాంక్ కు. బాస్ లాంటి ఓ ఉమనైజర్ కి ఓ అమాయకురాలి ఫోన్ నంబెర్ ఇవ్వడం. కొంతలో కొంత ఊరట, ఎలీసా ఫోన్ నంబెర్ ఇచ్చాడు. లేకపోతే తారను ఎలీసా దగ్గరే ఉండమని చెబితే... మంచిదే కాని రేవతి కి ఈ విషయం చెప్పాలి. చెబితే ఎలా స్పందిస్తుందో. ఆమె ఓకే అంటే పర్లేదు. అందరిని అనుమానించినట్లే తనను అనుమానిస్తే...

ఏదైతేనేం విషయం చెప్పాడు ఎలీసాకు. తేలిగ్గా కొట్టిపారేసింది ఎలీసా.. అనవసర భయాలొద్దంది. వీలయితే దగ్గరుండి తనే ఇంటిదగ్గర దిగబెడుతానంది. శశాంక్ మనసు కొంత నిమ్మళం అయింది. ఓసారి తారకు విషయం చెప్పి తన పనిలో పడిపోయాడు శశాంక్.

* * *

రాత్రి పదయ్యింది. మీటింగ్ లో పెట్టిన స్నాక్స్ తినేసి ఆరోజు డిన్నర్ ని మమ అనిపించాడు శశాంక్. బాస్ గ్రాండ్ గా అరేంజ్ చేసిన డిన్నర్ చేయమని చెప్పినా

వినకుండా బయలుదేరాడు ఇంటికి బైక్ మీద. అలవాటు పడ్డ చేతులు కాళ్ళు బైక్ ను నడుపుతున్నాయేగాని, మనసంతా తార ఇంటికి చేరిందా లేదా అనే దాని మీదే ఉంది. మీటింగ్ గొడవలో పడి సెల్ ఫోన్ వంక చూడనే లేదు. ఎలీసా మిస్సిడ్ కాల్స్ చాలా ఉన్నాయ్. ఎలీసా కు ఫోన్ చేశాడు. ఎలీసా ఫోన్ ఎత్తడం లేదు. తార ఫోన్ స్విచ్చిడాఫ్ వస్తోంది. రేవతికి ఫోన్ చేశాడు.ఫోన్ చాలా సేపటి నుండి ఎంగేజ్ వస్తోంది. ఏమి జరిగిందోనని ఆందోళన ఎక్కువైయ్యింది. బైక్ మరింత స్పీడ్ అందుకుంది...

తనసలు తార డీటెయిల్స్ తన బాస్ కి ఇవ్వాల్సింది కాదు. ఎలీసాతో ఉండమని చెబితేపోయేది. అనవసరంగా రేవతి గురించి అలోచించాడు తను. తారను ఎలీసా దగ్గరే ఉండమంటే పోయేది..

ఎలీసా ఉందిగా.. ఏదైనా జరిగి ఉంటే తను నిద్ర పోయే రకం కాదు. ఇప్పుడు తను చేసిన కాల్ కి రెప్లై ఇచ్చుండేది. రిప్లయ్ ఇవ్వలేదంటే తార ఇల్లు చేరినట్టే. ఈ తారొకటి సెల్ చార్జింగ్ లో పెట్టుకోవచ్చు కదా... రేవతి ఎవరితో సొల్లు కబుర్లు చెబుతోందో.. ఒహటే ఎంగేజ్ వస్తోంది.. ఛ ఛ బొత్తిగా బాధ్యత లేని మనుషులు...

ఇలా ఆలోచనలు దాటుకుంటూ ఇల్లు చేరాడు శశాంక్.

తన ఊహ తలక్రిందులైంది. శాంతమ్మ ఇంటిముందు కూర్చొని ఆందోళనగా అటూఇటూ కదులుతోంది రేవతి. శశాంక్ రాగానే ఎంతో ఆత్రుతగా ఎదురొచ్చింది. శశాంక్ పక్కన తార లేకపోయేసరికి స్థాణువైపోయింది.

“బాబు తారేది” దాదాపు వణుకుతోంది రేవతి కంఠం.

“తార ఇంటికి రాలేదా..” సంశయంగా అడిగాడు శశాంక్ మెల్లగా

“లేదు బాబు. సెల్ ఫోన్ కూడా స్విచ్ ఆఫ్ అని వస్తోంది. నువ్వు తీసుకురాలేదా.” కళ్ళలో నీళ్ళు సుడులు తిరుగుతున్నై రేవతికి.

“లేదు. మా బాస్ తో చెప్పి కాబ్ అరేంజ్ చేశా”

“రాలేదయ్యా. దానికి ఇంటి అడ్రసు కూడా తెలీదుకదయ్యా. అయ్యో. తారా ఎక్కడున్నావే.. అంటూ కన్నీళ్ళ పర్యంతం అయ్యింది రేవతి. శాంతమ్మ అడిగింది “పిల్లని

మీ ఫ్రెండ్స్ తీసుకొస్తారని చెప్పావుకదా" అని. నోట మాట రావడం లేదు శశాంక్ కి. ఇంతలో ఎలీసా ఫోన్. ఆత్రంగా ఫోన్ లిఫ్ట్ చేశాడు

"రేయ్ శశాంక్. ఎక్కడున్నావ్. తార కోసం ఎన్నిసార్లు ఫోన్ చేశానురా.. ఒక్క దానికి సమాధానం లేదు.. అసలేమైపోయార్రా మీరు. నువ్వు చెప్పిన క్యాబ్ డ్రైవర్ ఫోన్ చేశాడు. తార దగ్గరలో నున్న షాపింగ్ మాల్ కి పోయి వస్తానని పోయింది. ఆమె ఫోన్ నంబెర్ ఇచ్చా అతనికి. విషయం చెబుదామంటే తార ఫోన్ లిఫ్ట్ చేయలే. ఏంచేయాలో తెలీక నీకు ఎన్ని సార్లు ఫోన్ చేసినా నువ్వెత్తలేదు..ఇంతకీ తార ఇల్లు చేరిందా లేదా"

"లేదు" నీరసంగా జవాబిచ్చాడు శశాంక్.

"అదెలా క్యాబ్ బుక్ చేశావు శశాంక్. దానికసలే సిటీ కొత్త కదా". ఆదుర్దాగా అందుకొంది శాంతమ్మ.

వెంటనే తన బాస్ కు ఫోన్ చేశాడు. ఫోన్ రింగవుతోంది లిఫ్ట్ చేయడం లే.. మళ్ళీ మళ్ళీ ట్రై చేశాడు. సమాధానం లేదు. బాస్ పి యే కి ఫోన్ చేశాడు. తను ఎలీసా నంబెర్ ఇచ్చి క్యాబ్ బుక్ చేశానని చెప్పాడు. దిక్కు తోచని పరిస్థితి తనది. ఇప్పుడు ఎక్కడని వెదకాలి.. ఎవరిని అడగాలి. ఏదో స్ఫురించిన వాడిలా ఎలీసాను క్యాబ్ నంబెర్ అడిగాడు. డ్రైవర్ నంబెర్ తీసుకున్నాడు. అదీ అవుట్ ఆఫ్ కవరేజ్ ఏరియా వస్తోంది. క్యాబ్ కంపెనీకి కాల్ చేసి చూశాడు. ఆ డ్రైవర్ తార అడ్రస్ ను కాన్సిల్ చేసుకొని వేరే అడ్రస్ కు డ్రైవ్ కు వెళ్లినట్టు చెబుతున్నారు.

రేవతిని ఓదార్చడం తన వల్ల కావడం లేదు. పొగిలి పొగిలి ఏడుస్తోంది.

శాంతమ్మ పోలీస్ కంప్లైంట్ ఇమ్మంటోంది. ఏమని ఇవ్వాలి?... వీళ్ళు తనకేమౌతారని ఇవ్వాలి ఎటూ పాలుపోవడం లేదు శశాంక్ కు.

సమస్య మీద సమస్య కొనితెచ్చుకుంటున్నాడు తను. వీళ్ళను మొదట్లోనే దూరం పెట్టాల్సింది. ఈ ముసలమ్మొకటి తన ప్రాణానికి..

ఇపుడు రేవతి, శాంతమ్మలు పోలీస్ కంప్లైంట్ ఇవ్వడానికి రెడీ అవుతున్నారు. ఏదైతే అదవుతుంది అలా చేయడమే కరెక్ట్ అనిపిస్తోంది. కంప్లైంట్ ఇవ్వబోయేముందు ఓసారి తన ఫ్రెండ్స్ ని అడిగి చూస్తే..

యామిని దగ్గరకు ఏమైనా వెళ్ళిందా. వెళ్లి ఉంటే తను తనకు ఫోన్ చేసేది కదా.. ఐతే అయివుండదు. మనసెక్కడో కీడు శంకిస్తోంది. బాస్, క్యాబ్.. క్యాబ్ డ్రైవర్... తార డ్రైవ్ కాన్సిల్ చేయడం.. మరో రూట్లో వెళ్ళడం....తార ఫోన్ స్విచ్ ఆఫ్ రావడం... ఓహ్... తల తిరుగుతోంది అలోచిస్తోంటే.

ఇక లాభం లేదు.. పోలీస్ కంప్లైంట్ ఇవ్వడమే కరెక్ట్...

తన బ్యాగు శాంతమ్మకు ఇచ్చి, రేవతిని వెనకవైపు కుర్చోనిపెట్టుకొని బైక్ ను ముందుకు కదిలించబోయెంతలో శశాంక్ ఫోన్ రింగైంది. అది తార సెల్ నెంబరు. ఆత్రుతతో లిఫ్ట్ చేశాడు ఫోన్ ని

అవతల ఫోన్ లో మగ గొంతు. వినగానే మ్రాన్పడిపోయాడు శశాంక్. వణుకుతున్న గొంతుతో తను రిప్లై ఇచ్చాడు హలో అని

అవతల నుండి "హలో మీరు శశాంకేనా".

"అవునండి. మీకీ ఫోన్...."

"ఎస్.. మేము చంద్రగిరి పోలీస్ స్టేషన్ నుండి ఫోన్ చేస్తున్నాము. మీకు తార ఏమవుతుంది"

"సార్ ఆమె.. నాకు... బాగా తెలిసినామే." శాంతమ్మ వైపు, రేవతి వైపు మార్చిమార్చి చూస్తూ మాటలు కూడతీసుకుంటూ అన్నాడు శశాంక్

"సార్ తారెలా ఉంది".

శశాంక్ అలా అడుగుతూవుంటే శశాంక్ వైపు ఆత్రుతగా చూస్తున్నారు రేవతి, శాంతమ్మ లు

"సరే ఓసారి మీరు స్టేషన్ కి రండి" అంటూ కట్ చేశాడు అవతల వ్యక్తి.

మారు మాట్లాడకుండా బైక్ ను ముందుకు కదిలించాడు చంద్రగిరి పోలీస్ స్టేషన్ వైపు

* * *

వెళ్లినంతసేపూ రేవతికీ ధైర్యం చెబుతూనే ఉన్నాడు శశాంక్. చెప్పే తనకే అంతు చిక్కట్లేదు అక్కడేమి జరిగిందో. ప్రశాంతంగా కనిపిస్తున్న పోలీస్ స్టేషన్లో తానొక్కడే ఆందోళన పడుతున్నట్టుంది. ఇక రేవతి పరిస్థితి చెప్పనక్కరలేదు. నిశ్చలంగా ఉన్న అక్కడి వాతావరణంలో ఆమె ఏడుపు అలజడి రేపుతోంది.ఉరుకోమంటున్నాడు అక్కడి రైటర్.

పరుగు పరుగునా ఎస్ ఐ దగ్గరికి వెళ్ళారిద్దరూ. శశాంక్ తనను తానూ పరిచయం చేసుకున్నాడు. ఏడుస్తున్న రేవతిని చూపిస్తూ తార తల్లని పరిచయం చేశాడు. మరి మీరేమవుతారని ప్రశ్నించాడు ఎస్ ఐ. రేవతి వైపు సంశయంగా చూశాడు ఉన్న విషయం చెబుదామని. ఆమెను చూసే సరికి ఇప్పుడా విషయం చెప్పడం కరెక్ట్ కాదనిపిస్తోంది.

“ఈమె మా అత్త. తార మా అత్త కూతురు”

“సరే. ఓ సారి ఈ వస్తువులు మీ తారకు సంభందించినవేమో చూడండి”. అంటూ హెడ్ కానిస్టేబుల్ ని పిలిచాడు

ఆ మాట వినగానే సగం చచ్చిపోయింది రేవతి.కళ్ళ నీళ్ళు ఆగడం లేదు. గుండె వేగంగా కొట్టుకోవడం ఆరంభించింది

బల్ల మీద పరిచాడు తార వస్తువుల్ని హెడ్ కానిస్టేబుల్.

తార హ్యాండ్ బ్యాగ్, సర్టిఫికెట్స్ ఫైల్.....ఇంకా తార సెల్ ఫోన్... తార బుట్ట కమ్మలు.. కాళ్ళ గొలుసులు... ముక్కుపుడక ఇంకా...

స్పష్టంగా చూడడానికి కనుపాపపై నీటిపొర అడ్డొస్తోంది

తుడిచేకొద్దీ ఉబికోస్తున్నె కన్నీళ్ళు...ఏవీ కనబడటం లేదు రేవతికి. బల్లమీద వస్తువులు క్రమక్రమంగా కనుమరుగవుతున్నాయి. కళ్ళు చీకట్లు కమ్ముతున్నె.. ఓంట్లో సత్తువంతా ఎవరో లాగేసినట్టు కూలబడిపోయింది తను నిల్చున్న చోటు నిల్చున్నట్టుగా.

నేలమీదకు కూలబడిపోతున్న రేవతిని ఓడిసి పట్టుకున్నాడు శశాంక్. హెడ్ కానిస్టేబుల్ పరుగున వెళ్లి వాటర్ బోటిల్ తో నీళ్ళు తీసుకొచ్చి క్రింద పడిపోయిన రేవతి

ముఖం మీద చిలకరించాడు. స్పృహలో లేదు రేవతి. శశాంక్ అదేపనిగా రేవతి చెంప మీద తడుతూ ఉన్నాడు. కాసేపటికి కళ్ళు తెరిచింది. లేవడంతో పాటూ పెద్ద పెట్టున ఏడవడం మొదలెట్టింది. ఆమెను లేపి కుర్చీలో కూర్చోబెట్టాడు శశాంక్ చేతికి నీళ్ళ బొటిల్ ఇస్తూ.

ఆమె కాస్త స్థిమితపడినాక, విషయం మెల్లగా చెప్పాడు ఎస్ ఐ, తారకు ఆక్సిడెంట్ అయిందని. వాళ్ళను హాస్పిటల్ కు తీసుకువెళ్ళమని కానిస్టేబుల్ ని పురమాయించాడు.

* * * * *

07

ఆ ఏరియా హాస్పిటల్, ఆ అర్ధరాత్రి వేళ నిద్రపోవడానికి కునుకుపాట్లు పడుతోంది. నిద్రన్నది ఒకటుంటుందని తెలియనివారిలావున్నారు శశాంక్ రేవతిలు. నేరుగా హాస్పిటల్ లోపలి తీసుకెళ్ళాడు కానిస్టేబుల్. పోలీస్ ను చూడగానే సెల్యూట్ చేసి ICU వార్డులోకి దారితీశాడు అక్కడ ఉన్న సెంట్రీ. కాళ్ళు చేతులు వణుకుతున్నై రేవతికి. లోపలి వెళ్ళగానే బెడ్ మీదున్న పేషంట్ మీద ముసుగుకప్పి బయటికి తీసుకు వెళ్ళడానికి రెడీ అవుతున్నాడు ఆ వార్డ్ బాయ్. పెద్దగా ఏడుపు అందుకొంది రేవతి. ఏడవవద్దంటూ హెచ్చరికతో కూడిన సముదాయింపు చేస్తున్నరక్కడి స్టాఫ్ నర్స్.

బయటకు వస్తున్న డాక్టర్ ను పలకరించబోయాడు శశాంక్.

"ఆ చనిపోయిన వ్యక్తి తాలూకేనా. పోస్ట్ మార్టం అయిపోయినతరువాత తీసుకువెళ్ళవచ్చు మీరు" అంటూ వడివడిగా అక్కడినుండి వెళ్ళిపోయాడు డాక్టర్. ఆ వెనుకనే వచ్చిన హెడ్ నర్స్ కొన్ని బట్టలు మెడికల్ రిపోర్ట్ లు శశాంక్ చేతిలో పెట్టింది.. వెంట వచ్చిన కానిస్టేబుల్ కోసం చూశాడు శశాంక్. అతనక్కడ లేదు. ICU లోనే ఓ బెడ్ దగ్గరున్నాడు. ఇంతలో అదే నర్స్ వచ్చి శశాంక్ చేతిలోని రిపోర్ట్స్ ను తీసేసుకుంటూ "సారి సర్ ఈ డేడ్ బాడీ తాలుకా అనుకున్నా.. మీరు డాక్టర్ తో మాట్లాడుతుండే సరికి.. పొరబడ్డాను.. మిమ్మల్ని కానిస్టేబుల్ గారు పిలుస్తున్నారు వెళ్ళండి." అక్కడనుండి వెళ్ళిపోయింది.

అక్కడే గోడకు చేరగిలబడి కూర్చొని ఏడుస్తున్న రేవతిని తీసుకుని కానిస్టేబుల్ దగ్గరికి తీసుకెళ్ళాడు శశాంక్.

"ఎక్కడికెళ్ళిపోయారుమీరు. "చిరాగ్గా మొహంపెట్టి" ఇదిగో ఈ పేపర్స్ మీద సైన్ చేయండి. డిశ్చార్జ్ అయిన తర్వాత ఓ సారి పోలీస్ స్టేషన్ కు రండి" అంటూ శశాంక్ సైన్ చేసిన పేపర్స్ తీసుకుని అక్కడ నుండి కానిస్టేబుల్ కదిలి వెళుతుంటే, తలకు కట్టు కట్టుకొని పడుకోని ఉన్న తార మెల్లగా పైకి లేవడానికి ప్రయత్నిస్తూ కనిపించింది. ప్రాణం

లేచివచ్చినట్లైయింది శశాంక్ కు. రేవతి ఆనందానికి అంతే లేదు. ఒక్క ఉదుటున వెళ్లి తారను కౌగిలించుకొని పెద్దగా ఏడ్చేసింది. హెడ్ నర్స్ గట్టిగా మందలించింది రేవతిని ఎడ్వద్దని. శశాంక్ ను పక్కకు పిలిచి

"ఆవిడ మీకేమౌతారు. ఆమెను ఇక్కడనుండి తీసుకెళ్ళండి ముందు. అన్నట్టూ... ఆమెకు సంభందించిన వస్తువులన్ని అందాయా. స్పృహ లేని పరిస్థితుల్లో వచ్చిందామె. ఇక్కడి స్టాఫ్ తీసేస్తారని ఆమె వస్తువులన్నీ కానిస్టేబుల్ కి ఇచ్చా.కాసేపట్లో ఆమెను జనరల్ వార్డ్ కి షిఫ్ట్ చేస్తాం.ఫార్మాలిటీస్ పూర్తి చేద్దురుగాని రండి".అంటూ శశాంక్ ను తన వెంట తీసుకెళ్ళింది హెడ్ నర్స్.

తల్లి పరిష్వంగంలో సేదతీరుతున్న తార చూపులు శశాంక్ ను వెదుకుతున్నై. తారను స్ట్రేచేర్ లో తీసుకుని జనరల్ వార్డ్ లోకి షిఫ్ట్ చేశారు.తారను బెడ్ మీదకు షిఫ్ట్ చేసేటపుడు మనిషి సాయం కోసం శశాంక్ ను పిలిచింది నర్స్.. శశాంక్ భుజం మీద చేయివేసి కాలును నేలమీద అనించడానికి ప్రయత్నం చేసింది. కాలు నిలపలేకపోతోంది. తన తోడ మీద గాయం సలపరం పెడుతోంది. ముందుకు తూలిపడవోతున్న తారను నడుమ్మీద చేయివేసి బెడ్ మీదకు ఎక్కించాడు శశాంక్. శశాంక్ సాన్నిహిత్య పారవశ్యం తన ఒంట్లో బాధను ఇట్టే తీసేసినట్టైంది. చిత్రంగా అదేపనిగా చూస్తోంది శశాంక్ ను.

నర్స్ శశాంక్ చేతికి ఓ ప్రిస్క్రిప్షన్ ఇచ్చి మందులు తెమ్మంది. తారను బెడ్ మీద సరిచేయమంటూ రేవతికి చెప్పి బయటకు వెళ్ళాడు శశాంక్. మందులు తీసుకుంటుంటే అటువైపుగా వస్తూ కనిపించాడు డాక్టర్ హేమంత్. విష్ చేశాడు శశాంక్. హేమంత్ ఓ చెస్ట్ స్పెషలిస్ట్. స్వంతంగా ఓ హాస్పిటల్ ఉంది. శశాంక్ బ్లాగర్ గా ఉన్నపుడు హేమంత్ తన హాస్పిటల్ కు సంభందించి శశాంక్ క్లైంట్.

"హలో శశాంక్. హౌ ఆర్ యు.,, హేయ్ ఇంత రాత్రపుడు... ఏంటిలా"

"ఫైన్ సర్. ఇక్కడ మాకు తెలిసిన వాళ్ళావిడకు ఆక్సిడెంట్ అయితేను... వచ్చా. నైట్ డ్యూటీ నా సార్."

"హ లేదు. ఎమర్జెన్సీ కేస్ ఇప్పుడే ట్రీట్ చేసి వస్తున్నా. ఇంతకీ ఆక్సిడెంట్ అయిన ఆవిడ పేరేమిటి"

"తార"

"ఓహ్. ఆ అమ్మాయా. మోటార్ బైక్ ఆక్సిడెంట్. ఓ టూ అవర్స్ క్రితమే స్పృహలోకి వచ్చిందామె. డాక్టర్ రంగనాద్ ట్రీట్ చేస్తున్నట్టున్నారు. ఐ విల్ ఫైండ్ అండ్ ఎక్స్ప్లెన్ ది స్టేటస్..బై ది బై నేను వెళ్ళాలి. ఇంకో ఎమర్జెన్సీ కేస్ వచ్చింది. మనం మళ్ళీ కలుద్దాం" నిష్క్రమించాడు డాక్టర్ హేమంత్.

మందులు నర్స్ కు ఇచ్చి రేవతిని ఏమైనా తిన్నారా అని అడిగాడు శశాంక్. ఇప్పుడేమీ వద్దంది.కదిలిస్తే చాలు కన్నీరవుతోంది. డ్రింక్ తీసుకొచ్చాడు తాగమని. వద్దంది. తార బట్టలన్నీ రక్తపుమరకలైఉన్నాయి. తార బట్టలు తీసుకొద్దామని బయటకు నడిచాడు శశాంక్.

వెళుతూఉన్న శశాంక్ ఆగమని పిలిచింది రేవతి. తన చేతికున్న గాజులను శశాంక్ చేతిలో పెట్టి ఎక్కడైనా కుదువ పెట్టి డబ్బు తీసుకురమ్మన్నది. సున్నితంగా తిరస్కరించాడు శశాంక్. అవసరమైతే చూద్దాంలే అన్నాడు. తిరిగి తన దగ్గరున్న కొంత డబ్బును ఆమె చేతిలో పెట్టి తార బట్టలు తీసుకువస్తాను. ఈ లోగా ఏదైనా అవసరమైతే వాడుకొమ్మన్నాడు. కృతజ్ఞత నిండిన కళ్ళలో నీళ్ళు తిరుగుతుండగా వెళుతున్న శశాంక్ వైపే చూస్తూ ఉండిపోయింది రేవతి.

* * *

ఉదయాన్నే ఫోన్ చేశాడు బాస్ నందన్ చతుర్వేది.

"కంగ్రాట్స్ శశాంక్, మనమనుకున్నది సాధించాం. సింగపూర్ లోని తమ బ్రాంచ్ ప్రాజెక్ట్ మనకిచ్చేదానికి ఓకే చెప్పారు." ఆనందంతో చెప్పుకుపోతుంటే అసహనంగా థాంక్స్ చెప్పి తనీ రోజు లేటుగా వస్తానని చెప్పాడు.

"ఓకే శశాంక్..." అని శశాంక్ వాయిస్ లోని తేడాను గమనించిన వాడిలా

"శశాంక్ ఏమైనా ప్రాబ్లమా" అంటూ అడిగాడు.

కోపం నషాళానికి ఎక్కింది శశాంక్ కు. కాస్త తమాయించుకొని, "నేను చెప్పానే... మా బంధువులమ్మాయి.. ఆమెకు ఆక్సిడెంట్ అయ్యింది. మీమీద భరోసా తోనే గెస్ట్ హౌస్

కి వచ్చా.... మేరు చేయలేనపుడు చెప్పెయొచ్చుకదా సార్, నా తంటాలు నేను పడేవాణ్ణి" విసుగ్గా జరిగిందంతా చెప్పాడు శశాంక్.

"వ్వాట్. నేను నా కార్ ను అరేంజ్ చేశానే. మరి పి యే రెడ్డి చెప్పలేదా మీకు"

"ఏదో కాబ్ అరేంజ్ చేశాడు. ఈ అమ్మాయికి సిటీ కొత్త. కాబ్ బుక్ చేయడం నాకు రాదనుకున్నారా"

"నో శశాంక్".

"సారి సర్. మీ పి యే కూడా బుక్ చేయలా. శ్రీధరన్ బుక్ చేశాడని చెప్పింది మా ఫ్రెండ్".

"మధ్యలో ఈ శ్రీధరన్ ఎందుకు ఎంటరైయ్యాడు.. సారీ శశాంక్. సారి ఫర్ ఇన్ కన్వీనియన్స్. ఐ విల్ సి ది మేటర్.. ఇప్పుడెలా ఉంది ఆమెకు."

"పర్లేదుసార్. బాగానే ఉంది. సార్ నేను హాస్పిటల్ కు వెళ్ళాలి. నేను తర్వాత ఫోన్ చేస్తాను." ఫోన్ కట్టేశాడు శశాంక్.

* * *

తెచ్చిన బ్యాగు షెల్ఫ్ లో పెడుతూ రేవతి ఏదని అడిగాడు తారను శశాంక్. డాక్టర్ దగ్గరకు వెళ్ళిందని చెప్పింది తార. నర్స్ వచ్చింది ఆమెకు డ్రెస్ చేంజ్ చేయడానికి. రేవతి వచ్చిన తర్వాత చేద్దురని చెబుతూ ఉండగానే రేవతి రానే వచ్చేసింది. నర్స్ కి చెప్పి తను బయటకు వెళ్ళాడు శశాంక్ డాక్టర్ హేమంత్ వచ్చాడేమో చూడడానికి. ఇంకా రాలేదని చెప్పింది రిసెప్షనిస్ట్.

శశాంక్ వచ్చేసరికి డ్రెస్ అప్ అయి కూర్చొని ఉంది తార. నర్స్ తారకు ఏదైనా తినిపించమని చెప్పింది. శశాంక్ తను వచ్చేటపుడు తీసుకు వచ్చిన ఇడ్లీని ఇచ్చాడు తార చేతికి. చేతికి కాన్డీలా ఉండడం వల్ల సరిగా పట్టుకోలేకపోతుంది. రేవతి ఏదని అడిగితే, డాక్టర్ దగ్గరకు వెళ్ళిందని చెప్పింది తార. రేవతి వచ్చినపుడు తిందువులే అన్నాడు శశాంక్.

నర్స్ మళ్ళీ వచ్చింది టాబ్లెట్స్ ఇవ్వడానికి. ఏమైనా తినిపిస్తే టాబ్లెట్స్ వేయాలని చెప్పి వెళ్ళింది. తప్పదన్నట్టు శశాంక్ తినిపించసాగాడు.

వింతగా అనిపించసాగింది శశాంక్ కు. ముక్కు మొహం తెలీని ఓ అమ్మాయికి తనిలా తినిపిస్తానని కలలోకూడా ఊహించలేదు. తార తన రూమ్ కి వచ్చిన మొదట్లో తను ఆఫీసుకు హడావిడిగా వెళుతుంటే తిన్పించబోయిన తారను చూసి ఎదో అతిగా చేస్తుందేమో అనుకున్నాడు. అదిప్పుడు తలచుకొంటె నవ్వొస్తోంది తనకు. అలోచనలలో ఇడ్లీ ముక్కను కాస్త ఎక్కువే పెట్టేశాడు తార నోట్లో. పొలమారినట్టుంది. వెంటనే ఇడ్లీ ప్యాకెట్ ను బెడ్ మీద పెట్టి బోటిల్ లో నీళ్ళు త్రావించసాగాడు తార నెత్తి మీద తడుతూ.

తార కళ్ళలో నీళ్ళు. తన తల్లి స్థానంలో ఊహించుకుంది శశాంక్ ను.... సరిపోలడం లేదు. తండ్రి తను కనుతెరవక ముందే చనిపోయాడు, తండ్రి ప్రేమ ఎలా ఉంటుందో తెలీదు. కాని అంతకు మించి ఎదో ఉంది శశాంక్ స్పర్శలో. అతని చేతల్లో ఎదో తెలియని అనుభంధం, ఆత్మీయత. అతని చూపులో అనురాగం. ఇంతవరకెపుడూ కలగని ఆనందపు అనుభూతి కలుగుతోంది శశాంక్ సాన్నిధ్యంలో. ఆ ఆనందం జీవితాంతం ఉంటే బాగుండుననిపిస్తోంది తారకు.

తార తలకు కట్టు కట్టుకొని ఉన్నా, తడిసిన కళ్ళతో తననే చూస్తూ ఉంటే మరింత అందంగా కనిపిస్తోంది తన కళ్ళకు. ఆ తడిసిన కళ్ళు, తుడవమని తననే చూస్తునట్టున్నాయి. ఎందుకో ఆమె కళ్ళలోకి సూటిగా చూడలేకపోయాడు శశాంక్. తన చేతి రుమాలుతో ఆమె కళ్ళు తుడవబోతూ ఓసారి అలవోకగా పక్కకు చూశాడు. రేవతి అపుడే వచ్చినట్టుంది.

"ఋణాను బంధం అంటే ఇదేనేమో బాబు. ఇక చాలయ్య. ఇంకా నీ చేత సేవలు చేయించుకుంటే తీర్చు కోవడానికి ఎన్ని జన్మలెత్తినా సరిపోవనిపిస్తోంది. ఇక ఇటివ్వు నేపెడతా". అంటూ శశాంక్ చేతిలోని పాకెట్ ను తీసుకుంది రేవతి.

"డాక్టర్ గారు ఏంచెప్పారు. ఎప్పుడు డిశ్చార్జ్ చేస్తారంట."

"ఇంకొక రోజు ఉంచుతారట. రేపు డిశ్చార్జ్ చాస్తామని చెప్పారు.. శాంతమ్మ గారికి చెప్పావా బాబు"

"ఆ చెప్పాను. తను నాతో పాటు వస్తానంది. ఆఫీసుకి వెళ్ళడం ఇబ్బందవుతుందని తీసుకురాలా"

"సరే బాబు ఇప్పటికే చాలా టైమైనట్లుంది. మీరు వెళ్ళండి."

"అసలు ఆక్సిడెంట్ ఎలా జరిగింది" అడిగాడు శశాంక్.

"ఆ తను షాపింగ్ మాల్ నుండి రోడ్డు దాటుతుంటే. ఎవరో కుర్రవెధవ బైక్ తో డాష్ ఇచ్చాడంట. ముదనష్టపు చచ్చినోడు" తిట్టుకుంటూ తినిపిస్తోంది రేవతి.

ఇంతలో నర్స్ వచ్చింది. టాబ్లెట్స్ తీసి ఇస్తూ వాటిని వేయమని రేవతికి ఇచ్చింది. బయటికి వెళ్ళబోతూ ఆగి శశాంక్ అంటే మీరేనా. మిమ్మల్ని డాక్టర్ హేమంత్ రమ్మంటున్నారు అని చెప్పేసి వెళ్ళింది.

"సరే రేవతి గారు. నేను డాక్టర్ తో మాట్లాడి అట్నుండి అటు ఆఫీసుకి వెడతాను." చెప్పాడు శశాంక్

"డాక్టర్ హేమేంత్??" ఎవరన్నట్టుగా అడిగింది రేవతి

"ఆయన నాకు బాగా తెలుసులెండి. మీకింకేమైనా కావాలా?. మధ్యాహ్నం భోజనం క్యాంటిన్ లో చేయండి. డాక్టరుకు చెప్పి వెళతా. ఏదైనా అవసరమైతే నాకు కాల్ చేయండి, సరే అయితే. ఇకనేను వస్తా" అంటూ అక్కడినుండి వెళ్ళిపోయాడు శశాంక్

* * *

చాలా రేలాక్సుడు కూర్చొని ఉన్నాడు డాక్టర్ హేమేంత్. కూర్చోమన్నాడు శశాంక్ ను తన ఎదురుగా ఉన్న కుర్చీని చూపిస్తూ.

"హౌ అరె యు శశాంక్.ఎలా ఉంది ప్రోఫెషన్. ఏదైనా పెద్ద ప్రాజెక్ట్ చేస్తున్నావా"

"లేదు సర్. ఇక్కడే నందూ సాఫ్ట్వేర్ సొల్యూషన్ లో వర్క్ చేస్తున్నా. పర్సనల్ గా ప్రాజెక్ట్స్ ఏమీ చేయడం లేదు.

సార్, తారకు ఎలావుంది. ఇబ్బందేమీ లేదుకదా."

ఓ సారి గట్టిగా నిట్టూర్చాడు హేమంత్.

“శశాంక్. ఆ తార నీకేమౌతుంది.”

“ఆమె...ఆమె... నాకు బాగా తెలిసిన వాళ్ళమ్మాయి”.

“అదేంటి. మీ అత్త కూతురు కాదా. అయితే ఆ కానిస్టేబుల్ ఏమిటి అలా చెప్పాడు.”

చిన్నగా నవ్వాడు శశాంక్. “ఓ అదా.. బాగా తెలిసిన ఆవిడ కదా. ఆంటీ అని పిలుస్తాను. పోలీసులముందు అలా చెప్పక పోతే వాళ్ళు అసలు పని వదిలేసి ఇంకొకటేదో వెదుకుతారు.”

“మరి మీ ఆంటీ కి గాని, తారకు గాని ఎవరైనా శత్రువులున్నారా?... ఎందుకడుగుతున్నానంటే. ఇందాక కానిస్టేబుల్ చెప్పాడు. ఇది మెడికో లీగల్ కేస్ అని”.

“అంటే??”

“అంటే ఇది ఆక్సిడెంట్ కాదు. అటెంప్ట్ మర్డర్”.

* * * * *

08

"వ్వాట్. ఏంటి డాక్టర్"

"అవును. తార గురించి డాక్టర్ రంగనాధంను అడిగితే చెప్పాడు. ఆమెను ట్రీట్ చేస్తున్నపుడు ఆమె తొడకు ఐన గాయం చూసి అనుమానం వేసిందట. ఇదే విషయం స్టేషన్ ఎస్ ఐ తో చెబితే, ఆ సిగ్నల్ దగ్గర CC టీవి ఫుటేజ్ చూశాడట. తారను గుద్దినతను తన చేత్తో ఆమెను కత్తితో పొడవబోయాడట. అది అదుపు తప్పి ఆమె తొడలో దిగబడింది. అక్కడున్నవారందరూ అందరూ ఆ గాయాన్ని చూసి బైక్ హండిల్ గ్రుచ్చుకుందేమో అనుకున్నారట. మనిషి దొరకలేదు. హెల్మెట్ పెట్టుకున్నట్టుంది. బైక్ ను ట్రేస్ అవుట్ చేశారు, అతనిని కూడా త్వరలోనే పట్టుకుంటామని చెప్పారు.

ఇంతే తప్ప తార ఆరోగ్యం గురించి ఎటువంటి భయమూ అక్కరలేదు. షి ఇజ్ ఆల్రైట్. రేపే డిశ్చార్జ్ చేస్తామన్నారు."

క్రమంగా అర్ధమవుతోంది శశాంక్ కు తార పై దాడి చేసిన వాళ్ళు ఏవరన్నది.ఆ రోజు రైల్వే స్టేషన్లో తార రేవతిలను తరుముకుంటూ వచ్చిన వాళ్ళే అయివుంటారు. రేవతి చేతిలో గాయపడ్డది ఎవరనేది తెలుసుకోవాలి...

"వ్వాట్ శశాంక్. ఏంటి ఆలోచిస్తున్నారు. ఎవరైనా సస్పెక్టేడ్ ఉన్నారా" ఆలోచిస్తున్న శశాంక్ కు అడ్డుపడుతూ.

"అ... హ.. లేదు డాక్టర్. లేదు. ఇక వాళ్లనే అడగాలి".

"ఎవరైనా అనుమానితులు ఉంటే పోలీస్ స్టేషన్ లో కంప్లైంట్ చేయడం మంచిది. మునుముందు ఇటువంటి దాడులు జరగకుండా ఉంటాయి".

"అలాగే డాక్టర్, తార డిశ్చార్జ్ అయిన తరువాత చూద్దాం. ఓకే డాక్టర్ ఇక నేను ఉంటా" అక్కడ నుండి నిష్క్రమించాడు శశాంక్

* * *

తార హాస్పిటల్ నుండి డిశ్చార్జ్ అయి రెండు రోజులవుతోంది. తార మెల్లగా మనిషి సాయంతో నడవగలుగుతోంది ఇపుడు.

శశాంక్ చేతిలో ఉన్న డబ్బంతా అయిపొయింది. డబ్బంటే ఎలాగో ఒకలా సర్దుబాటవుతుంది.కాని ఇప్పుడున్న సమస్య తార రేవతిలే. ఎంతగా వదిలించుకుందామన్నా, అంతగా వాళ్ళను ఉంచుకొనే పరిస్థితులోస్తున్నాయి.ఇంతకు ముందు తారకు ఏదైనా జాబ్ చూసి, వాళ్ళకు ఓ లేడీస్ హాస్టల్లో బస ఏర్పాటుచేస్తే సరిపోతుందనుకుంటున్నాడు. కాని ఇప్పుడు విషయం తెలిసినప్పటి నుండి కాలు బయట పెట్టడానికి భయపడుతున్నారు. ఏది ఏమైనా అనుమానితులమీద ఓ కంప్లైంట్ ఇస్తే బావుంటుందని అనిపిస్తోంది. అనుమానితులలెవరని ఇవ్వాలో పాలుపోవడం లేదు శశాంక్ కు.

ఇంట్లో పనులు ముగించుకొని వచ్చింది రేవతి. దీర్ఘంగా ఆలోచిస్తున్న శశాంక్ దగ్గరగా కుర్చీ లాక్కుని కూర్చుంది.

“మనమనుకున్నది నిజమే రేవతి గారు. ఆరోజు మీ చేతిలో గాయ పడ్డవాడు లోకల్ కార్పొరేటర్ వీరేశం గౌడ్ కొడుకు. పీక లోతుగా తెగడం వల్ల వాడు అక్కడికక్కడే చచ్చినట్టున్నాడు. ఈ రోజు చూశాను. వాడి పెద్దకర్మకు పేద్ద పేద్ద ఫ్లెక్సీలు వేసున్నారు. వాడు మీచేతిలో చచ్చాడు అని చెబితే మిమ్మల్ని అరెస్ట్ చేసేదాక వదలరు వాళ్ళు. మీకు ఆశ్రయమిచ్చిన నన్ను వదలరు. అలాగని కంప్లైంట్ ఇవ్వకుండా కుర్చొంటే, తార మీద దాడి చేసినవాడు వీరేశం గౌడ్ మనిషై ఉంటే, మిమ్మల్ని కాపాడడం ఎవరి తరం కాదు. అంతటి కర్కోటకుడు వాడు. ఎన్ని హత్యలు, దోపిడీలు చేశాడో లెఖ్ఖేలేదు.నెక్స్ట MLA రేస్ లో కూడా ఉన్నాడు. ఎలా కంప్లైంట్ ఇవ్వాలి??. ఏమీ పాలుపోవడం లేదు..” దీర్ఘంగా నిట్టూర్చాడు శశాంక్.

“ఎందుకులే బాబు. మేము మా ఊరికి వెళ్ళిపోతాం”. అన్నది రేవతి

చిన్నగా నవ్వాడు శశాంక్. “ఎన్నో రోజుల తర్వాత తారను చూసి గుర్తుపట్టి దాడి చేసిన వాడికి. ఇప్పుడు మీ అడ్రస్ తెలుసుకోవడం పేద్ద కష్టమేమీ కాదు, కొద్ది రోజులు వెయిట్ చేద్దాం” అని అంటుండగానే శశాంక్ ఫోన్ రింగయింది. SI ఫోన్. లిఫ్ట్ చేసి మాట్లాడాడు శశాంక్. ఫోన్ లో మాట్లాడుతున్నంత సేపు శశాంక్ ముఖంలో

అలముకుంటున్న ఆందోళనను చూసి రేవతికి ఆదుర్దా మొదలయింది. ఫోన్ మాట్లాడటం ముగించిన శశాంక్ ఓ సారి గట్టిగా నిట్టురుస్తూ

“రేవతిగారు మనం అనుకున్నట్టే జరిగింది. పోలీస్ వాళ్ళు ఆక్సిడెంట్ చేసిన వాడిని పట్టుకున్నారట. వాళ్ల పద్ధతిలో విచారిస్తే వాడు వీరేశం గౌడ్ మనిషని తెలిసింది. అతనితో మీకు శత్రుత్వం ఏమిటని అడుగుతున్నాడు. ఏం చెప్పాలి.” ఏమీ పాలుపోని వాడిలాగా నేల చూపులు చూశాడు శశాంక్

“వాడేమైనా చెప్పాడా....” ఏంచేయాలో తెలియనిదానిలా విస్మయంగా అడిగింది రేవతి.

“లేదు.ఏదైతే ఆదవుతుంది ముందు స్టేషన్ కి వెళ్లి SI తో మాట్లాడదాం. నా ఫ్రెండ్ ఒకరున్నారు. లోకల్ MP బంధువు. అతన్ని తీసుకెళ్ళి మాట్లాడుదాం.” నిశ్చయంగా అన్నాడు శశాంక్.

* * *

“సార్ నేను చెప్పేది వినండి. వాళ్ళు మీ కొడుకు మీద లేడీస్ హరాస్మెంట్ కేసు పెడితే మీకు చెడ్డపేరు. ఇది పేద్ద రగడవుతుంది. దాన్నింకొంత పెద్దది చేసేస్తుంది మీడియా. వాళ్ళైతే నా మాట వినడం లేదు.

“ఐతే” గంభీరంగా అన్నాడు వీరేశం గౌడ్

“సార్... మీరు... ఓసారి వచ్చి.... వాళ్లతో కాంప్రమైజ్...” సంకోచిస్తూ చెబుతున్నాడు SI

“సార్ నన్నపార్థం చేసుకోవద్దు, ఇప్పుడిపుడే రాజకీయంగా ఎదుగుతున్నారు మీరు. మిమ్మల్ని MLA గా చూడాలనుకుంటున్నాను.. అంతే” ఒక్కసారిగా ఊపిరి పీల్చుకుంటూ ముగించాడు SI

అవతల వైపు కోపంగా ఫోన్ నేలకేసి కొట్టిన శబ్దం చెవులను తాకేసరికి విసురుగా ఫోన్ ను తీసి టేబుల్ మీద గిరాటేశాడు SI ఎదురుగా కూర్చున్న శశాంక్, శశాంక్ ఫ్రెండ్ కిరణ్ ను చూస్తూ.

"నే చెప్పడం అయితే చెప్పాను... అతను కాంప్రమైజ్ అవడం కాకపోవడం నా చేతుల్లో లేదు. అదీ కాక మీరు చనిపోయిన వాడి మీద కంప్లైంట్ ఇచ్చినా పెద్దగా ఉపయోగం ఉండదు. ఇదుగో ఈ ఆక్సిడెంట్ చేశాడే వాడు అసలు విషయం బయటకు చెబితే ఇద్దరికీ ఇబ్బందే, కాబట్టి ఏదో ఫేక్ కంప్లైంట్ ఇవ్వండి. వార్నింగ్ ఇచ్చి కేస్ క్లోజ్ చేసేద్దాం"

"మరి ఇక మీదట ఇలాంటివి జరగవని చెప్పగలరా" కాసింత కోపంగా అన్నాడు శశాంక్

"మరీ తెగేదాకా లాగొద్దు నేనెందుకు చెబుతున్నానో వినండి, ఓసారి ఆ ఆడవాళ్ళ గురించి కూడా కొంచెం ఆలోచించండి." అక్కడ కుర్చోనివున్న యామిని, రేవతిల వైపు చూస్తూ అన్నాడు SI.

"లేదు. వాళ్ళ మీద కంప్లైంట్ ఇస్తేనే మునుముందు వాళ్ళవల్ల ఎటువంటి ఇబ్బందులుండవు." శశాంక్ తలడ్డంగా ఊపాడు.

"శశాంక్! ఫూలిష్ గా ఆలోచించకు. మర్డర్ చేసేవాడు మన చట్టాల్ని అడ్డుపెట్టుకొనే దర్జాగా బ్రతికేస్తాడు. వాడు ఇంతకి తెగించాడంటే వీరేశం గౌడ్ అండ చూసుకొనే. జరిగిందేదో జరిగిపోయింది. కాంప్రమైజ్ అవడమే బెటర్ అనిపిస్తోంది " సర్దిచెప్పాడు కిరణ్.

"ఎందుకైనా మంచిది. రేవతిని బయటకు వెళ్ళమని చెప్పండి. వీరేశం గౌడ్ కంటబడటం అంత మంచిది కాదు." హెచ్చరికగా అన్నాడు SI.

ఒళ్ళు మండిపోయింది శశాంక్ కు.

"మరి వాడి దాష్టికం కొనసాగాల్సిందేనా. ఆడవాళ్ళ మీద అఘాయిత్యానికి ఒడికట్టిందే కాక, తిరిగి వాళ్ళనే బెదిరిస్తారా. నువ్వూ ఓ పొలిటికల్ లీడర్ గా మాట్లాడుతున్నావురా." కిరణ్ వైపు చూస్తూ అన్నాడు శశాంక్.

"అరె పొలిటికల్ వాళ్లతో డీల్ చేసేటపుడు, పొలిటికల్ గానే మారాలి. వీరేశం గౌడ్ ఇక్కడికి వచ్చాడంటే, నేనైతే హండ్రెడ్ పెర్సెంట్ చెప్పగలను వాడు మళ్ళీ నీజోలికి రాడని"

వాళ్ళు అలా మాట్లాడుకుంటుండగానే బయట ఓ వెహికల్ ఆగిన చప్పుడైయింది. అది వీరేశం గౌడ్.

రింగులు తిరిగిన జుట్టు. కోపం, విసుగు క్రూరత్వం కలబోసి పుట్టినట్టుందే ముఖం. సగటు పొలిటికల్ లీడర్ కు ఉండాల్సిన లక్షణాలన్నీ ఉన్నాయ్ వీరేశం గౌడ్ కు.

వీరేశం గౌడ్ లోపలి రాగానే లేచి నిల్చున్నాడు SI. వాళ్లతో పాటు కిరణ్ కూడా పైకి లేచి నమస్కారం చేశాడు. పొలిటికల్ పలకరింపు. నోరు నవ్వుతూ ఉన్నా నొసలు చిట్లినట్లు అనిపించే ఆ పలకరింపులు కాస్త ఏవగింపుగా అనిపించాయి శశాంక్ కు.

ఎంతో గౌరవంగా గౌడ్ ను కూర్చోమని మర్యాద చేశాడు SI. వీళ్ళేనా వాళ్ళు అన్నట్టుగా చూశాడు గౌడ్ అక్కడున్న శశాంక్, యామినిల వైపు.

గంభీరంగా ఉందక్కడి వాతావరణం.

మాటలు కలపడానికి ప్రయత్నించాడు కిరణ్. ఉలుకు లేదు పలుకు లేదు గౌడ్ లో. తనను పోలీస్ స్టేషన్ కు రప్పించారన్న కోపంతో కూడిన అసహనంతో

“మావాడెక్కడ” చుట్టూ కలయచూస్తూ గంభీరంగా అన్నాడు గౌడ్

ఆమాట అలా అన్నాడో లేదో, దూరంగా అరికాళ్ళపై కూర్చున్న ఓబులేసు పోలీసులు తీసేసిన తన చొక్కాను చంకలో పెట్టుకొని వడివడిగా గౌడ్ దగ్గరకు వచ్చాడు.

“అయ్యా. నన్నునవసరంగా తీసుకోచ్చారయ్యా. చూడండయ్యా ఎలా కొట్టారో..” అంటూ తన వంటిమీద పడ్డ వాతల్ని చూపిస్తున్నాడు ఓబులేసు.

ఒక్క సారిగా పైకిలేచి ఓబులేసు చెంప చెళ్ళుమనిపించాడు వీరేశం గౌడ్. కోపంతో బుసలు కొడుతూ

“చెత్తనా కొడకా.. చచ్చింది నా కొడుకురా. ఉంటే గింటే నాకుండాలి చంపిన వాళ్లమీద కోపం. ఎందుకురా మీకీ ఓవరాక్షన్లు. మీ బ్రతుకులు మీరు బ్రతక్క నన్ను పోలీస్ స్టేషన్ కు లాగుతారంట్రా.లం... కొడక. ఇంకోసారి నాకు కనిపించావంటే నేనే నిన్ను చంపి ఉప్పు పాతర పెడతాను” పైగుడ్డను విదిలిస్తూ కుర్చీలో కూర్చొన్నాడు గౌడ్ దర్పంగా కాలుమీద కాలు వేసుకుంటూ.

అవాక్కై తను కొట్టించుకున్న చెంపమీద చేయి తీయకుండా గౌడ్ వంక చూస్తూ భయంభయంగా పక్కకు వెళ్ళిపోయాడు ఓబులేసు.

శశాంక్ కు నోటి మాట రావడం లేదు. ఇదంతా తన చుట్టూ ఉన్న మీడియా మహత్యమని తెలీక అయోమయంగా చూస్తున్న శశాంక్ ని చూసి చిన్నగా నవ్వుకున్నాడు కిరణ్. కిరణ్ కూడా గౌడ్ పక్కన కూర్చున్నాడు.

"ఎక్కడ వాళ్ళు?" ఎవరు కంప్లైంట్ ఇచ్చింది అన్నట్టుగా చూశాడు యస్ ఐ వైపు,

పక్కనున్న బెంచి పట్టుకొని తలవంచుకు కూర్చున్న రేవతి, ప్రక్కనే కూర్చున్న యామినిల వైపు చూసి తల పంకించాడు ఎస్ ఐ వాళ్ళేనని సైగ చేస్తూ.

ఇక ఆలస్యం చేయలేదు గౌడ్. వెంటనే లేచి రేవతి దగ్గరకు వెళ్ళాడు. చేతులు రెండు జోడించి "అమ్మా. మీరెవరో నాకు తెలీదు. నా కొడుకు చేసిన వెధవ పనికి వాడికి తగిన శిక్ష పడిందనుకుంటున్నాను. ఇక పోతే నా మనిషి మీ అమ్మాయి పట్ల చేసిన తప్పుకు మనస్ఫూర్తిగా క్షమించమని కోరుతున్నా. మీరు క్షమించానని ఓ మాట చెబితేనే నేనిక్కడినుండి ప్రశాంతంగా వెళ్ళగలను." ప్రాధేయపడుతున్నట్టుగా అన్నాడు గౌడ్.

తలెత్తింది రేవతి ఎర్రబడ్డ కళ్ళతో. షాక్ అయ్యాడు గౌడ్. అమెనెక్కడో చూసినట్టుంది. ఆమె కళ్ళు ఏవేవో మాట్లాడుతున్నై. ఏవో జ్ఞాపకాల్ని గుర్తు చేస్తున్నై. గతం తనకు దగ్గరవుతున్నకొద్దీ కళ్ళు పెద్దవవుతున్నై గౌడ్ కి. చుట్టూ మీడియా, తమాయించుకున్నాడు వెంటనే

"ఆమె కూతురికి జరిగిన అన్యాయం కేవలం క్షమించేంత చిన్నది కాదు. ఆమెను అర్థం చేసుకోగలను. కిరణ్! ఆమె తరఫు వాళ్ళెవరూ రాలేదా" చాలా సాదాసీదాగా అడిగాడు గౌడ్

శశాంక్ ను పరిచయం చేశాడు కిరణ్.

' బాబూ శశాంక్! అయినదేదో అయిపోయింది. ఇక మీదట ఇవేవీ జరగకుండా చూస్తాను, కేసు విత్ డ్రా చేసుకోమని చెప్పు మీ...." అంటూ ఆగిపోయాడు గౌడ్

"ఆమె శశాంక్ ఆంటీ...." అందించాడు కిరణ్.

"మీ ఆంటీ కి చెప్పు కేస్ విత్ డ్రా చేసుకోమని"

కిరణ్ తొందర చేస్తున్నా పట్టించుకోలేదు శశాంక్.

"ఏదైనా వ్రాసివ్వగలరా". సూటిగా అడిగాడు శశాంక్ గౌడ్ ని

"ఏంటి?"

"ఇకమీదట ఏదైనా ఆ ఇద్దరికీ జరిగితే పూచికత్తు మీదేనని"

గౌడ్ కోపం తారస్థాయికి చేరింది. SI మీద చిర్రుబుర్రు లాడాడు. కిరణ్ సముదాయిస్తున్నాడు గౌడ్ ని. "SI గారు ఇది చాలా టూమచ్. వాళ్ళకు శత్రువులెవరెవరున్నారో నాకేం తెలుసు. ఏంటి వాడు మాట్లాడేది" కోపంతో ఊగిపోతున్నాడు గౌడ్

"SI గారు మీరేం చేస్తారో నాకు తెలీదు. ఈ కేస్ ఆక్సిడెంట్ గానే క్లోజ్ అవ్వాల. లేకపోతే ఈవ్ టీజింగ్ కింద బుక్ చేయండి. ఇంకా కాకపొతే ఆ అమ్మాయి తో ఏదైనా ఎఫైర్ అంటగట్టండి. ఓటులేసుగాడ్ని మోసం చేసిందన్న అక్కసుతో ఆమె మీద హత్యాయత్నం చేశాడని ఎఫ్ ఐ ఆర్ వ్రాయండి..." చెప్పుకు పోతున్నాడు గౌడ్

కిసుక్కుమని నవ్వింది యామిని.

"శశాంక్. నామాటిని బుద్ధిగా జాబ్ చేసుకో. రైటర్ గా నీకు పోటీ బయట ఎక్కువగా ఉంది." లోగొంతుతో అంది యామిని

నషాళానికి ఎక్కింది కోపం గౌడ్ కి.

"ఎవరా పిల్ల"

"శశాంక్ గర్ల్ ఫ్రెండ్..... అన్నా! నేను చూసుకుంటాను కదా. మీరు ప్రశాంతంగా వెళ్ళండి." గౌడ్ ని బయలుదేరదీశాడు కిరణ్.

శశాంక్ యామినిలవైపు గుర్రుగా చూస్తూ పోలీస్ స్టేషన్ గుమ్మం దాటాడు గౌడ్.

"ఏమిట్రా అంతా పెంట పెంట చేశావు. కేసులు కోర్టులు.. ఎంత తలనొప్పో తెలుసా. ఇక్కడికి ఉద్యోగాని కొచ్చావా. లేక కోర్టుల చుట్టూ తిరగడానికి వచ్చావా... దా.. ఇప్పుడే ఓసారి గౌడ్ తో మాట్లాడదాం.

అంటూ శశాంక్ ను బయటకు లాక్కొని పోయాడు కిరణ్.

కారెక్కబోతున్న గౌడ్ ను ఆపాడు కిరణ్.

"అన్నా! ఏదో కుర్రతనం, వదిలేయ్. ఇక మనం కాంప్రమైజ్. చెప్పరా." అంటూ శశాంక్ ని ముందుకు తోశాడు కిరణ్.

గౌడ్ కళ్ళలో కోపం ఇంకా తగ్గలేదు 'శశాంక్ కళ్ళలోకి రౌద్రంగా చూస్తూ.

"రేయ్ పిల్ల నాయాలా. నేనెన్నో మర్డర్ లు చేశా. ఎన్నో లూటీలు చేశా. ఎందరినో తొక్కుకుంటూ ఈ స్థాయికి వచ్చా. కానీ నేనెప్పుడూ పోలీస్ స్టేషన్ గడపెక్కలా... నువ్వేక్కిచ్చావ్. ఇంత సేపు నా భవిష్యత్తు కోసం కోపాన్ని అదిమి పెట్టుకున్నా. నా సహనాన్ని హద్దులు దాటించావ్. నిన్నూరకే వదిలిపెట్టను...జాగ్రత్త.. నువ్వు నీ గర్ల్ ఫ్రెండ్.... నీ ఆంటీ....జాగ్రత్త.. జాగ్రత్త" కోపంతో బుసలు కొడుతూ కారెక్కాడు గౌడ్.

నిర్ఘాంతపోయి చూస్తుండి పోయాడు శశాంక్.

* * *

"ఏమిటే నీవనేది. చెబుతుంటే నీకు అర్థం కావట్లేదా.మనమిప్పుడున్న పరిస్థితి ఏంటో తెలుస్తోందా నీకు. ఏదో ఆ శశాంక్ బాబు మంచివాడు కాబట్టి ఇంతవరకు మనం క్షేమంగా ఉన్నాం. అతను మనవల్ల ఎన్ని ఇబ్బందులు పడుతున్నాడో తెసుసా. చాలు ఇంతవరకు. మన మెళ్లిపోదాం మన ఊరికి. ఉద్యోగం వద్దు సద్యోగం వద్దు. పెధవుద్యోగం... దానివల్లనే కదా ఇన్ని సమస్యలు. మనకు సమస్యలు ఉండొచ్చు, మనమింకోకరికి సమస్య కాకూడదు.. అనవసరంగా శశాంక్ ను సమస్యల్లో పడేశాం." దండెం మీద ఆరేసిన బట్టలు తీసి బుజాన వేసుకుంటూ అంది రేవతి.

"పోలీస్ స్టేషన్ లో కంప్లైంట్ ఇచ్చాం కదా. ఇక మనకు భయమెందుకు. ఉద్యోగం చూసుకొనే వెళ్దాం." తడి తల తుడుసుకుంటూ అంది తార

"ఇదేమైన నీ అత్తారిల్లో, మేనమామ ఇల్లో అనుకుంటున్నావా. నోర్మూసుకుని బట్టలు సర్దు.."కసిరినట్టుగా విసురుగా బట్టలు బుజాన వేసుకుని లోపలికెళ్ళబోతున్న రేవతిని చేయి పట్టుకొని ఆపింది తార. రేవతి కళ్ళలో కి తరచి తరచి చూస్తూ

"చెప్పమ్మా. మన ఊర్లో ఎవరున్నారు మనకు. కనీసం మనం తిన్నామో లేదో అడిగేదిక్కున్నారా. నీ బంధువులే నిన్నుసలుదగ్గరికి కూడా రానిచ్చారా. ఏ శుభాకర్యక్రమాని కైనా ఎప్పుడైనా పిలిచారా నిన్ను. ఊరినిండా జనాలున్నా ఒంటరిగానే బ్రతికాం కదమ్మా మనం... ఉన్న పొలం అమ్మేశాం. అప్పు చేశాం. మనమిప్పుడు ఏ ఆధారం లేకుండా పోతే నన్ను తాకట్టు పెట్టమంటారు అప్పులిచ్చినోళ్ళు. పెడతావా.

"అలాగని ఇక్కడే ఉంటావా"

"ఎదో ఒక ఉద్యోగం చూసుకొని ఇక్కడే ఉందాం ఏదైనా ఇల్లు అద్దెకు తీసుకుని. ఊర్లో వాళ్ళ అప్పులు తీర్చేసి ఒకరిని చేయి చాచకుండా బ్రతుకుదాం." నిశ్చయంగా అంది తార తడి టవల్ ను విదిలిస్తూ.

"ఏయ్ తార ఏమిటిది, చూసోకోనక్కరలేదా." పైన పడ్డ నీళ్ళను తుడుచుకుంటూ అప్పుడే అక్కడకు వచ్చిన శశాంక్.

"ఓ సారి. శశాంక్!. చూసుకోలేదు".అంది తార

"ఇది అంతే బాబు. ముందు వెనుక చూసుకోదు" విసుగ్గా అక్కడినుండి వెళ్ళిపోయింది రేవతి

"అ కంగ్రాట్స్ తార. నీకు జాబ్ కన్ఫాం అయ్యింది. ఇప్పుడే చెప్పాడు మా ఫ్రెండ్ హరీష్."చాల ఉత్సాహంగా చెప్పిన శశాంక్ కు తార మొహంలో ఎటువంటి రియాక్షన్ లేకపోయేసరికి

"ఏయ్ తార, నీకు జాబ్ వచ్చింది..." తార సరిగ్గా వినలేదేమోనని కాసింత గట్టిగా చాల ఎగ్జైటింగా అన్నాడు శశాంక్.

తార మాత్రం చాలా కూల్ గా తన కురులు సుతారంగా వెనుకకు వేసుకుని చేతులతో తనను తాను చుట్టేసుకుంటూ "ఐతే.. ఐతే నాకేది గిఫ్ట్" అన్నది సూటిగా శశాంక్ కళ్ళలో కి చూస్తూ

అర్థం కాలేదు శశాంక్ కు.

"జాబ్ వచ్చింది నీకైతే.. నేనెంతుకివ్వాలి గిఫ్ట్." నొసలు చిట్లిస్తూ అన్నాడు శశాంక్

"నా రెజ్యుం తాయారు చేసింది నువ్వే కదా"

"రెజ్యుం ప్రిపేర్ చేస్తే... ఉద్యోగం వచ్చేస్తుందా. రిటన్ టెస్ట్ వ్రాసింది నువ్వు, ఇంటర్వ్యూకి అటెండ్ అయ్యింది నువ్వు.. ఆ క్రెడిట్ అంతా నీదే కదా.. మరి నేనెందుకివ్వాలి.."

హు.. అంటూ బుంగమూతి పెట్టుకొని నిష్ఠూరంగా అక్కడినుండి వెళ్ళిపోయింది తార.

విస్తూపోయి చూడటం తనవంతైంది.

తార ఎలా ఉన్నా బావుంటుంది. ఇవాలేమితో హాఫ్ సారీలో మరింత అందంగా కనిపిస్తోంది.మనిషి అందంగా ఉండాలే గాని, ఏ ఫీలింగైనా అందంగానే ఉంటుంది. ఓ చిన్న పిల్ల అలిగి వెళ్లిపోయినట్టుంది తార అలా వెళ్లి పోవడం.లోలోపలే నవ్వుకున్నాడు శశాంక్.

నీలి ఆకాశం పిల్లగాలులతో ఎంతో హాయిగా అనిపించింది. ఆకాశంలో మబ్బులు విడివడి చంద్ర బింబం బయట పడుతున్నట్టే తనకున్న సమస్యలలోనుండి క్రమంగా బయటపడుతున్నట్టుంది తను. ఈ జాబ్ లో తారను పెట్టేసి వాళ్ళను పంపించేస్తే తనకున్న అన్ని సమస్యలు తీరినట్టే. టెర్రస్ మీద నున్న తన రూమ్ ఇప్పుడో ఆనందనిలయంగా అనిపిస్తోంది. అనేక కష్టాల తర్వాత ఓ చిన్న సుఖం ఎంత హాయినిస్తోందో కదా.... ఆస్వాదిస్తున్నాడు శశాంక్ అక్కడి ప్రశాంత ప్రకృతిని.

"బాబు శశాంక్.." రేవతి పిలుపుతో ఈ లోకంలోకి వచ్చాడు శశాంక్

ఆమె చేతిలో నున్న పాయసం కప్పు శశాంక్ చేతిలో పెట్టింది రేవతి.

"థాంక్స్ రేవతి గారు, మీరైనా అర్థం చేసుకున్నారు.నోరు తీపి చేశారు.... అదేంటి నేను జాబ్ సంగతి చెబితే తార ఎగిరి గంతేస్తుందనుకొంటే.. అలా వెళ్లి పోయింది." పాయసం ను స్పూన్ తో నోట్లో పెట్టుకుంటూ అన్నాడు శశాంక్

"అ.. తారకు జాబ్ వచ్చిందా. మరది నాకు చెప్పలేదే తార."

"అంటే ఈ పాయసం అందుకు కాదా" ప్రశ్నార్ధకంగా చూశాడు రేవతి వైపు

"లేదు బాబు..ఈరోజు తార పుట్టిన రోజు."

"అ అవునా. మరైతే ఉదయం చెప్పలేదే నాకీ విషయం"

"అ అదే.. తార పరిస్థితి బాగా లేదుకదా.. అవన్నీ ఇపుడెందుకనీ... ఈ రోజు డాక్టర్ దగ్గరకు చెకప్ కోసం వెళ్ళాం. గాయాలు మానాయని చెప్పారు. అందుకే ఇప్పుడు తలస్నానం చేసింది తార"

శశాంక్ కు తార అలా ఎందుకు వెళ్ళిపోయిందో అర్ధమైంది.

"తారెక్కడ"

"లోపల ఉంది బాబు. దేవుని దగ్గర దీపారాధన చేస్తుంది." శశాంక్ చేతిలోని ఖాళి కప్పుని అందుకొంది రేవతి.

దేవుని పటాల ముందు పొందికగా కూర్చొని దీపం వెలిగిస్తోంది తార. మరింత ముగ్ధ మనోహరంగాఉంది వెలుగుతున్న దీపపు వెలుతురులో మెరుస్తున్న ఆమె ముఖారవిందం. కాటుక కనురెప్పలమధ్య కోటి కాంతులతో వెలుగుతున్నె కలువరేకుల లాంటి తెల్లని కళ్ళు, చీకటిని సైతం ధిక్కరిస్తున్నట్టు ఆ నల్లని కనుపాపల్లో నిశ్చలంగా వెలుగుతున్నె కోటి ఆశల దివ్వెలు. అగరు పొగలు తార సంపంగి నాసికను ఆశ్రయిస్తూ ఉంటే.. ఆస్వాదిస్తూ అరమోడ్పు కనులతో రెండు చేతులమోడ్చి దేవుణ్ణి ప్రార్ధిస్తోంది. సద్దు చేయకుండా ఎంతో ఒద్దికగా ఒదిగిపోయింది అక్కడి ఆవరణం శశాంక్ తో సహా.

ఓ దీర్ఘ శ్వాసతో ఎంతో ప్రసన్నంగా కళ్ళు తెరిచిన తార వైపు చూస్తూ

"సారి తార. నాకు గుర్తు లేదు. ఎదో క్యాజువల్ గా రెజ్యుం తాయారు చేశానే తప్ప. నీ బర్త్ డే డేట్ గమనించలే. ఎనీ హౌ విష్ యు మెనీ మేని హ్యాపీ రిటర్న్స్ అఫ్ ది డే చనువుగా తార చేతిని తన చేతిలోనికి తీసుకుంటూ" విష్ చేశాడు శశాంక్.

మౌనంగా అక్కడినుండి లేస్తూ "థాంక్ యు" అని ముక్త సరిగా సమాధానమిచ్చింది తార.

"తార! రేపు అప్పాయింట్ మెంట్ ఆర్డర్ రాగానే చేరిపో. మంచి ఇల్లు దొరికేదాకా కొన్ని రోజులు ఎలీసా దగ్గరుండు. ఈలోగా మీ ఊర్లో ఏదయినా పనుంటే చూసుకోమ్మను మీ అమ్మను. తర్వాత మీరిద్దరూ కలిసి ఉండొచ్చు..." చెప్పుకు పోతున్న శశాంక్ కు అడ్డుపడుతూ

"నాకీ ఉద్యోగం వద్దు" గంభీరంగా అంది తార.

అవాక్కైయ్యాడు శశాంక్

"ఏం" విస్మయంగా అడిగాడు శశాంక్

పట్టించుకోకుండా బయటకు నడిచింది తార.

ఆమెననుసరించాడు శశాంక్.

"ఏం తార, ఏం.. ఎందుకొద్దు??" నిలదీశాడు శశాంక్ ఆమెకు ఎదురుగా వస్తూ

"వద్దు.. అక్కడ నాకు ఇచ్చింది జాబ్ ఆఫర్ కాదు, మ్యారేజ్ ప్రోపోజల్. ఇంటర్వ్యూ లో ఒక్క క్వశ్చేన్ కి కూడా అన్సర్ చేయలేకపోయా. హాల్ నుండి బయటకు వచ్చిన తర్వాత ఆ మేనేజర్ నాకు పెళ్లి ప్రోపోజల్ ఇచ్చాడు. వాడి మొహం మీద కొట్టినట్టు చెప్పా. నాకీ ఉద్యోగం వద్దని. అయినా ఓ ట్రయిల్ వేసినట్టున్నాడు. రాస్కెల్." తిట్టుకుంటూ అంది తార.

"అలా అని ఎందుకనుకుంటావ్. వాడు కేవలం మనేజేరే, ఓనర్ కాదు కదా".

"నో!.. నావల్ల కాదు."

"తార!.. ఎక్కడైనా ఇదే పరిస్థితి. మన జాగ్రత్తల్లో మనముండాలి" నచ్చచెబుతూ అన్నాడు శశాంక్

"అలా అయితే నాకీ జాబే వద్దు."

"ఐతే మీ అమ్మతో ఊరెళ్ళిపో"

"వెళ్ళను. నేను తిరిగి రైల్వే ప్లాట్ ఫాం మీదకు వెళతా"

"పెళ్లి"

"అక్కడకు నువ్వస్తావ్. మళ్ళీ నీతో కలిసి కొంతకాలం ఉండొచ్చు".

"ఏం నీకేమైనా పిచ్చి పట్టిందా"

"అవును నాకు పిచ్చి పట్టింది. నీ పిచ్చే పట్టింది. కాలాన్ని వెనక్కి తిప్పాలనుంది. నీతో ఉన్న కాలాన్ని మళ్ళీ తెచ్చుకోవాలనుంది.. ఎందుకిలా చేశావ్ శశాంక్.. దాదాపు ఏడుపు గొంతుతో నిలదీస్తోంది తార. మమ్మల్నెందుకిలా చేరదీశావ్. ఎందుకు నీ ప్రేమకు దాసిని చేశావ్. ఇప్పుడు సడన్ గా దూరంగా వెళ్లి పొమ్మంటే ఎలా???... నువ్వు లేకుంటే పిచ్చేపడుతుంది నాకు, మా మానాన మమ్మల్ని వదిలేసుంటే నాకీ పరిస్థితి వచ్చి ఉండేది కాదు కదా. ఎందుకిలా చేశావ్ శశాంక్.. ఎందుకిలా" శశాంక్ కాలరు పట్టుకొని ఏడుస్తూ శశాంక్ ఎదపై తలవాల్చేసింది తార.

ఏం చేయాలో పాలు పోవడం లేదు. తను ఓ మంచి ఉద్దేశ్యంతో సాయం చేస్తే, వీళ్లిలా తగులుకున్నారేమిటి. వదిలించుకోవాలి వీళ్ళను. తన ఎదపై వాలిన తారను సుతారంగా లేపాడు.

"చూడు తారా! నీ కిష్టమైతేనే ఈ ఉద్యోగంలో చేరు. లేకపోతే మీ అమ్మతో పో " ఆమెను పక్కకు నెడుతూ కటువుగా అన్నాడు శశాంక్.

ఎప్పుడొచ్చిందో వచ్చింది శాంతమ్మ అక్కడకు. జరిగినదంతా చూసినట్టుంది. తన చేతిలోని గారెల ప్లేట్ ని తార చేతిలో పెడుతూ

"అరె శశాంక్.. అమ్మాయి అంతగా అడుగుతూ ఉంటే ఎందుకలా కసురుకుంటావ్. అదేమైనా పరాయి పిల్లా?. నీ అత్త కూతురే కదా. అంతగా నీకు ఇష్టం లేకుంటే వాళ్ళకు ఎదో ఒకే దారి చూపించి తప్పుకోవాలి గాని.. ఇలా మధ్యలో వదిలేస్తే ఎలా. చూడు శశాంక్. ఎదో పెద్దదాన్ని చెబుతున్నా. ఆడ కూతురి కంట నీరు ఇంటికి మంచిది కాదయ్యా.. సరే పోనీ..మీ ఆఫీసులోనే ఓ ఉద్యోగం ఇప్పించు. నువ్వున్నావనే ధైర్యం దానికుంటది, నినుచూసి దీనివంక ఎవరూ కన్నెత్తి చూసే సాహసం చేయరు. ఆ పిల్ల కొత్త కదా. కొంత కాలం ఆఫీసు వాతావరణం అలవాటైయ్యే దాకన్నా మీ ఆఫీసులో పని చేయించుకో. నీ వనుకున్నట్టు వాళ్ళిద్దరిని వేరుగా పెడుదువులే.. ఇంత చేసినోడివి,

ఈ కాస్త పని చేసి వాళ్ళకో దారి చూపించయ్యా" శశాంక్ గడ్డం పట్టుకు బ్రతిమిలాడింది శాంతమ్మ.

"శాంతమ్మ గారు మీకసలు విషయం తెలీదు" తను పట్టు వదలలేదు శశాంక్. ఏడుస్తూ లోపలికెళ్ళి పోయింది తార.

"పుట్టిన రోజు ఏడిపించకురా దాన్ని.. ఏదైనా చేయి నాయినా. దాని పుట్టిన రోజనే సరికి పరాయి దాన్నయిన నేనే దాని కోసం ఎదో ఒకటి తినిపించి సంతోషపెట్టాలనుకున్నానే. ఇంత మంచి వాడివి నీవేమిట్రా ఇలా .... మా అయ్య కదూ. పోయి దాన్ని ఓదార్చరా.. పో " అంటూ క్రింది కెళ్ళిపోయింది శాంతమ్మ.

రూమ్ లో ఓ మూల గొంతు కూర్చొని ముఖం దాచుకుని ఉంది తార. మెల్లగా ఆమె దగ్గర కూర్చొని తల పైకి లేపాడు తన మునివేళ్ళతో. తడి కళ్ళతో కళ్ళు మూసుకునే ఉంది.

"చూడు తార. మొదట్లో నీకు మా అఫీసు లోనే జాబ్ చూద్దామనే అనుకున్నా. కాని మా బాస్ ఓ కామపిశాచే. వాడి చేష్టలు చూసి నేనే జాబ్ మానేద్దామనుకుంటున్నా. నీకక్కడి కంటే ఇప్పుడొచ్చిన కంపెనీ యే బెటర్. అక్కడ నా ఇంపార్టెన్స్ తెలిసి కాస్త ఎక్కువ జీతం వస్తుందని ఇంకా అక్కడే ఉన్నా. నిన్నక్కడ వదలిపెడితే నేను మనశ్శాంతిగా ఉండలేను".

"ఏం"

"ఏమంటే చూస్తూ చూస్తూ ఎలా"

"నేనేమైపోతే నీకేం" రెట్టించింది తార

"హే.. తిక్కగా మాట్లాడకు ... అ.. ఏంటి నీకిప్పుడు మాకంపెనీలో జాబ్ కావాలి. అంతేనా." కోపం అసహనం పెరుగుతోంది శశాంక్ లో

"ఎక్కడనేది అనవసరం. నీవు నా ప్రక్కనుంటే అన్నీ బాగుంటాయ్" శశాంక్ కోపం మీద కారం చల్లినట్టుగా అంది తార.

"గో టు హెల్, నిన్ను మా ఆఫీసు లోనే చేరుస్తా. నీ చావు నీవు చావు.. ఇదిగో ఒక్క విషయం.. జాబ్ లో చేరిన మరుక్షణం నువ్వెవరో నేనెవరో... వెంటనే ఇక్కడినుండి వెళ్లిపోవాలి నువ్వు.. కాదు కాదు నువ్వు నా గర్ల్ ఫ్రెండ్ యామిని రూమ్ లోనే ఉండాలి. నిన్ను నీవు తెలుసుకొని నీ తిక్క కుదరాలంటే ఇదే మార్గం. రేపే చూస్తా..." కోపంగా లేచాడు శశాంక్.

తొందరపాటులో తీసుకున్న నిర్ణయం తన జీవితాన్ని ఎన్ని మలుపులు తిప్పుతుందో శశాంక్ ఉహించి ఉంటే.. కనీసం పునరాలోచించి ఉంటే బాగుండేదేమో. కోపంతో వివేచనను ముసేస్తున్నట్టు విసురుగా తలుపును ధడేల్ మని విసురుగా తన్నేసి బయటకు వెళ్ళిపోయాడు శశాంక్.

* * *

ఛాంబర్ లో జర్మనీ వాళ్ళ ప్రాజెక్ట్స్ గురించి యాక్షన్ ప్లాన్ రెడీ చేస్తున్నాడు శశాంక్, శ్రీధరన్ బాస్ ల తో కలసి. రిసోర్సెస్ విషయంలో నందన్ చతుర్వేది అస్సలు కాంప్రమైజ్ కావట్లేదు. ఎంతో ప్రిస్టేజియస్ గా తీసుకున్నాడీ ప్రాజెక్ట్ ని. ఖండ ఖండాంతరాలకు తన కంపెనీని విస్తరిద్దామనే గట్టి పట్టుదలతో ఉన్నాడు బాస్. ఓసారి సమ్మరీ చదువుకున్నాక ఎంతో తృప్తిగా ఫీలైయ్యాడు. వెల్ డన్ వెల్ డన్ అంటూ చిన్న పిల్లాడిలా చప్పట్లు కొట్టాడు శశాంక్, శ్రీధరన్ లను అభినందిస్తూ.

శశాంక్ తను కూర్చున్న సీట్ లోంచి పైకి లేస్తూ "సార్ మీతో కొంచెం మాట్లాడాలి." అన్నాడు మెల్లగా.

అప్పటిదాకా తీరిగ్గా కూర్చున్న శ్రీధరన్ షడన్ గా పైకి లేస్తూ "సార్ ఇక నేను వస్తాను" అన్నాడు. వాళ్ళిద్దరి మధ్య తనెందుకన్నట్టు.

"ప్లీజ్ శ్రీధరన్ మీరు ఉండొచ్చు. ఇదేమీ నా పర్సనల్ కాదు". అంటూ బాస్ వైపు తిరిగి "సార్! మీరు ఇందుకు అవసరమైతే ఎవరినైనా రిక్రూట్ చేసుకోమని చెప్పారు కదా. మా దూరపు బంధువులమ్మాయి MCA చదువుకుంది. ఆమెను జూనియర్ ప్రోగ్రామర్ గా ఈ ప్రాజెక్ట్ కోసం పెట్టుకుందామనుకుంటున్నాను. మీతో ఓ మాట చెబుదామని..." కొనసాగించాడు శశాంక్

"హే.. శశాంక్.. ఇంతకు ముందే చెప్పానుకదా నీకు. నీఇష్టం వచ్చిన వాళ్ళను పెట్టుకోమని" అంటూ HR డిపార్ట్మెంట్ హెడ్ శ్రీనివాసరావు ని శశాంక్ దగ్గర రెజ్యూం తీసుకొని అప్పాయింట్ మెంట్ ఆర్డర్ ఇమ్మని చెబుతూ ఉన్నాడు బాస్

"సార్.." బాస్ కు అడ్డుతగులుతూ అన్నాడు శశాంక్

"ఏంటీ. శాలరీ నా.. నీ ఇష్టం వచ్చినంత ఫిక్స్ చేసుకో. నా ప్రాజెక్ట్ ఇన్ టైంలో పూర్తి చేస్తావన్న నీమీదున్న నమ్మకం ముందు, డబ్బు పెద్ద విలువైనదేమీకాదు. గో ఏ హెడ్."నవ్వుతూ తలెగరేశాడు బాస్.

"థ్యాంక్ యు సర్. థ్యాంక్ యు ఫర్ యువర్ కాంప్లిమేంట్. విషయమేమిటంటే, ఆమెను కేవలం ఈ ప్రాజెక్ట్ వరకే ఉంచుదామనుకుంటున్నాను. శ్రీధరన్! మీకూ ఈ విషయం చెబుదామనే మిమ్మల్ని ఉండమని చెప్పాను." తను చెప్పవలసింది వాళ్లకు సరిగ్గానే అవగతమైందని తృప్తిగా నవ్వుకుంటూ లేచి బయటకు వెళ్ళిపోయాడు శశాంక్.

శ్రీధరన్, శశాంక్ లు వెళ్లి పోయిన తర్వాత HR హెడ్ శ్రీనివాసరావు కు మళ్ళీ ఫోన్ చేశాడు బాస్ నందన్ చతుర్వేది

"శ్రీనివాసరావు గారు. శశాంక్ రెకమెండ్ చేసిన ఆమెకు అప్పాయింట్మెంట్ ఆర్డర్ ఇచ్చి, ఆ రెజ్యూం ని ఓసారి నా దగ్గరకు తీసుకురా" అంటూ కట్ చేసి విలాసంగా ఫోన్ ను చేతివేళ్ళ మధ్య తిప్పుతూ టేబుల్ పై గిరాటేశాడు రాబోయే జూనియర్ ప్రోగ్రామర్ ఎలా ఉండబోతుందో ఊహించుకుంటూ.

* * *

ఫోన్ ని చెవి దగ్గర భుజంతో ఆనించుకొని సింక్ లో చేతులు కడుగుతూ మాట్లాడుతున్నాడు శశాంక్ యామినితో.

విష్ చేసిన కొలీగ్ శేఖర్ ను తల పంకించి విష్ చేసి, "యామిని నేను లంచ్ కు వెళుతున్నా. నీకు మళ్ళీ కాల్ చేస్తా" అని ఫోన్ కట్ చేయబోతుండగా, అవతల ఫోన్ లో యామిని "ఏంటి ఇంకా భోంచేయలేదా.. మరి భోంచేసిన వెంటనే కాల్ చేయవా"

"ఎందుకూ"

"నువ్వు బొంచేసిన తర్వాత నేను భోంచేద్దామని."

"ఆహా.. నువ్వు మింగడానికా.. ఇంకా నాకు చిలకలు చుట్టిస్తావేమోననుకున్నా. అయినా అది ఒకే కంచంలో తినేవాళ్ళకే. మనలాగా స్విగ్గిలతో పార్సెల్ తెప్పించుకొని విడివిడి గా మేక్కేవాళ్ళకు కాదు."

"ఆహా ఎంత మంచి ఐడియా ఇచ్చావో.. ఫ్యుచెర్లో రెండో కంచం కడిగేబాధ లేకుండా చేశావ్"

"ఆ సాంప్రదాయం ఇష్టా అఇష్టాలు తెలుసుకొనేదానికి. నీలా పొంటేరితనం పెంచుకోనేదానికి కాదు."

"ఐతే ఏంటీరోజు స్పెషల్"

"మిని"

"మినీ మీల్సా"

"యా... మినీ మీల్సే. రొటీన్ గా"

"నీ బోడి మొహానికి వెరైటీలు కావాలా ఏంటి. ప్రస్తుతానికి ఆ మినీ మీల్స్ లాగించు. సాయంత్రం నీకు స్పెషల్ పెడుతా"

"ప్రస్తుతం శాంపిల్ గా ఒకటి ఫోన్లో.. ప్లీజ్" గోముగా అడిగాడు శశాంక్

"ఊ.." కోపం మురిపెం కలగలిశాయి యామిని గొంతులో.

"కాస్త నంజుకుంటానే.." బామాలుకున్నాడు శశాంక్

"సాయంత్రం ఫుల్ గా తినేద్దువు గాని, పారడైస్ కేఫ్ కి రా"

"కేఫ్ లో ఏందీ.. నా బొంద. ఫుల్ మీల్స్ తినేది. సరే ఉంటా, బై" ఫోన్ కట్టేసి పార్సెల్ విప్పసాగాడు శశాంక్

"ఏంటి ఈ రోజు లంచ్ బాక్స్ తెచ్చుకోలేదా." నోటిలో చపాతీ కుక్కుకుంటూ అడిగాడు శేఖర్.

"లేదు" ముక్తసరిగా సమాధానమిస్తూ లంచ్ చేయడానికి ఉద్యుక్తుడయ్యాడు శశాంక్

"ఏం. మీ అత్తా వాళ్ళు వెళ్లిపోయారా. అవునూ మీ అత్త కూతుర్ని ఇక్కడ చేరుస్తున్నావటకదా" తింటూనే కొనసాగించాడు శేఖర్

"అ.. మా అత్త వాళ్ళేంటి??. ఎవరు చెప్పారు నీకు".

"శ్రీధరన్ చెప్పాడ్లె."

కోపంతో పళ్ళు కొరికాడు శశాంక్. దగ్గరలో కనక శ్రీధరన్ ఉంటే ఏకంగా వాడి పీకే కోరికేసేవాడు.

అనుకున్నంతలోనే అటువైపుగా వచ్చాడు శ్రీధరన్. రారా నీయబ్బ అనుకుంటూ కూర్చోమన్నాడు శశాంక్

"ఏం చెప్పావ్ శేఖర్ కి" తీక్షణంగా చూస్తూ కళ్ళెగరేశాడు శశాంక్

"ఉన్నదే. శ్రీనివాసరావు దగ్గర రెజ్యూం చూశాలే. ఆరోజు బాస్ కు పిక్ అప్ చేసుకొమ్మని చెప్పావే ఆ అమ్మాయే కదా ఈ అమ్మాయి. మీ అత్త కూతురే కదా?!!.." ఏదో కనిపెట్టేసినట్టు గర్వంగా అన్నాడు శ్రీధరన్.

శ్రీధరన్ వాడిన పదజాలానికి కోపం తారస్థాయికి చేరుకుంది

"షటప్. ఎవరు చెప్పారు నీకు, ఆమె మా అత్త కూతురని. ఆ.. లేని పోనీవన్నీ..."

"అర్రే శశాంక్. ఎందుకంత కోప్పడతావ్. ఆరోజు కాబ్ బుక్ చేస్తూ ఎలీసా అని ఏదో ఫోన్ నంబెర్ ఇచ్చావు చూడు, ఆమెకు ఫోన్ చేశా. ఆమె చెప్పింది. ఆమెకు నువ్వింత కేర్ తీసుకుంటుంటే అన్నా. నువ్వే అన్నావుకదా, ఆమె దూరపు బంధువని..."

"ఐతే ఆఫీసు మొత్తం డప్పు కొట్టేస్తావా.. ఇదో శ్రీధరన్.. ఇంకోస్సారి నా పర్సనల్ విషయాల్లో తల దూర్చావంటే... మర్యాదగుండదు." వార్నింగ్ ఇచ్చాడు శశాంక్

సారి చెప్పి అక్కడనుండి వెళ్ళిపోతున్న శ్రీధరన్ వైపు కోపంగా చూస్తూ గబాగబా తిన సాగాడు శశాంక్.

* * *

ఆ చల్లని సాయంత్రంవేళ పారడైజ్ గార్డెన్ కేఫ్ లో ఓ టేబుల్ దగ్గర కూర్చొని మాటి మాటికి ఫోన్ వంక చూస్తున్నాడు శశాంక్

"ఆర్డర్ ప్లీజ్" వెయిటర్ పలకరింపుతో తలెత్తి చూశాడు శశాంక్

"లేదు, తను వచ్చిన తర్వాత ఇస్తాలే" అంటూ మరోసారి కాల్ చేశాడు యామినికి. జర్నీలో ఉన్నట్టుంది. ఫోన్ లిఫ్ట్ చెయ్యట్లేదు.

కోరి వచ్చే ప్రేయసి కోసం ఎదురు చూస్తూ, కలయికల కలలలో కాలం ఇట్టే కరిగిపోతుంది. చుట్టూ ఉన్న ప్రతిదీ ఎంతో హాయిగా ఉన్నట్లనిపిస్తుంది. ఆ మాధుర్యాన్ని ఆస్వాదించే పరిస్థితులలో లేడిపుడు శశాంక్. తన అనుభూతులను పంచుకొనే డైరీ ఆమె. ఒకప్పుడు తను వ్రాసిన అక్షరాలు తనతో మనసువిప్పి మాట్లాడేయి. ఇపుడీ యామిని తన మాటల్ని సజీవ అనుభూతులుగా మారుస్తోంది. యామిని తన డైరిగా ఎంత త్వరగా తన కళ్ళ ముందు ప్రత్యక్షమవుతుందా అని ఎదురు చూస్తున్నాడు. కాలం మరీ భారంగా కదులుతోంది శశాంక్ కి. గడియారంలో ముళ్ళు చాల నీరసంగా కదలడం చిరాకు పుట్టిస్తోంది. విసుగ్గా తలెత్తి చూశాడు శశాంక్. ఎదురుగా తన కోసం వెదుకుతూ చుట్టూ కలయచూస్తోంది యామిని. "యామిని!" అంటూ చేయి ఎత్తి ఊపాడు శశాంక్.

గోల్డ్ కలర్ సల్వార్ కమీజ్ లో ఉన్న యామిని అందాన్ని ఆస్వాదించడం కంటే తనకిప్పుడు ఓ ముఖ్యమైన పని ఉంది. తను తీసుకున్న నిర్ణయానికి ఆమె ఎలా స్పందిస్తుందో నని తెగ ఆలోచిస్తున్నాడు శశాంక్

"ఎంతసేపైంది శశి నువ్వొచ్చి"

"యామిని తెచ్చే నిశి కోసం ఓ సంధ్య కాలమంత"

"బాబూ... నీ కవితలతో నన్ను కాల్చి చంపకు... మద్యలో ట్రాఫిక్ జాం అయి నేనురావడం కాస్త లేటైంది... ఈ మాత్రం దానికే ఇంత హింసా?!!.. సారీ సారీ సారీ...

చాలా!!!.." రెండు చేతులెత్తి నడినెత్తిమీద పెట్టుకొని దండం పెడుతూ అన్నది యామిని.

"ఒకే ఒకే ఒకే... మరీ సారీ లను శారీల దాకా పోనీకు. పర్సులో పైసల్ నిల్. ఈరోజు ట్రీట్ నీదే"

"ఏం జీతం రాలేదా"

"ఊ ...నా రూంలో ఉన్నారుగా ఇద్దరు బహుదూరపు బాటసారులు.. వాళ్ళను మేపడానికే అయిపోయాయి. ఇంటికి కూడా పంపించలే.. ఏమైనా ఉంటే సర్దుతావేంటి.."

"సిగ్గు లేదా నీకు, ఓ ఆడపిల్లను అప్పడగడానికి"

"ఓహ్ చాలు. ఆ ఇద్దరి ఆడవాళ్ళను చూసిన తర్వాత నా అభిప్రాయమే మారిపోయింది"

"ఎందుకు వాళ్ళనట్టా అడిపోసుకుంటావ్. ఏదో... పాపం ఇబ్బందుల్లో ఉన్నారన్నావ్ కదా."

"పాపం అంటున్నావా వాళ్ళని. అసలు విషయం చెబితే నన్ను కూడా పాపం అనవు"

"ఏం... ఏంజరిగింది"

"చెబుతాను గానీ.. ముందు నీవేం తీసుకుంటావో చెప్పు" అంటూ బేరర్ ను పిలిచాడు శశాంక్

"దీన్నే సొమ్మొకడిది, సోకొకడిదంటారు.. బిల్లు కట్టాల్సింది నేను, నాకే ఆర్డర్ ఆఫర్ చేస్తావా. నీచేత కేఫ్ లో కప్పులు కడిగిస్తాను చూడు.." మునిపళ్ళలో మూతి బిగించి చిలిపిగా చూసింది యామిని.

"తొందరెందుకులే, రేపెలాగు ఇంట్లో కడిగిస్తావ్ కదా."

"అందుకు కాస్త ప్రాక్టీస్ ఉంటే బెటర్ కదాని"

"ఇప్పుడా పని చేయకే తల్లి..ఆ తల్లీ కుతుర్లకి సేవలు చేసి ఇప్పటికే చాలా అలసిపోయున్నా" లోలోపల వాళ్ళను తిట్టుకొంటూ గొణిగాడు శశాంక్

"వాళ్ళు నిన్ను బాగానే చుసుకుంటున్నారుగా ఇంటికొచ్చిన కొత్తల్లుడిలాగా.. ఇంకేం.. రోజు టిఫిన్ లు, లంచ్ బాక్స్ లు... డిన్నర్లు..." రెచ్చగొడుతోంది చిలిపిగా

"అదే నా బాధ. నా ఇంట్లో వాళ్లున్నట్టులేదు. నేనే వాళ్ళింటిలో ఉన్నట్టుంది. మధ్యలో ఆ చాదస్తపు ముసల్దొకటి నా ప్రాణానికి." కసి గా తిట్టుకున్నాడు శశాంక్.

"ఏమైంది నీకు.. పెద్దావిడనెందుకలా తిడతావ్."

"నన్ను నేను తిట్టుకోలేక"

ఇంతలో బేరర్ రాగానే చెరో బర్గర్ & కోక్ ఆర్డర్ ఇచ్చారు.

"ఫుల్ మీల్స్ అడిగావ్. ఇంత లైట్ గా అర్డరిచ్చావేంటి."

"నేనడిగిన ఫుల్ మీల్స్ ఇది కాదు.. దానికిదసలు చోటేకాదు.." కొంటెగా చూశాడు శశాంక్ యామినికి అసలు విషయం చెబితే తన కిక ఫుల్ మీల్సే అనుకుంటూ లోలోపలే.

"అ ఏంటి.. ఇందాకేదో అసలు విషయం అన్నావ్." టేబుల్ మీదున్న గ్లాసు లోకి మంచినీళ్ళు వంపుకుంటూ అడిగింది యామిని.

ఆహా ఏమి ఈ ఆడవాళ్ళ గ్రాస్పింగ్ పవర్ అనుకుంటూ మనసులోనే జోహార్లర్పించాడు శశాంక్. ఏ పాయింట్ తన కవసరమో దాన్ని కరెక్ట్ గా పట్టేసుకుని... దాని మీద పట్టు దొరికే దాకా వదలరుగా వీళ్ళు.

"ఏం లేదూ... కాస్త ప్రశాంతం గా విను. తొందరపడి నన్ను తిట్టొద్దు."

విస్మయంగా చూసింది యామిని.

"నిన్న...తార నాకు ప్రపోజ్ చేసింది." ఏం చేయాలన్నట్టుగా చూస్తూ బాంబు పేల్చాడు శశాంక్.

కాసేపు చుట్టు పక్కలంతా స్తంభించి పోయినట్లనిపించింది యామినికి.

ఏదో పాపం సాటి ఆడవాళ్ళను కుంటే ఏమిటిది. తనను ఇంప్రెస్ చేయడానికో, లేకపోతే తన గొప్పను డప్పు కొట్టుకోవడానికో చీప్ గా వేషాలేసే వాడుకాదు తన శశాంక్. అది తనకు బాగా తెలుసు. అతని మాటల్లో దానికతను పడ్డ ఇబ్బంది స్పష్టంగా కనిపిస్తోంది. ఏ సమస్యకూ తొణకని నైజం శశాంక్ ది. ప్రతీ సమస్యకు పరిష్కారం ఉంటుంది శశాంక్ దగ్గర. కాని ఇప్పుడేంది, నన్నేదో సలహాచెప్పమన్నట్టుగా ధ్వనిస్తోంది అతని గొంతులో.

"యామిని.... యామినీ... నిన్నే. ఆర్డర్ వచ్చింది.. ప్లీజ్ హావిట్" శశాంక్ పిలుపుతో మళ్ళీ తన చుట్టూ ప్రపంచం ఒక్కసారిగా చైతన్యమైపోయింది యామినికి. చుట్టూ ఉన్న గోల వినిపిస్తోందే తప్ప, తన మెదడు ఆలోచిస్తున్న చప్పుడేమీ వినిపించడం లేదు. యాంత్రికంగా బర్గర్ ని చేతిలోకి తీసుకుని తినడం ఆరంభించింది మౌనంగా.

నిన్న జరిగిన విషయమంతా చెప్పాడు యామినికి శశాంక్.

"ఆ బామ్మ చెప్పడం వల్ల ఏదో ఆవేశంలో నా ఆఫీసులోనే ఆమెకు జాబ్ ఇప్పించా.ఇపుడు దూరం పెట్టె ఆవకాశం లేదు. కాని మనమధ్య ఉన్న బంధం తారకు తెలిస్తే బావుంటుందనుకుంటున్నాను. తారకు నా మీద ఉన్నది ఒట్టి ఇంఫాక్చువేషన్ మాత్రమేనని తెలియచెప్పాలి.... చెప్పడం ఆపి మళ్ళీ కొనసాగించాడు శశాంక్

"ఆమెను మీ రూమ్ లో పెడదామని.... కొంతకాలం." ఏమంటావ్ అన్నట్టుగా యామిని కళ్ళలోకి చూస్తు ముగించాడు శశాంక్.

"హూ.... నాకో సవతిని తెస్తున్నావన్నమాట." నిట్టూర్చింది యామిని చేతితో కోక్ టిన్ ను బల్లపై గుండ్రంగా తిప్పుతూ.

"ఈ రోజుల్లో ఇద్దరినీ చేసుకొనే దమ్ము ఎవడికుందిగాని... చెప్పు ఇంకేదైనా మార్గముందా. ఇది కూడా కొద్ది రోజులే. మా క్రొత్త ప్రాజెక్ట్ అయిపోయేవరకు. ఆతర్వాత వాళ్ళెవరో మనమెవరో. ఈలోపలే తారను సున్నితంగా దూరం పెట్టాలి. లేకపోతే. నిన్న తన ప్రవర్తన ఎక్కడికి దారితీస్తుందో నన్న భయం నాది. అంతే."

ఏమీ మాట్లాడకుండా కోక్ సిప్ చేయసాగింది యామిని.

"మా నాన్న నెక్స్ట్ వీక్ లో వస్తారు. మీ నాన్నతో మాట్లాడి మ్యారేజ్ సెటిల్ చేసుకుందాం. ఏమంటావ్" ఇంకొంచం కన్విన్సింగా అన్నాడు శశాంక్.

"అది నిజంగా ప్రేమైతే"

అనుమానం మొదట పుట్టి ఈ ఆడవాళ్ళు తర్వాత పుట్టినట్టనిపించింది శశాంక్ కి.

"నేను ప్రేమిస్తే కదా. నాకిది ఖచ్చితంగా వర్కవుట్ అవుతుందనిపిస్తోంది. స్మూత్ గా ప్రాబ్లం సాల్వ్ అయిపోతుంది. ఏమంటావ్." ఉత్సుకతతో యామిని కళ్ళలోకి చూశాడు శశాంక్

శశాంక్ నిజాయితీ నచ్చింది యామినికి. తెలిసిన శత్రువును దూరంగా ఉంచి ఎపుడేమి జరుగుతుందో తెలీక మదనపడటం కంటే దగ్గరగా ఉంచి పోరాడటం మంచిదనిపిస్తోంది.

"ఒకే " అన్న ఒక్క మాటతో యామిని తో పాటు ఊపిరిపీల్చుకున్నారిద్దరూ హాయిగా నవ్వుకుంటూ.

* * * * *

09

“బై తార! సాయంత్రం నే రాలేను.రూమ్ కి వెళ్ళిపో. మా ఫ్రెండ్ బర్త్ డే పార్టీ కి గిఫ్ట్ కొనాలి. శశాంక్ నేను వెళుతున్నాం. షాపింగ్ కెళ్ళి అట్నుండి అటు పార్టీకి వెళతాం. మేమొచ్చే సరికి లేటవుతుంది. జాగ్రత్త..బై” అంటూ స్కూటి ను ముందుకురికించింది యామిని.

హ్యాండ్ బ్యాగ్ ను తగిలించుకుని, యామిని వెళుతున్న వైపే చూస్తూ కంపెనీ లిఫ్ట్ లోకి నడిచింది తార. లిఫ్ట్ లో ఫ్లోర్ నంబర్లు మారుతున్నా తన ఆలోచనలు యామిని మాటలను పట్టుకునే ఉన్నాయి. తను వెళ్ళవలసిన ఫ్లోర్ దాటి పోతున్నాతెలియడం లేదు తనకు. ఎవరో ఏదో తను బద్రంగా దాచుకున్నదేదో దోచుకెళ్ళడానికి వెళుతుంటే చేతలుడిగి చూస్తున్నట్టుంది తనకు. రెండు సార్లు క్రిందికి పైకీ తిరిగింది లిఫ్ట్ లోనే ఏకాగ్రత లేక. విసుగెత్తి తను దిగాల్సిన ఫ్లోర్ కు రెండు ఫ్లోర్ ల క్రింద దిగింది. మెట్ల మీద నడచుకుంటూ వెళుతోంది తన ఆఫీసు ఉన్న ఫ్లోర్ కి.

ఆలోచనలతో పాటు ఒక్కోమెట్టు ఎక్కుతోంది తార. తన ప్రేమ శశాంక్ కు ఎందుకు అర్ధం కావడం లేదు. ఈ యామిని లో ఏముంది. యామిని కంటే తనే అందంగా ఉంటుంది కదా. కాకుంటే యామిని లాగా తను ఆధునికంగా ఉండదు. తనకు లేని క్వాలిఫికేషన్, జాబ్, కలివిడి తనం, మాటతీరు... ఆమెలో ఉన్నాయి. అవేనా శశాంక్ ను ఆకర్షిస్తోంది. తనెందుకు నచ్చట్లేదు. తను మొదటిసారిగా శశాంక్ రూమ్ లో కాఫీ ఇస్తున్నపుడు శశాంక్ కళ్ళలో ఆరాధాన... అదేమిటి... నా మీద ప్రేమ కాదా.. ప్రేమ పుట్టడానికి యుగాలు అవసరం లేదంటారే.. అప్పుడు నాలో పుట్టిన ప్రేమ... శశాంక్ కళ్ళలో ఆరాధన.. కరక్టే.. తను తప్పుగా అలోచిస్తునానేమో. యామిని శశాంక్ లది స్నేహమే, తను అనవసరంగా భయపడుతోంది.. అంతే. కాకపోతే తనపట్ల ఎందుకింత కేర్ తీసుకుంటాడు, స్వంతమనిషిలా.. శశాంక్ లో ఎపుడూ తనపట్ల జాలికనపడలేదు, ప్రేమే తప్ప. కాని తను సిగ్గువిడిచి చెప్పినా..శశాంక్ లో చలనం లేదేమిటి. బెట్టు చేస్తున్నాడా. వలచి వచ్చిన దాన్ని అలుసుచేయడం ఈ మగాళ్ళకు వినోదమా....

కొనసాగాయి తార మనసులో ఆలోచనలు, శ్రీధరన్ తనకు హాయ్ చెప్పేదాకా. తను కూడా హాయ్ సర్ అంటూ విష్ చేసి తన సీట్లోకెళ్ళిపోయింది తార.

సీట్లో కూర్చోగానే శశాంక్ ఛాంబర్ వైపు చూసింది. తను ఇంకా వచ్చినట్టు లేడు. నిన్న తను కంప్లీట్ చేసిన అసైన్మెంట్ ని ఇంకా చూసినట్టు లేదు శశాంక్. ఏవైనా సవరణలుంటే తనకు రిటర్న్ మెయిల్ పెట్టేవాడు. ఈరోజు చేయవలసిన అసైన్మెంట్ ఇంకా చెప్పలేదు. మాటిమాటికి శశాంక్ ఛాంబర్ వైపు తను చూడటం గమనించినట్టుంది తన పక్క సీట్లోన్ని చరిత.

"శశాంక్ బాస్ రూమ్ లో ఉన్నాడు, శ్రీధరన్ దగ్గర ఈరోజు అసైన్మెంట్ తీసుకోమన్నాడు" చెప్పింది చరిత.

తను పూర్తి చేసిన నిన్నటి అసైన్మెంట్ ను ప్రింట్ అవుట్ తీసుకుని శ్రీధరన్ ఛాంబర్ వైపు వెళ్ళింది తార. అంత వరకు

"గుడ్ తార!. అతి తక్కువ టైంలో చాలా బాగా ఇంప్రూవ్ అయ్యింది నీ వర్క్, ఎవరైనా నీ వర్క్ చూస్తే నీవో ట్రైనీవని అనుకోరు...." మునగచెట్టెక్కిస్తున్న శ్రీధరన్ కు

"సార్ ఈరోజు అసైన్మెంట్.. మీదగ్గర్ తీసుకోమన్నారటకదా శశాంక్" అంటూ ఆపింది తార. తారను ఇంప్రెస్ చేయడానికి పొగడ్తలతో దూసుకుపోతున్న తనకు షడన్ బ్రేక్ వేసిన తారను ఓ క్షణం తన కళ్ళజోడు పైనుండి చూస్తూ

"ఆ... శశాంక్ ఈ రోజు హాఫ్ డే పర్మిషన్ పెట్టాడు. అందుకే ఈ రోజు అసైన్మెంట్ నన్నివ్వమన్నాడు." అంటూ ఈ రోజు అసైన్మెంట్ ను వివరించాడు శ్రీధరన్. తార నోట్స్ తీసుకుని వెళుతుంటే

"తార గారు, మీరెళ్ళట్లేదా శశాంక్ తో పార్టీకి" అన్నాడు శ్రీధరన్. అనవసరమైన విషయాలు శ్రీధరన్ పట్టించుకున్నట్టుగా ఇంకెవరూ పట్టించుకోరేమో. ఆ విషయం తెలుసుకోవడానికి ఎంతో టైం పట్టలేదు తారకు.

ఇంతమందికి తెలిసిన విషయం తనకు మాట మాత్రంగా కూడా శశాంక్ చెప్పకపోవడంతో కోపంగా ఉన్న తారకు శ్రీధరన్ మాటలతో పుండు మీద కారం చల్లినట్లైయ్యింది.

"లేదు సార్. నేనే రాలేనని చెప్పాను" శ్రీధరన్ ప్రతి స్పందన కోసం ఎదురు చూడకుండా నిర్లక్ష్యంగా చూసి చాంబర్ బయటకు వెళ్లిపోయింది తార. శాడిస్ట్ తననుకున్నది జరిగితే ఆనందించడు, అనుకున్నది జరగకపోతేనే ఎక్కువ సంబరపడతాడు, తన క్రూరత్వానికి మరిన్ని మెరుగులు దిద్దుకుంటాడు. తన చిరునవ్వుకు కొంచెం క్రూరత్వాన్ని జోడిస్తూ తార వెళుతున్న వైపే చూస్తూ ఉండిపోయాడు శ్రీధరన్.

* * *

హోటల్ త్రినాద్ గ్రాండ్ లో ఓ మినీ ఫంక్షన్ హాల్లో జరుగుతోంది పార్టీ. ఊరునుండి వచ్చిన తన తల్లి తండ్రుల మధ్య ఎంతో ఆనందంగా జరుపుకున్నది సువర్చల తన బర్త్ డే పార్టీ ని. సువర్చల కాలేజిలో యామిని క్లాసుమేట్, హాస్టల్లో రూమ్మేట్ కూడా. కాలేజ్ లో జరిగిన ప్లేస్ మెంట్ లో ఇద్దరికీ ఒకే కంపెనీ లో జాబ్ వచ్చింది. తన చుట్టూ ఉన్న ఫ్రెండ్ సర్కిల్ని వదిలి తను ఒక్కటే బర్త్ డే పార్టీ చేసుకోవడానికి మనస్కరించలేదు సువర్చలకు. అందుకే తన తల్లితండ్రులను ఇక్కడికే పిలిపించుకొని పార్టీ అరేంజ్ చేసింది. ఏర్పాట్లన్నీ దగ్గరుండి చూసుకున్నారు యామిని, శశాంక్ లు. పార్టీ లో సెంటర్ అఫ్ అట్రాక్షన్ వాళ్ళే. తల్లి తండ్రులతో కలసి సువర్చల రూమ్ కెళ్లిపోయింది DJ పార్టీ స్టార్ట్ చేసి. అతిధులకు కావలసిన ఏర్పాట్లు చూసుకుంటున్నారు యామిని శశాంక్ లు. ఇంతలో శశాంక్ కు ఎదో ఫోన్ వచ్చినట్టుంది. హాల్ బయటకువెళ్ళాడు మాట్లాడడానికి. యామిని పనిచేస్తున్న కంపెనీ మేనేజర్, తన కొలీగ్స్ తో కోలాహలంగా మారింది అక్కడి వాతావరణం. శశాంక్ గురించి అడిగారు యామినిని అక్కడకు వచ్చిన కొలీగ్స్. విషయం చెప్పి శశాంక్ ను పరిచయం చేద్దామని చూసింది. ఫోన్ లో మాట్లాడటానికి వెళ్ళిన శశాంక్ ఎంత సేపటికి రాక పోయేసరికి యామిని కూడా బయటకు వచ్చింది. అప్పుడే ఫోన్ పాకెట్లో పెట్టుకుంటూ నవ్వుతూ వస్తున్నాడు శశాంక్ ఎవరన్నట్టుగా చూసింది యామిని. తారని చెప్పాడు శశాంక్.

"రూమ్ కి చేరిందటనా"

"అ చేరింది. మనమిక్కడ తాగి DJ లో ఊగుతున్నామని తార ఊహ".

"అలాగా. తనని కూడా తీసుకు రావలసిందే.. తెలిసేది కదా తనకి".

"ఎక్కువగా తీసుకోవద్దని చెబుతోంది.మనమేదో ఊర తాగుబోతులమన్నట్టు.. బైక్ లో వస్తే డ్రంక్ అండ్ డ్రైవ్ లో పట్టుకుంటారని కాబ్ లో రమ్మంటుంది. తనకు తెలీదేమో మనకావాసన పడదని. పెర్రిది". పెద్దగా నవ్వుకున్నాడు శశాంక్.

"అది కాదులే శశాంక్. తారకు బొత్తిగా లోకజ్ఞానం తెలీదు. నేన్నీ ప్రక్కనున్నానని చెప్పలేకపోయావా"

"ఆ అది చెబితేనే ఫోన్ కట్ చేసింది. లేక పోతే నా బుర్ర తినేసేది".

"అవునూ.... రూమ్మేట్ ని నాకు కదా చేయాల్సింది. నీకెందుకు చేసింది..... ఎందుకైనా మంచిది రూమ్ కెళ్ళిన తర్వాత కాల్ చెయ్ తారకి, లేకపోతే తను నిద్రపోదూ నన్ను నిద్రపోనీదూ" హాయిగా నవ్వుకున్నారిద్దరూ. వాళ్ల నవ్వుల్నీ DJ సంగీతంతో కలిపెస్తూ నడిచారు హాల్ లోపలికి.

* * *

రాత్రి చాలా ప్రొద్దుపోయింది యామిని రూమ్ కు వచ్చేసరికి. తార లాప్ టాప్ లో ఎదో వర్క్ చేసుకుంటోంది. యామిని అలా లోపలి వచ్చిందో లేదో. తార తన లాప్ టాప్ ను పక్కన పడేసి వడివడిగా బాల్కనీ లోకి వెళ్ళింది. ఆమె చూపులు శశాంక్ కోసం వెదికాయి. హాస్టల్ గుమ్మం ముందు కనపడకపోయేసరికి లోపలి వచ్చి యామినిని అడిగింది తార శశాంక్ రాలేదా అని. డ్రాప్ చేసి వెళ్లిపోయాడని చెప్పింది యామిని.

ఏదైతే జరగకూడదనుకొందో అది జరిగే సరికి కొంత నిరాశగా

"పార్టీ బాగా జరిగిందా." అడిగింది తార

"అ బాగా జరిగింది" అంటూ త్వర త్వరగా నైటీ లో కి మారి

"తారా! ప్లీజ్ లైట్ తీసేయవా. బాగా నిద్రొస్తోంది" అన్నది యామిని అలసటతో బెడ్ మీద వాలిపోతూ.

లైట్ తీసేసి తనూ పడుకుండి పోయింది తార.

తారకు నిద్రపట్టడం లేదు. పార్టీలో యామిని శశాంక్ లు గడిపిన విషయం కంటే, వాళ్ళిద్దరు కలసి బైక్ మీద రావడం యామిని సేఫ్టీ కోసం అని ఎంత సర్ది చెప్పుకుంటున్నా విననంటోంది మనసు. సెల్ తీసుకుని శశాంక్ కు ఫోన్ చేసింది. జర్నీలో ఉన్నట్టుంది లిఫ్ట్ చేయడం లేదు. శశాంక్ తో మాట్లాడేంతవరకు స్థిమితపడేట్లు లేదు తార.

గదిలో లైట్ ఆపేసినా, తార సెల్ ఫోన్ వెలుతురు రావడంతో విషయం పసిగట్టిన యామిని

"తారా! ప్లీజ్ పడుకోవే. రూమ్ చేరిన తర్వాత ఫోన్ చేస్తానన్నాడులే శశాంక్". అన్నది జీరబోయిన గొంతుతో.

తేలు కుట్టిన దొంగలా సెల్ ఆపేసి ముసుగుతన్ని పడుకునిపోయింది తార.

* * *

రోజులు గడుస్తున్నై. ఊరెళ్ళిన రేవతి తన కూతుర్ని చూడడానికి వచ్చిందో రోజు. కూతుర్ని చూసి ఎంతో సంతోషించిది. యామిని సైతే పొగడ్తలతో ఆకాశానికి ఎత్తేసింది. శశాంక్ ను కలుద్దామని ప్రయత్నించి ప్రాజెక్ట్ విషయమై శశాంక్ ఊర్లో లేకపోవడం వల్ల ఫోన్ లో మాట్లాడింది. త్వరలోనే అన్నీ ఏర్పాట్లు చేసుకొని సిటీలో ఉండడానికి వస్తానని చెప్పింది.

రేవతి వచ్చిన విషయం శాంతమ్మ కూడా చెప్పింది. మళ్ళీ తారతో పెళ్లి ప్రస్తావన తెచ్చింది. ఈ సారి గట్టిగానే చెప్పేశాడు శశాంక్. తను తారను పెళ్లి చేసుకోబోవటం లేదని, తను ఇదివరకే ఒక అమ్మాయిని ప్రేమించానని, ఆమెనే పెళ్లి చేసుకుంటానని.

చిన్నబుచ్చుకొని వెళ్లిపోయింది శాంతమ్మ. అప్పటి నుండి కాస్త ముభావంగా ఉంటోంది. ఆమెకు ఈ ప్రేమలు గీమలు అంటే అస్సలు సరిపడవు. ఇంతవరకు తననో బుద్ధిమంతునిగా ఊహించుకున్న శాంతమ్మ ఇప్పుడు శశాంక్ ప్రేమ వ్యవహారం తెలిసి అవాక్కైనట్టుంది.

ఓ సారి ప్రేమించిన అమ్మాయి ఫోటో చూపించమనింది, ఇంకోసారి ఆమె కులమేమిటని అడిగింది, ఆమె వయసు, చదువు... అమ్మాయి అమ్మ నాన్న... అన్నీ

వివరాలు అడిగింది. ఇలా అడిగిన ప్రతీసారి, అన్నీ ఒపిగ్గా విని చివరాఖరికి యామిని కంటే తారే ఎన్నో రెట్లు మేలని తేల్చేది. శశాంక్ కి ఎంతో సరదా అనిపించేది శాంతమ్మతో మాట్లాడడం.

* * *

ప్రాజెక్ట్ దాదాపుగా పోర్తవ్వస్తోంది. ప్రాజెక్ట్ వేగంగా పూర్తి చేయడంలో తార పాత్ర చాలా ఉంది. శశాంక్ ఊహించినదానికంటే ఎక్కువగా సమర్ధవంతంగా పని చేసింది తార. తారకు విషయ గ్రాహ్యత చాలా ఎక్కువ. చెప్పిన విషయాన్ని ఇట్టే పట్టేసుకునేది. మంచి స్మార్ట్ వర్కర్. బాస్ ముందు చాలా సార్లు చెప్పాడు శశాంక్ ఈ విషయాన్ని. ప్రాజెక్ట్ అయిన తర్వాత మంచి ఇన్సెంటివ్ ఇద్దామన్నాడు బాస్. తారను ఇంతవరకు చూడలేదనే సరికి ఆశ్చర్యపోయాడు శశాంక్. ఇక తప్పనిసరై ఓ రోజు తనతో పాటు ఛాంబర్ కు తీసుకెళ్ళాడు శశాంక్.

చీర కట్టులో ఎంతో పొందికగా ఉన్న తారను చూసి రెప్పవేయలేకపోయాడు బాస్. వెంటనే తమాయించుకుని

“వెల్ డన్ తార. చాలా బాగా చేశావ్. మీరు శశాంక్, నాకు సరైన జోడి దొరికింది. జీవితాంతం మీ జోడి ఇలానే ఉంటే కంపెనీ ఎక్కడికో వెళ్ళిపోతుంది” కితాబిచ్చాడు బాస్.

బాస్ ఏ ఉద్దేశ్యంతో అన్నాడో తెలీదుగాని తార మాత్రం తెగ సిగ్గు పడిపోతూ కృతజ్ఞతలు చెప్పింది.

బాస్ ఎదో అలవోకగా పని విషయంలో ఇద్దరినీ మంచి జోడి అన్నాడనుకున్నాడు శశాంక్. తారను శశాంక్ ఫియాన్సిగా శ్రీధరన్ చెప్పి ఉండకపోతే, బాస్ ప్రవర్తన్ వేరే విధంగా ఉండేదని శశాంక్ కు తెలియదు. దాదాపుగా ఆఫీసులోని వాళ్ళ ప్రవర్తన కూడా అలానే ఉంది. తార ఎంతో జూనియర్ అయినా, శశాంక్ ను సార్ అని పిలవకుండా శశాంక్ అని చనువుగా పిలవడం, ఎంతో కాలంగా కలిసి ఉన్నదానిలాగా మెలగడం... పైగా తారను శశాంక్ తన దూరపు బంధువని చెప్పడం ఇవన్నీ కూడా అందరూ వాళ్ళను కాబోయే మొగుడు పెళ్ళాలు గానే చూసేట్లుచేస్తున్నాయి.

* * *

మొదటి జీతం తీసుకుంది తార. తన తల్లి కోసం ఓ మంచి చీర కొంది. మొదటి జీతంతో దేవునికి అర్చన చేయించాలి అదీ శశాంక్ తో కలసి. అసలే దేవుడంటే నమ్మకంలేని శశాంక్ ను గుడికి తీసుకెళ్లడం ఓ సవాల్. పిలిస్తే యామినితో వెళ్ళమంటాడు. ఎలా?? తీవ్రంగా అలోచిస్తోంది తార.

మధ్యాహ్నం ఆఫీస్ అవర్స్ అయిపోయిన తర్వాత శశాంక్ లంచ్ కి బయలుదేరబోతుంటే అడిగింది తార

“శశాంక్. శాంతమ్మకు ఎలాఉంది”

ఏమైంది అన్నట్టుగా చూశాడు శశాంక్

“ఇందాక శాంతమ్మకు ఫోన్ చేస్తే చెప్పింది తనకు ఒంట్లో బాగోలేదని”

“శాంతమ్మకా... ఏం రోగం.. ఉదయం నేనొచ్చేటపుడు బాగానే ఉందికదా”

“కొంచెం జ్వరంగా ఉందన్నది. నేనూ వస్తా నీతో. శాంతమ్మను చూడాలి”

“ఏం నువ్వేమైనా డాక్టర్ వా?!.. ఆ ముసలమ్మ ఇపుడిపుడే పోయే శాల్తీ కాదు కాని...ఫోన్ చేయి చాలు. అవునూ.. మెదటి జీతం తీసుకున్నావు కదా, ట్రీట్ ఎపుడిస్తునావ్."కళ్ళెగరేశాడు శశాంక్.

“ప్లీజ్ శశాంక్. వెళ్దాం. అయినా నాకీ ఊళ్ళో ఎవరున్నారు చెప్పు. నువ్వు, శాంతమ్మ తప్ప”

“అంటే రేపు ట్రీట్ కు శాంతమ్మను కూడా పిలుస్తావా”

“అబ్బా... అది కాదు. శాంతమ్మకు ఒంట్లో బాగా లేదన్నాను కదా. ఓసారి పలకరిస్తే ఆమె ఎంతో సంతోషిస్తోంది కదా అని.. సర్లే నేనే ఎదో ఒక అటోలో వెళ్తా.” బుంగమూతి పెట్టుకుంది తార. నవ్వొచ్చింది ఆమెనలా చూస్తే శశాంక్ కి.

“అటో వాడెవడోఒకడు నన్ను పొడవకమానడు.. నువ్వు మళ్ళీ హాస్పిటల్ కు రాక తప్పదు. నాకు సేవలు చేసుకోక తప్పదు... నేననుకున్నట్టు కాలాన్ని వెనక్కి తిప్పుదాం. సరేనా.” శశాంక్ కళ్ళలోకి చూస్తూ కొంటెగా కళ్ళెగరేసింది తార.

"వద్దు తారా దేవి గారూ. నన్ను తిప్పలు పెట్టింది చాలు. సాయంత్రం తీసుకెళతాసరే.. తిరిగి నిన్ను డ్రాప్ చేసేదెట్లా? కాబట్టి...."ఇంకా చెప్పబోతున్న శశాంక్ కు అడ్డుపడుతూ

"యామినిని తోడు తెచ్చుకోమంటావ్. అంతేనా?!!.. ఏం అర్ధరాత్రి అపరాత్రి అనుకోకుండా యామినిని డ్రాప్ చేయగాలేనిది నన్ను డ్రాప్ చేస్తే వచ్చిందా నీకు. అనవసరంగా యామినికెందుకు శ్రమ. మనమెల్దాం.ప్లీజ్." బ్రతిమాలుకుంది తార.

శశాంక్ సరే అనక తప్పలేదు.

ఆ రోజు మధ్యాహ్నం డ్యూటీ ఎగ్గోట్టేసింది తార. తప్పించుకున్నాననుకున్నాడు శశాంక్. సరిగ్గా ఆఫీసు అవర్స్ అయిపోయేసరికి ఫోన్ వచ్చింది తారనుండి. ఆల్రెడీ ఇంటికి బయలుదేరానని చెబుదామనుకున్నాడు. తార అ ఛాన్స్ ఇవ్వలేదు. క్రిందకు దిగిన లిఫ్ట్ డోర్ తెరుచుకున్నాయో లేదో ఎదురుగా తార సిగలో మల్లెపువ్వులతో పాటుగా నవ్వుతూ ప్రత్యక్షమైయింది. ఆ చీర కట్టు.. అలంకరణ...తార వాలకం చూస్తుంటే పరామర్శకు వెళుతున్నట్టు లేదు, ఎదో ఫంక్షన్ కు వెళుతున్నట్టుంది.. ఓసారి తారవైపు ఎగాదిగా చూసి ఏమిటి విశేషం అంటున్నట్టుగా చూశాడు శశాంక్. అదేమీ పట్టించుకోకుండా బయలుదేరుదామా అన్నది తార. అనుమానంగానే బైక్ ని కదిలించాడు శశాంక్. కాస్త దూరం వెళ్ళాక మెల్లగా కదిలించింది శశాంక్ ను.

"శశాంక్! నువ్వు కోప్పడనంటే..."

"ఊ.. చెప్పు"

"మొదటి జీతం వచ్చాక.. గుడిలో అర్చన చేయిద్దామనుకున్నా.."

"ఐతే"

"మనమెళ్ళేదారిలో కళ్యాణ వెంకటేశ్వరస్వామి గుడి ఉంది కదా... అక్కడ అర్చన చేయించుకుందామనీ...."

"అనుకున్నా... ఇలాంటిదేదోఉందని. సారీ తార! నాకిలాంటివేవీ పడవని తెలుసుకదా. పైగా నేను స్నానం కూడా చేయలేదు. శుచి శుభ్రత లేకపోతే మీ దేవుడు లోపలి రానివ్వడు. కాం..గా శాంతమ్మను చూసి వెళ్ళిపో."

"లేదు లేదు.. నేను గుడి దగ్గర వెయిట్ చేస్తా. నీవు స్నానం చేసి వచ్చేయ్."

"మరి శాంతమ్మ"

"ఆ తర్వాత వెళదాం"

"ఇన్ని సార్లు తిరగడం నావల్ల కాదు.ఏదో శాంతమ్మను చూస్తానంటే తీసుకొచ్చా. ఏదో ఒకటి డిసైడ్ చేసుకో"

"సరే. మొదట శాంతమ్మ దగ్గరకు వెళదాం. నువ్వు ఫ్రెష్ అప్ అయ్యే దాకా శాంతమ్మ దగ్గరుంటా. మన్నిద్దరం కలసిగుడికెళ్ళి, అట్నుండి అటు నన్ను హాస్టల్ దగ్గర డ్రాప్ చేయి"

తార వెబ్బుడిజైనింగ్ లో ఆరితేరడం చూస్తున్నాడిపుడు శశాంక్. నేరుగా శాంతమ్మ దగ్గర తారను వదిలాడు. తారను చూడగానే శాంతమ్మ మొహం వెలిగిపోయింది. నవ్వుతూ తారను లోపలి తీసుకెళ్ళింది.

"సరే తార. బామ్మ గారిని తోడుగా తీసుకెళ్ళు గుడికి" తప్పించుకోవాలని చూశాడు శశాంక్

"అ... బామ్మ ఎలా వస్తుంది.. ఆమెకు ఓంట్లో బాగాలేదుకదా.." శాంతమ్మ వైపు తిరిగి కనుసైగ చేసింది.

శాంతమ్మ దానికి వంతపాడింది. నిజానికి తారను శశాంక్ ను అలా జంటగా చూడడం కనుల పండుగగా ఉంది శాంతమ్మకు. లేని నీరసాన్ని తెచ్చుకుంటూ తారను తీసుకుని లోపలి వెళ్లిపోయింది.

ఇక తప్పదన్నట్టుగా ఫ్రెష్ అప్ అవడానికి రూమ్ కి వెళ్ళిపోయాడు శశాంక్.

* * *

తార బలవంతంమ్మీద గుడి లోపలికైతే వచ్చాడు గానీ.. లోపల ఉన్న దేవుని దగ్గర, తనకు సంభందించని వ్యక్తి దగ్గరకేదో వచ్చినట్టుంది శశాంక్ పరిస్థితి. గుడి చుట్టూ ఓకే ప్రదక్షిణం చేశాడు, అక్కడ ఉన్న శిలా ప్రతిమల్ని ఓసారి చూడడానికి. అక్కడ ఉన్న శిలా ప్రతిమల్లో ఒకడిగా ఉండిపోయాడు.పూజారి చేసే ఏ క్రతువుకూ స్పందించలేదు శశాంక్. నవ్వుకుంటూ క్రీగంట గమనిస్తూనే ఉంది తార.

శశాంక్ తో కలసి ప్రదక్షిణం చేస్తున్నపుడు, గుడి ఆవరణలో కూర్చొని ప్రసాదం తింటున్నపుడు అందరూ తమనే చూస్తున్నట్టుంది. ఇంకా కాసేపు అక్కడే కుర్చోవాలనిపించింది శశాంక్ తో కలసి. మనసులోనే పదేపదే మ్రొక్కుకుంది దేవునికి తను ఎప్పుడూ శశాంక్ జంటగా ఉండాలని.

టైం చూసుకొని ఇక వెళ్దాం అన్నట్టుగా పైకి లేచాడు శశాంక్. అప్పుడేనా అన్నట్టుగా చూసింది తార. పట్టించుకోకుండా గుడి బయటకు నడిచాడు.

అప్పుడే వెళ్ళాలనిపించలేదు తారకు. రోడ్డు మీద రోద వాళ్ళ మధ్య మాటల్ని దాచేస్తోంది.రోడ్ మీద ట్రాఫిక్ ఒక్క సారిగా మాయమైపోతే బాగుండుననిపిస్తోంది తారకు. ట్రాఫిక్ సిగ్నల్ దగ్గర కాస్త సద్దుమణిగే సరికి "మనం వెళ్ళేసరికి హాస్టల్ మెస్ మూసేసిఉంటుందని ఏదైనా రెస్టారెంట్ కు వెళదాం" అంది. శశాంక్ తనూ ఎలాగూ తినాలి కాబట్టి సరే అన్నాడు. పంజాబీ డాబాలో తినడం శశాంక్ కు ఇష్టమని విన్నది మాటల సందర్భంలో ఎప్పుడో.. తార కోరిక మేరకు సిటీ బయటఉన్న పంజాబీ దాభా వైపు దారితీశాడు శశాంక్. తార శశాంక్ కే చాయిస్ ఇచ్చింది మెనూ విషయంలో. చాల లైట్ గా ఆర్డర్ చేశాడు శశాంక్ త్వరగా బయలుదేరుదామనే ఉద్దేశ్యంతో. కాని మెల్లగా తినసాగింది తార.అంత మెల్లగా తార తినడం చిత్రంగా అనిపిస్తోంది. తదేకంగా ఆమెనే చూడసాగాడు. హడావుడిలో ఇప్పటివరకు అంత పరిశీలనగా చూడలేదుగాని, తెల్లని థిక్ ఫ్లవర్ డిజైన్ సిల్క్ చీరలో చాల అందంగా ఉంది తార.యామినిలా మేకప్ వేసుకోదు, కనీసం లిప్ స్టిక్ కూడా వాడదు. జస్ట్ పౌడర్ రాసుకొని... వెలుగును గుర్తు చేసే కళ్ళ కాటుక... పొందికైన కనుబొమ్మల మధ్య దిద్దుకున్న సింధూరపు తిలకం.. తీరైన ముక్కుకు ఉన్న ఆ ముక్కు పుడక ఆమె ముఖానికే హైలెట్. అలానే చూస్తూ ఉన్న శశాంక్ కళ్ళ ముందు తార చేతులు ఊపేసరికి తనను తను తమాయించుకొని

"తార! ఇక బయల్దేరుదాం. బాగా ప్రొద్దుపోతోంది ఇప్పటికే మనం సిటీ నుండి చాలా దూరం వచ్చాం. నిన్ను వదిలి నేను రూమ్ కి వెళ్ళేసరికి బాగా ప్రొద్దుపోతుంది" పైకి లేచాడు శశాంక్. బిల్ తనే పే చేసింది తార.

* * *

అక్కడినుండి సిటీ కి చేరాలంటే కనీసం ఓ అర్ధగంట పడుతుంది. ట్రాఫిక్ అంతగా ఉండదు కాబట్టి కాస్త స్పీడ్ గా వెళితే ఓ పది నిమిషాలు ముందుగా వెళ్ళొచ్చు. బైక్ స్పీడ్ పెంచాడు శశాంక్. ముందుకు తూలి అప్రయత్నంగా శశాంక్ బుజాలు పట్టుకుంది తారా. సిగలో మల్లెపూల వాసనను మించి ఏవో సుగంధాలు తాకుతున్నై తార కేశాలతో శశాంక్ ను. ఓ చేత్తో శశాంక్ బుజం పట్టుకొని మరోచేత్తో హోరు గాలికి అలల్లాడుతు తన నుదిటిమీద పడుతున్న కురులనుసవరించుకుంటుంది, ఎక్కడ పట్టు తప్పుతుందేమోనని దగ్గరగా జరిగింది మెల్లగా శశాంక్ నడుంచుట్టూ చేయివేస్తూ. స్పీడ్ తగ్గించమని అడగలేకుందిపుడు, ఎందుకంటే తనను చుట్టేసిన హాయి అలాంటిది. ఆమె కురులు ఇప్పుడు మరింత ఇబ్బంది పెడుతున్నై శశాంక్ ను. అంత చలిగాలిలోనూ ఏదో వెచ్చటి కుంపటి తనను తాకుతున్నట్టనిపిస్తోంది. మెల్లగా తార వెచ్చని శ్వాస తన మెడను తాకుతుంటే మనసు వశం తప్పుతోంది.కొత్తగా ఉందీ అనుభవం ఇప్పుడు. ఇప్పుడు స్పష్టంగా తెలుస్తోంది తార సాంగత్యం. తన వీపుమీద వాలిన ఆమె నుదురు, కనుబొమ్మలు, ఆమె ముక్కు... పెదవులు ఒక్కక్కటిగా స్పష్టంగా తన మనో ఫలకం మీద ఆవిష్కృతమవుతున్నాయ్. ఆ చల్లగాలికి నిద్రొచ్చినట్టుంది తారకు, గట్టిగా శశాంక్ నడుమును పట్టుకున్న ఆమె చేతులు మెల్లగా పట్టు సడలుతున్నై. బైక్ వేగం తగ్గించాడు శశాంక్. తన వీపుపై పడుకుండిపోయిన తారను మెల్లగా తట్టి లేపాలని చూశాడు. మెలకువ వచ్చిందేమో మరింత గట్టిగా హత్తుకుపోయింది తన నడుం చుట్టూ చేతులు బిగిస్తూ. ప్రయత్నం మానుకున్నాడు శశాంక్. ఆ హోరు గాలిలో శశాంక్ తో కలసి లయబద్ధంగా పాడుతున్న వారిరువురి హృదయస్పందనల యుగళగీతం తారకొక్కదానికే వినపడుతోంది. వింటూ మైమరిచి పోతోంది.యోగ నిద్రలో లాగే ప్రేమనిద్రలో ఈ ప్రపంచాన్ని మరిచిపోయినతారకు తను హాస్టల్ చేరాననేస్పృహ శశాంక్ తనను లేపే వరకు లేదు. శశాంక్ బై చెబుతున్నా సిగ్గుతో సూటిగా శశాంక్ కళ్ళలోకి చూడలేకుంది. సుడులు తిరుగుతున్న సిగ్గు ముసిముసిగా నవ్వుతూ ఆమె చెక్కిళ్ళమీదే తారాడుతోంది. మురిసిపోతూ వెళ్ళిపోయింది హాస్టల్ లోపలి తార.

తను చేసిన ఎన్నో ఫోన్ కాల్స్ కి శశాంక్ బైక్ శబ్దం ఇచ్చిన బదులు జీర్ణించుకోలేక, కోపంగా ఫోన్ ను బెడ్ పై గిరాటేసి విసురుగా మూసేశాయి విండో కర్టన్ ను యామిని చేతులు.

* * * * *

10

వచ్చి చాలా సేపైంది. యామిని ముఖంలో సీరియస్ నెస్ ఇంకా తగ్గలేదు. నోటినుండి ఓ మాటా లేదు.

మెల్లగా కదిలించాడు శశాంక్

“యామినీ!... రాత్రి నీ ఫోన్ లిఫ్ట్ చేయకపోవడం తప్పే. కానీ గుడిలోకెళ్ళాక ఫోన్ ని సైలెంట్ మోడ్ లో పెట్టి మర్చిపోయా. అంతే. తార అంత సడన్ గా ప్రోగ్రాం మారుస్తుందనుకోలేదు.” చెప్పిన విషయాన్నే మళ్ళీ మళ్ళీ చెప్పుకొచ్చాడు శశాంక్.

“ఎప్పుడొస్తారు మీ నాన్నగారు” సూటిగా శశాంక్ కళ్ళలోకి చూస్తూ “ఓ వారంలో వస్తారని చెప్పావు కదా. నువ్వు చెప్పి నెలవుతోంది. ఏరి??... ఎక్కడ??, దాని వాలకం చూస్తోంటే మనల్ని అది అర్థం చేసుకోవడం కాదు, అదే మనల్ని ఆలోచించేటట్లు చేస్తోంది. నువ్వు ఎదో ఒక నిర్ణయానికి రాకముందే, నేనే నిర్ణయం తీసుకోవాలి. నీకోసం వెయిట్ చేస్తే నన్ను గంగపాలు చేసేట్టున్నావ్.” అసహనంగా అటుఇటూ చూసింది యామిని

“పిలిపిస్తాను.. తొందరపడకు.. సమయం చూసి మీనాన్న గారితో మాట్లాడిస్తాను..” యామిని చేతిని తన చేతిలోకి తీసుకుంటూ అనునయంగా నిమిరాడు శశాంక్.చేయి విదిలించుకుంది యామిని.

ముఖం చిట్లిస్తూ పక్కకు తిప్పుకొంది.

“ఇంకెపుడు, నాకు ఇంట్లో పెళ్లి సంభందాలు చూస్తున్నారు. నువ్వేమో తారను, నేనెవరో ఓ గొట్టం గాడ్నో చేసుకొని అప్పుడు మాట్లాడిద్దాం మన పేరెంట్స్ ని” కోపం దాచలేకున్నా అదురుతున్న ఆమె ముక్కుపుటాలు.

“సరే నువ్వే చెప్పు. ఎప్పుడు తీసుకురమ్మంటావ్.”

"వచ్చే బుధవారం.. మాఇంట్లో చిన్న ఫంక్షన్ ఉంది. ఆ రోజు మా బంధువులందరూ వస్తారు. ఆరోజు తీసుకురా"

"ఏంటీ... మీ బంధువులందరి మధ్యనా?!!" విస్మయంగా చూశాడు శశాంక్

"హా.. ఆరోజైతేనే మన పెళ్లి కన్ఫాం అవుతుంది."

"హె.. నీకేమైనా తిక్క. అలా వెళితే మీనాన్న పరువు పోతుంది తెలుసా. ఏదైనా తేడా వస్తే మనమిద్దరం అంతే. ఇందాక నువ్వు చెప్పావే నువోకర్ని, నేనింకొకరిని కట్టుకొని జీవితాంతం ఊరేగాలి.హు.. భలే చెప్పావ్.... నే చెప్పేదిను.మనం మన పేరెంట్స్ తో కలిసి మాట్లాడుకొనే ఏర్పాటు చేసుకుందాం. వాళ్ళ అభిప్రాయం తెలుసుకుందాం.....

"వాళ్ళు ఒప్పుకోపోతే మనం విడిపోదాం. ఇంతేనా నువ్వు చెప్పేది." వెటకారంగా మూతి ముడుచుకుంది యామిని

"అది కాదు యామిని"

"ఏం కాదు. మా పేరెంట్స్ ఒప్పుకోక పోతే నన్ను వదిలేద్దామనా?.. ఆ చాయిస్ నీకు అవసరమా?? మనమేమన్నా తప్పు చేస్తున్నామా???.. మన పేరెంట్స్ ని బంధువుల దగ్గర నిజం చెప్పడానికి.. ఒప్పించడానికి. ధైర్యంగా చెబుదాం. మన బంధువుల సమక్షంలోనే పెళ్లి చేసుకుందాం." నిశ్చయంగా అంది యామిని

మారు మాట్లాడలేకపోయాడు శశాంక్ లోలోపల ఎన్నో భయాలు నక్కి ఉన్నా. తమ పేరెంట్స్ భావోద్వేగాల గురించి ఆలోచిస్తున్నాడు తను. ఉన్నట్టుంది అల్లారు ముద్దుగా పెంచుకున్న కూతురు బంధువులందరి సమక్షంలో తనో అబ్బాయిని అదీ తమ కులంకాని వాడిని ప్రేమిస్తున్నానంటే ...ఆ తండ్రి ఎలా స్పందిస్తాడో ఉహించలేకున్నాడు. ఎన్నో ఏళ్ళుగా చుట్టూ ఉన్న వ్యవస్థకు అలవాటైన మష్కిస్తం మనది. అది అంత సులువుగా మార్పు కోరుకోదు.ఇల్లాంటి విషయాలు మెల్లగా నచ్చచెప్పాలి, అయినా యామిని వాళ్ళ నాన్న వాళ్ళ బంధువులకు బయపడి పెళ్ళికి ఒప్పుకోకుంటే... యామిని చెప్పేది కూడా కరెక్టే... యామిని వాళ్ళ నాన్న కన్విన్స్ కాకపోయినా, కనీసం బంధువుల్లో ఒకరైనా తమకు మద్దతివ్వరా.... ఏదైతే నేం పెళ్లి నిశ్చయం అయితే చాలు.

కాస్త ధైర్యం చేయక తప్పదు. ఇంతకీ తన తండ్రి ఈ ప్రతిపాదనకు ఒప్పుకుంటాడా. ఒప్పించాలి తప్పదు అనుకుంటూ సరే అన్నాడు శశాంక్.

* * *

యామిని కంటే పెద్దదైన తన తమ్ముడి కూతరు గీత శ్రీమంతం కార్యక్రమం కావడంతో ఫ్యామిలీతో రమ్మని తన స్నేహితులను, బంధువులను ఆహ్వానించాడు యామిని తండ్రి ఆదికేశవులునాయుడు. ముందుగా తను అనుకున్న ప్రకారం శశాంక్ ను సకుటుంభ సపరివార సమేతంగా రమ్మని ఆహ్వానించింది తన తండ్రి ద్వారా. యామినితో కలసి తరచుగా ఇంటికి వెళ్లి ఉండడం వల్ల పెద్దగా ఇబ్బంది పడకుండానే యామిని తండ్రి నుండి ఆహ్వానం అందుకున్నాడు శశాంక్.

విషయమంతా వివరించాడు తన తండ్రికి శశాంక్. మొదట్లో కనకారావు ఒప్పుకోకపోయినా, పిల్లల ఆత్మవిశ్వాసం చూసి ఒప్పుకున్నాడు. అక్కడ తనకు ఏది జరిగినా భరించేందుకు సిద్ధమైపోయాడు.

సందడిగా ఉంది యామిని ఇల్లు బంధుమిత్రులతో. అందరినీ సాదరంగా ఆహ్వానిస్తున్నాడు అది కేశవులు నాయుడు. యామిని శశాంక్ తండ్రిని ప్రత్యేకంగా పరిచయం చేయడంతో కనకారావుని లోపలి తీసుకెళ్ళి తన బంధువులకు పరిచయం చేసి వాళ్ళతో కనకారావును కలిపి తను బయటకు వెళ్ళిపోయాడు వచ్చే అతిధులను ఆహ్వానించడానికి. చాల సంతోషంగా ఉంది యామినికి.

ఆదికేశవులు నాయుడు ఇంట్లో తన కంటే ముందు తన తమ్మునికి కలిగిన సంతానం ఇపుడు శ్రీమంతం కాబోయే అమ్మాయిది.ఇంట్లో మొట్టమొదటి సంతానం అయ్యేసరికి తనే తండ్రై అల్లారు ముద్దుగా పెంచాడు తనే పెళ్లి చేశాడు. ఇప్పుడు శ్రీమంతం. చాలా సంభరంగా ఉంది తను త్వరలో తాతయ్య కాబోతున్నందుకు. తన తమ్ముడు కూడా అంతగా సంతోషించి ఉండడేమో. అక్కడి ఆనందమంతా ఆది కేశవులు నాయుడు ముఖంలోనే తాండవిస్తోంది.

ఆది కేశవులు నాయుడి హడావిడి చూస్తే చాలా భయమేస్తోంది శశాంక్ కు. ఇలాంటి సమయంలో తమ ప్రస్తావన తీసుకువస్తే... జరగబోయే పరిణామాలేమిటో ఊహించుకుంటేనే ఒళ్ళు గుగుర్పోడుస్తోంది.

ఆ చిన్న పట్టణంలో కాస్త మోతుబరి రైతు కావడంతో ఆదికేశవులు నాయిడుకి పలుకుబడి ఎక్కువే. అంతా తానై ఉన్నాడు ఆ ఫంక్షన్లో. తమ్ముడు రామస్వామి నాయిడు కేవలం పై పనులకు మాత్రమే పరిమితమైపోయాడు. అన్యమనస్కంగానే అన్నీ పనులు చేసుకుపోతున్నాడు. తన అన్నకూతురు యామిని ఇచ్చిన షాక్ నుండి ఇంకా తేరుకోలేకున్నాడు. అన్న మాటకు ఏనాడూ ఎదురుచెప్పని రామస్వామి నాయుడు యామిని విషయం ఎలా చెప్పాలా అని ఆలోచిస్తున్నాడు.చెబితే తన అన్న ఎలా స్పందిస్తాడో తలచుకొంటుంటే భయంతో మెదడు పనిచేయడం లేదు.

యామినికి రామస్వామి నాయుడు కేవలం బాబాయే కాదు మంచి ఫ్రెండ్ కూడా. తన తల్లి తండ్రులకు చెప్పని విషయాలెన్నో బాబాయితో షేర్ చేసుకునేది యామిని. యామిని స్కూల్ దగ్గరనుండి ఆమె జాబ్ వరకు అన్నీ రామస్వామే చూసుకొనేవాడు. యామిని అన్ని విషయాలలోను తన మాటకాదనని అన్న ఈ రోజు ఎలా స్పందిస్తాడో తెలియకుంది రామస్వామికి. ఇంతమంది బంధువుల్లో ఈ ప్రస్తావన వద్దని చెప్పాడు యామినికి. వినలేదు, బంధువుల అభ్యంతరాలేమైనా ఉంటే ఇప్పుడే తొలగిపోతాయని, తన తండ్రికి మునుముందు పరువు సమస్య ఉండదని చెప్పుకొచ్చింది యామిని. యామిని పదేపదే బ్రతిమిలాడడంతో బలవంతంగా ఒప్పుకున్నాడు రామస్వామి తన అన్నకు విషయం చెప్పడానికి. సమయం కోసం ఎదురు చూస్తున్నాడంతే.

భోజనాలైపోయాయి.. దగ్గర బంధువులు, కాస్త దూరం నుండి వచ్చిన వాళ్ళు తప్ప మిగిలినవారు ఒక్కక్కరిగా అక్కడనుండి నిష్క్రమిస్తున్నారు. భోజనాలైయ్యాక అందరూ కూర్చొని ముచ్చట్లు పెట్టుకున్నారు అక్కడ నిలిచిపోయినవారు. ఫంక్షన్ చాల గ్రాండ్ గా జరిగిందని అందరూ అంటుంటే ఉప్పొంగిపోతున్నాడు ఆది కేశవులు నాయుడు. భోజనాలమీద, పుట్టబోయే వాళ్ళమీద వాలుతూ వెళ్ళిన వారి మాటలు మెల్లగా యామిని పెళ్లి వైపు మరలాయి. ఈ ఏడాది ఎలాగైనా చేసేయ్యాలన్నాడు ఆదికేశవులు నాయుడు. మంచి సంబంధం కోసం అడుగుతున్నాడు అక్కడ ఉన్న వాళ్ళను. ఏదైనా ఉంటే చెప్పమని. తెలిసిన సంభందాలేవో చెప్పుకు పోతున్నారు కొందరు. వాళ్ళు చెప్పిన ప్రతీసారి ఆది కేశవులు తమ్ముని వంక చూడటం, ఎరా ఎలా ఉందీ సంబంధం అనడం, కొంత బెరుకును పోగొట్టింది రామస్వామి నాయిడులో.

"ఏది ఏమైనా యామినికి నచ్చితేనే ఏదైనా" ముక్తాయింపు పలికాడు ఆది కేశవులు నాయుడు

"యామిని ఎవరిని ఇష్టపడినా చేస్తావా??.." అవకాశాన్ని వదలలేదు రామస్వామి

"అరేయ్. అది నువ్వు పెంచిన పిల్లరా. దాని ఇష్టాయిష్టాలు నీకు మాత్రమె తెలుసు. నువ్వు చెప్పు. ఇప్పటికిప్పుడు దాని మెడలో తాళి కట్టిచ్చేస్తా వాడిచేత." తమ్ముని మీద కొండంత నమ్మకంతో పెద్దగా నవ్వాడు ఆది కేశవులు. కొంత ఇరకాటంలో పడ్డాడు రామస్వామి. నవ్వలేక నవ్వాడు.

"ఒక వేళ అదేవరినైనా ప్రేమించివుంటే" తెచ్చిపెట్టుకున్న నవ్వుతో టక్కున అనేసి ఊపిరి తీసుకున్నాడు రామస్వామి.

అందరి ఊపిరిఆగి పోయినట్టు క్షణకాలం నిశ్శబ్దం ఆవరించింది అక్కడ. ఆ గుంపులో ఒకాయన అన్నాడు. "ఆ.. ఈ కాలంలో ఇవన్ని కామనే. ఎందుకుండకూడదు" అంటూ నవ్వేశాడు ఆ నిశ్శబ్దాన్ని చిద్రం చేస్తూ.

"ఏది ఏమైనా పిల్లలు సుఖ సంతోషాలతో ఉండాలనే కదా మనం కోరుకునేది..." విషయం సాగదీశాడు మరొకతను.

"అతను మన కులం కాకపోతే?.." బింకంగా అన్నవైపు చూశాడు రామస్వామి వెంటనే తన చూపు పక్కకు తిప్పుకుంటూ.

వెంటనే అందుకున్నాడు ఆది కేశవులు స్నేహితుడొకాయన "ఆ.. ఈ రోజుల్లో కులానిదేముంది నాయుడు, పిల్లవాడు యోగ్యుడైతే చాలు.. మనకులపోడైవుండి సకల కళా వల్లభుడైఉంటే మనమ్మాయి సంతోషంగా ఉంటుందా. దేనికీ లేని పోనీ ప్రిస్టేజ్ లు..." ఇంకా ఏవేవో అంటుంటే ఆపమన్నట్టు సైగ చేశాడు అది కేశవులు. రామస్వామి వైపు తిరిగి "ఎరా రాము.. ఇంతగా అడుగుతున్నావు.. కొంపదీసి ఏదైనా ఉందా ఏమిటీ" కాస్త అనుమానంగానే అడిగాడు.

"ఆ ఆ లేదన్నయ్య.. అదీ.. అదీ"

"చెప్పరా. అలా నాన్చుతావేమిటి." కాస్త గట్టిగానే మ్రోగింది ఆది కేశవులు కంఠం

"యామిని ఫ్రెండ్ ఉన్నాడు చూడు... శశాంక్ అనే కుర్రాడు.. యామిని మీకు వాళ్ళ నాన్నను కూడా పరిచయం చేసింది...అతను... మీతో ఈ విషయం మాట్లాడుదామనే వచ్చాడూ... నేనిది... సమయం కాదన్నానూ... కానీ... ఇప్పుడు సమయం వచ్చింది కాబట్టి.. ఇలా.."నేలచూపులు చూస్తూ చెప్పుకుపోతున్నాడు రామస్వామి.

ఇంతసేపు తాము ఆచరించలేని ఆదర్శాలను అలవోకగా వల్లించిన వాళ్ల నోళ్ళు పడిపోయాయ్.పదిమందిలో తాము గొప్ప మనసున్నవాళ్ళం అని గలగలా జాలువారిన మాటలు మూగబోయాయి.నిశ్శబ్దం ఆవరించింది వెక్కిరిస్తూ అక్కడి వాళ్ళను. అది కేశవులు మౌనం మరింత బిగిసేలా చేస్తోంది వాళ్ళ నోళ్లను. ఎవరూ సాహసం చేయలేకున్నారు కనీసం గుసగుసలతోనైనా.

కాస్త దూరంగా కూర్చున్న కనకారావు ఆది కేశవులు దగ్గరకు వచ్చి చేతులు రెండూ జోడించాడు.

"క్షమించండి నాయుడుగారు. ఈ విషయం మీతో మాట్లాడటానికి ఇది సమయం కాదని తెలుసు. కానీ పిల్లల ఇష్టం చూశాక, ఈ సాహసం చేయక తప్పలేదు. పెద్ద మనసుతో మీరు కూడా వాళ్ళ ఇష్టాన్ని గౌరవిస్తారని వేడుకుంటున్నా... ఏదో చిన్న ఫ్యాక్టరీలో గుమస్తా గిరి చేసుకొని బ్రతికే నేను సామాజికంగా ఆర్థికంగా మీతో సరితూగలేక పోవచ్చు. కానీ మీ అమ్మాయిని పువ్వుల్లో పెట్టుకొని చూసుకొనేమంచి మనసు మావాడి కుంది. ఒకరికొకరు బాగా ఇష్టపడ్డారు.. దయచేసి కాదనకండి. ప్లీజ్" ఆదికేశవులు స్పందనకోసం ఎదురుచూస్తూ నిలబడిపోయాడు కనకారావు.

వేగంగా తీసుకుంటున్న అదికేశవులు నాయుడి ఊపిరిచప్పుడు అక్కడి వాళ్లకు స్పష్టంగా వినపడుతోంది.అక్కడికక్కడే గొంతు నులిమి చంపేద్దామన్నకసితో చూశాడు యామిని వైపు ఆది కేశవులు. భయంతో బిగుసుకుపోయి పైకిలేచి నిల్చుంది శశాంక్ చేయి పట్టుకొని. మరింత ఉడికి పోయాడు. పిడికిళ్ళు నలిపేసుకుంటూ పళ్ళు పటపటమని కొరికాడు ఆదికేశవులు.

"ఓసారి ఆలోచించు అన్నయ్యా." వేడికోలుగా అన్నాడు రామస్వామి

"ఇక అలోచిస్చేదేందిరా. నలుగురిలో నా తల తెగ్గోట్టేసిన తర్వాత."

"అదేంది నాయుడు గారు.. యామిని ఏం తప్పు చేసిందని.. వాళ్ళు చేసింది నిజంగా తప్పయితే వాళ్ళు నీదగ్గరకు వచ్చేవాళ్ళేనా. కాస్త శాంతంగా ఆలోచించు." చొరవ తీసుకున్నాడు ఆది కేశవులు దగ్గరి స్నేహితుడొకాయన.

మెల్లగా గొంతు సవరించుకున్నాడు బాగా పెద్దవయసున్న దగ్గరిబంధువు మరొకాయన "ఒరే ఆది!, పిల్లలు చాల సంస్కారవంతులురా... కాకపోతే వాళ్ళు నీదగ్గరకు వచ్చేవాళ్ళా చెప్పు.సరే నువ్వోప్పుకోవూ... నీకు తెలీకుండా వాళ్ళు పెళ్లి చేసేసుకుంటే నువ్వేం చేయగలవ్. అప్పుడింకా నీ పరువు పోదా... పిల్లని సక్రమంగా పెంచలేదని. పిల్లలెక్కడికి పారిపోలేదురా. నీ అనుమతి కోసం వచ్చారు. కాస్త కనికరించారా.... రేపో మాపో పోయేవాళ్ళం మనం. పది కాలాల పాటు బ్రతకాల్సినోళ్ళు వాళ్ళు. వాళ్ల ఆనందాన్ని పాడు చేసి నువ్వేం బావుకుంటావురా, వాళ్లను విడదీసి పాపం కట్టుకోవద్దురా."

"అయిందేదో అయిపోయింది. మంచి ముహూర్తం చూసి పెళ్లి చేసేయ్యరా, ఉన్న పరువు కాస్త నిలబడుద్ది..."దీర్ఘాలు తీస్తూ అన్నాదో దగ్గర భంధువొకావిడ.

"మన కులం కాకపోతే కాకపోవచ్చు.. అబ్బాయి బాగున్నాడు. మంచి ఉద్యోగం చేస్తున్నాడు. యామినికి మంచి ఈడు జోడూ.. ఇంకెందుకు కాదనడం" లోలోపల ఆనందిస్తూ అన్నాడో కుహనా బంధువు.

తన కులమే పెళ్ళికి అడ్డనిపించింది కనకారావుకి.

"అయ్యా.. మావాడి కులమే మీకు అడ్డయితే. వాణ్ని ఏ కులమూ అంటని మనిషిలా ఇస్తా. మా కులం ఛాయకూడా పడకుండానే చూసుకుంటా. వాడు నాకు ఒక్కగానొక్క కొడుకు. వాడి ఆనందం కోసమే బ్రతుకుతున్నా. వాడి సంతోషం కోసం నాకున్నది నేనే. నేను దూరమవడానికైనా సిద్ధం." కళ్ళలో నీళ్ళు సుడులు తిరుగుతుంటే కొడుకు వైపు చూస్తూ అన్నాడు కనకారావు.

యామిని చేయి వదిలేశాడు శశాంక్. తన తండ్రికెదురుగా వచ్చి నిలబడ్డాడు. కనకారావు బుజాలమీద రెండు చేతులు వేసి తన తండ్రి కళ్ళలోకి సూటిగా చూస్తూ "ఏంటి నాన్న. నన్నిప్పుడు అనాధను చేస్తావా?.. ఈ కులం. డబ్బు. హోదాలతో కుళ్ళిపోయిన చెత్తకుప్పలో పడేస్తావా నన్ను. ఇదేదో నా చిన్న తనంలోనే పారేసుంటే

బాగుండేది నాన్న. కాస్త మనిషిగా బ్రతికేవాణ్ని.. ఇప్పుడిలా చెత్తసేరుకొనే కుక్కని చేస్తావా?.. చెప్పు.. ఇది నీకు ఇష్టమైతే.. నాకు ఓకే.. చెప్పు నాన్నా.." గద్గదమైంది శశాంక్ స్వరం.

సమాధానం చెప్పలేక కొడుకును కౌగిలించుకొని బావురుమన్నాడు కనకారావు. కనకారావు మూగ రోదనల మధ్య బిగుసుకుపోయిన మనసులు మెల్లగా కరుగుతున్నై

అక్కడి వారందరినీ చూస్తూ అన్నాడు శశాంక్ "మనసుల మధ్య అంతరాలే తప్ప మనుషుల మధ్య అంతరాలు తెలీదు నాకు. మా నాన్న నన్నెపుడూ దళితుడిగా పెంచలా. దళితుడంటే మానసిక దౌర్బల్యమున్న వాడేనన్న కాన్సెప్ట్ నాది. ఎవరినీ దేబిరించాకుండా ఎదిగే ఆలోచన నాకుంది శత్రువునైనాప్రేమించే గొప్ప మనోబలం నాకుంది. అంతకు మించి మనిషిగా బ్రతికే సంస్కారం నాకు మా నాన్నిచ్చిన వరం. మా నాన్నే నాకు లేకపోతే ఇవన్నిలేని దళితుడుగానే మిగిలిపోతా.. అలా మిగలడం అంటే శవంగామారడమే.... చెప్పు యామిని, ఓ శవాన్ని పెళ్లి చేసుకోవడం నీకిష్టమేనా??.." సూటిగా యామినిని చూస్తూ అన్నాడు శశాంక్. తండ్రి బుజం మీద చేయి వేసుకునిమెల్లగా కదిలాడు అక్కడ నుండి శశాంక్.

యామిని కళ్ళలో నీళ్ళు ఉబుకుతున్నై. మాటలు పెగలడం లేదు. బేలగా చూస్తోంది ఆది కేశవుల వైపు. బంధువుల గుసగుసలమధ్య ఆది కేశవుల కోపం మెల్లగా చివికి పోతోంది. ఒక్కక్కరుగా లేచి వెళ్ళడానికి సిద్ధమయ్యారు. అందరూ తనను వీడి పోతున్నట్టనిపించింది ఆది కేశవులుకు.

"అన్నయ్య. చెప్పన్నయ్యా.. ఒక్క మాట చెప్పు.. ఇక్కడి నుండి వెళ్లిపోయినవళ్ళందరూ తలో మాట తలో దిక్కు విసిరేస్తారు. నాలుగు గోడల మధ్య ఉన్న పరువు ఇలా బజారున పడుతుంది... పిల్లలు చేసింది తప్పనిపించలేదు నాకు. నిజంగా వాళ్ళు తప్పు చేసినట్లైతే నీదగ్గరకు వచ్చేవాళ్ళా చెప్పు.. వాళ్ళ ఇష్టాన్ని మనం గౌరవిస్తే గొప్పోళ్ళమవుతాం.. ఓ గొప్ప సంస్కారవంతులవుతాం.. సమాజానికి ఆదర్శంగా నిలుస్తాం.లేదంటే ఎవరికీ మనశ్శాంతి ఉండదు... బాగా ఆలోచించండన్నయ్యా.యామిని మనసు తెలిసిన వాడిగా మాట్లాడుతున్నా. అబ్బాయి మంచివాడు. మన యామిని కలకాలం సంతోషంగా ఉంటుంది." చెప్పాల్సిందంతా చెప్పాడు రామస్వామి.

కుర్చున్నవాళ్లందరూ నిల్చున్నారు ఎవరి పాటికి వాళ్ళు వెళ్ళడానికి. ఒక్క యామిని తప్ప. చేష్టలుడిగి అలానే స్థాణువైపోయింది.

ఒంటరి వాడవుతున్నాడు ఆది కేశవులు.తనను వీడి పోతున్న అందరిని పిలుస్తూ.. "ఆగండి" అంటూ ఘర్జించింది ఆది కేశవులు కంఠం.

"మీరంతా వెళ్లి ఈ రాత్రికి హాయిగా పడుకోండి. కాని రేపుదయం నాకు చెప్పకుండా ఎవరూ ఇక్కడినుండి కదలడానికి వీలులేదు... ఎందుకంటే నాకూతురు యామిని పెళ్లి నిశ్చితార్థం గురించి మాట్లాడాలి మీతో" అందరికి నమస్కరించి నిష్క్రమించాడు ఆది కేశవులు నాయుడు అందరి సంభ్రమాశ్చర్యాల మధ్య.

నమ్మలేక తననుతాను గిల్లుకొంది యామిని గట్టిగా.. బాగా నొప్పి పుట్టేసరికి.. శశాంక్ ను గిల్లుంటే బావుండేది కదా అనుకొంది.. అనుకోవడమేంటి ఒక్క ఉదుటున శశాంక్ ను చేరుకొని అలానే చేసేసింది బాధతో గట్టిగా అరవబోతున్న శశాంక్ నోటిని తన పెదవులతో మూసేస్తూ...

* * * * *

11

మార్కెట్లోని జనానికి వాళ్ళ వాళ్ళ మాటల హోరే తప్ప ప్రకృతి చేస్తున్న చప్పుడ్లేవీ వినపడడంలేదు. ఇక లాభం లేదనుకొందేమో, హోరు గాలి రివ్వుమంటూ వీచింది రోడ్డు మీద దుమ్మును చెత్తాచెదారంతో కలిపి అక్కడున్న జనాలమీద ఎత్తిపోస్తూ. ఉలిక్కిపడ్డ జనాలు ఒక్కసారిగా అరచేతులతో కళ్ళకు అడ్డుపెట్టుకొంటూ తలెత్తిచూశారు ఆకాశం వైపు, అప్పటికప్పుడు క్రమ్ముకొంటున్న నల్లటి మేఘాలను ఆశ్చర్యంగా. ఈ నగరం ఎప్పుడైనా ఆకాశంవైపు చూస్తే కదా. ఎంత సేపటికి నేలచూపులు చూసుకుంటూ గడియారం ముల్లులా గానుగెద్దు బ్రతుకు బ్రతకడం తప్ప.

మెల్లగా చినుకులు ఆరంభమైయ్యాయి. ఎండకు ఎండడం అలవాటు చేసుకున్న జనాలు చురుక్కుమనే వాన చినుకులను తడుముకుంటూ తలోదిక్కు పరుగెత్తారు. బైక్ ను రోడ్డు ప్రక్కన పార్క్ చేసి దగ్గరలో ఉన్న బస్సు షెల్టర్ వైపు పరుగెత్తాడు శశాంక్. ఒక్క ఉదుటున వచ్చిన వర్షానికి సగం తడిసిపోయాడు శశాంక్. చేతి రుమాలుతో తల తుడుచుకుంటూ తన లాప్ టాప్ తడిచిందేమోనని ఒకసారి చూసుకున్నాడు. బ్యాగులోకి వర్షపు నీళ్ళు వెళ్లకపోయే సరికి ఊపిరిపీల్చుకున్నాడు. వర్షం పెద్దదైయ్యింది. పరిస్థితి చూస్తే వర్షం ఇప్పట్లో ఆగేటట్టు లేదు, నల్లని మేఘాలు కరిగేటట్టు లేవు, ఆకాశం వైపు చూస్తున్న తనను ఎవరో గమనిస్తున్నట్టనిపించింది శశాంక్ కి. చూస్తే రేవతి. శశాంక్ పలకరింపుకోసమే ఎదురుచూస్తున్నట్టుంది ఆమె వాలకం. శశాంక్ బాబు అంటూ పలకరించింది ఆప్యాయంగా.

"బాగున్నారా ఆంటీ"అన్నాడు శశాంక్. ఇంతకాలం రేవతిగారు అంటూ పిలిచిన పలకరింపు ఇపుడు ఆంటీ అని పిలుస్తుంటే ఏదో దగ్గరి మనిషి పిలుస్తున్నట్టుగా అనిపించింది రేవతికి. సంతోషంతో

"ఈరోజు శనివారం కదా బాబు... అమ్మాయిని చూద్దామని వచ్చా. అమ్మాయి ఇక్కడకు వచ్చి తీసుకెళతానంది, ఇదిగో ఈ వర్షం ఇలా పట్టుకుంది. ఎలా ఉంది బాబు తార. అక్కడి వాతావరణానికి అలవాటుపడిందా."

"ఆ పర్లేదు ఆంటీ. వర్క్ బాగా నేర్చుకొంది. ఇంకొంచం ఎక్స్పీరియన్స్ వచ్చిన తర్వాత వేరె కంపెనీ లోచేరచ్చు, బెటర్ శాలరీ వస్తుంది"

"ఏం బాబు. మీ కంపెనీ బాగా లేదా".

"బాగా లేదని కాదూ... అక్కడే ఉండిపోవడం అంత మంచిది కాదు. చెప్పాను కదా.. మా బాస్ అంత మంచి వాడు కాదు. నెక్స్ట మంత్ కి ప్రాజెక్ట్ అయిపోతుంది, ఆ తర్వాత వేరే కంపెనీకి మారమని చెప్పా తారకు"

వర్షం బాగా జోరందుకుంది. కాసేపటి తర్వాత అక్కడకు వచ్చిన సిటీ బస్సు లోంచి దిగి బస్ షెల్టర్ లోకి వచ్చింది తార. శశాంక్ ను చూడగానే ఆమె నల్లటి కాటుక కళ్ళలో వేయి మెరుపులు, బయట నింగిలోని కరి మబ్బులలో మెరుపులను మరిపిస్తున్నై. వర్షానికి ఆమె ముఖం కొద్దిగా తడిసిందేమో. వర్షపు బిందువులు తలనుండి ముత్యాల్లారాలుతూ ఆమె నాసికాగ్రం నుండి ముక్కు బుల్లాకులా మెరుస్తూ పెదవుల్ని తడిమేస్తూ చుబుకంనుండి జాలువారుతున్నాయి.

"గొడుగు తేలేదేంటే.".తల తుడుచుకోమన్నట్టుగా అంది రేవతి

"వర్షం పడుతుందనుకోలా.. అంటూ శశాంక్ వైపు తిరిగి".. శశాంక్ నువ్వెప్పుడోచ్చావ్..... అమ్మా.. నేనొస్తానన్నాను కదే. ఎందుకు ఆయన్ని ఇబ్బంది పెట్టడం." చిరు కోపంగా చూసింది తల్లివైపు తన పవిటతో నుదుటిపై తడిని అడ్డుకుంటూ తార

"నాకింకేం పనిలే, మీ తల్లి కుతుర్లకి సేవలు చేసుకోవడం తప్ప"మనసులోనే గొణుక్కున్నాడు శశాంక్

"లేదమ్మా. వర్షం పడుతోంటే ఇటువైపు వెళుతూ ఇక్కడ ఆగినట్టున్నాడు"

వర్షం పడుతూనే ఉంది ధారగా.

"అమ్మా నీకీ విషయం తెలుసా.. మా కంపెనీ ఎగ్జిబిషన్ కోసం నేను శశాంక్ బొంబాయి వెళుతున్నాం. అదీ ఫ్లైట్లో" సంబరంగా చెప్పింది తార చిన్న పిల్లలా

“ఏం బాబు.. నిజమా?! నా తల్లి ఎంత అదృష్టవంతురాలో.. ఇదంతా నీ చలవే బాబు. నువ్వు పక్కనుంటే తారను ఎక్కడికైనా పంపించగలను. నువ్వంటే అంత ధైర్యం.” మురిపెంగా తారను చూస్తూ శశాంక్ తోడు తార జీవితాంతం వుండాలని తలపోసింది రేవతి.

వర్షం కాస్త తగ్గుముఖం పట్టింది. గాలి చల్లగా తగులుతోంది ఒంటికి.

“లేదాంటి. బహుశా నే వెళ్ళకపోవచ్చు”తన రెండు చేతులతో తన బుజాలను రుద్దుకొంటూ అన్నాడు శశాంక్

“ఏం అన్నట్టుగా చూసింది తార.” మరి మనకు ఫ్లైట్ టిక్కెట్లు కూడా బుక్ అయిపోయాయికదా” ఎలా సాధ్యమన్నట్టుగా ప్రశ్నించింది తార

“దాందేముంది, అవి కాన్సిల్ చేసి వేరెవరినైనా పంపిస్తారేమో. బహుశా శ్రీధరన్ ను పంపించవచ్చు.”

“శ్రీధరన్ నా... అయినా నీకంత అర్జంట్ పనేముంది... ఏదయినా ఉంటే మన టూర్ ఘోస్ట్ ఫోన్ చేసుకోవచ్చుగా”

“అవును, మనదే ఆ కంపెనీ. మనకి పనులున్నాయని వర్క్ వాయిదా వేస్తారు.” వెటకారంగా నవ్వాడు శశాంక్.

“అయితే నేనూ వెళ్ళను.” బింకంగా అంది తార

“నువ్వు పోకపోతే ఇంకొకర్ని పంపిస్తారు.. అక్కడకు అన్ని కంపెనీలు వస్తాయి. మన కంపెనీ స్టాఫ్ ప్రజంట్ చేసుకోవాలక్కడ. ఎవర్నీ పంపకపోతే నష్ట పోయేది కంపెనీ. నీకోసం నాకోసం నష్టపోదు”

మేఘాలు పలుచనబడి కనుమరుగౌతోంటే, వర్షం సన్నని చినుకులుగా మారి రోడ్డు మీద నిలిచిననీటిలో వృత్తాలు గీస్తోంది ఏమీ తోచక, తార లాగే. చాలా ఉహించుకుంది తను. ఇప్పుడేంటి ఇలా...

“మరి ఏంటి అంత ఇంపార్టెంట్ వర్క్...” నేలచూపులనుండి మెల్లగా తలెత్తి శశాంక్ కళ్ళలోకి చూసింది తార నిరాశగా

"అదీ... అది..పర్సనల్" తప్పించుకోజూశాడు శశాంక్

"నాక్కూడా చెప్పకూడనిదా" గోముగా అడిగింది తార

"సరే... రేపైనా చెప్పాలిగదా.. అయినా మీరూమ్మేట్ చెప్పలేదా నీకు"నోసలు చిట్లించాడు శశాంక్

తార గుండె గుబుక్కుమన్నది యామిని ప్రస్తావన వచ్చేసరికి. అంత ఇంపార్టెంట్ విషయమంటే ఏముంటుంది వీళ్ళిద్దరి మధ్య. కొంపదీసి ఏదైనా... ఊహించడానికే భయమేసింది తారకు.

భయము, ఉత్సుకత పోటీపడుతున్నై తార కళ్ళల్లో. తను ఊహించినదేదీ శశాంక్ నోటివెంట రాకుడదని కళ్ళుమూసుకొని మనసులోనే పదేపదే మ్రొక్కుతోంది.

"బహుశా ఈ నెలాఖరులోనే నాకు యామినికి ఎంగేజ్మెంట్ ఉండొచ్చు. డేట్ ఇంకా ఫిక్స్ కాలా. ఆ డేట్ మన టూర్ డేట్ తో క్లాష్ అవుతుందేమోనని నా అనుమానం." శశాంక్ మాటలు పిడుగుల్లా తాకాయి తార చెవులను. కళ్ళు తెరిచినా మూసినా అంతా చీకటిగానే అనిపిస్తోంది తనకు.తన చుట్టూ ప్రపంచం ఒక్కసారిగా ఆగిపోయింది వర్షంతో పాటుగా.

"బై తారా" అంటూ వెళ్లిపోతున్న శశాంక్ కూడా కనిపించడంలేదిపుడు తారకు. తెరచిన కళ్ళకు కన్నీటి మేఘాలు కమ్ముకుంటున్నై. మనసు మోయలేనంత బరువెక్కిపోతోంది క్రమంగా. ఇక భరించలేనట్టుగా వర్షించడం మొదలుపెట్టాయి తార కళ్ళు.

* * *

యామిని కోసం ఇప్పటికే పలుమార్లు కాల్ చేసి విసిగెత్తి పోయాడు శశాంక్. ప్రోగ్రామర్ల సబ్మిషన్స్ ఒక్కొక్కటిగా వెరిఫై చేయడానికి పూనుకోబోయేంతలో యామిని నుండి ఫోన్

"హలో శశాంక్! సారి శశాంక్. జర్నీలో ఉన్నా, చూసుకోలే. ఏంటి విషయం చెప్పు"

"ఏం లేదూ.. ఎక్కడున్నావ్ ఇప్పుడు."

"ఇపుడే ఆఫీసులోకి వెళుతున్నా"

"తార రాలేదేం"

"ఓహ్ సారీ... పనిలో ఉండి తారకు జడలేయడం లేట్టైంది. ఇంకేం పంపిస్తాంలేనని రూమ్ లోనే ఉండమని చెప్పా"

"జోకింది చాలు.. నాకోచ్చే కోపానికి... అసలు ఏమైంది తారకి. ఎన్ని సార్లు ఫోన్ చేసినా లిఫ్ట్ చేయదే. దానికిచ్చిన అసైన్మెంట్ పెండింగ్ ఇక్కడ. దానివల్ల ఈరోజు ప్రోసేస్స్ మొత్తం ఆగిపోయింది. సరే రాలేక పోయిందేననుకున్నాం. అదేదో లీవ్ పెట్టి ఏడ్చుంటే, నా ఏడుపేదో నేను ఏడ్చేవాన్ని కదా." కోపాన్ని అదిమి పెట్టుకొంటూ గొణిగాడు శశాంక్

"లీవ్ కూడా పెట్టలేదా.. అదేంటి.. ఓ వారం దాకా రానని చెప్పి వెళ్ళిందే వాళ్ళమ్మతో కలసి"

"ఇదేమైనా గౌర్నమేంట్ జాబ్ అనుకుందా ఏంటీ.. అ!. ఎప్పుడు పడితే అపుడు, ఎన్ని రోజులంటే అన్ని రోజులు చెప్పా పెట్టకుండా పనేగ్గోట్టదానికి." విసుక్కున్నాడు శశాంక్

"ఏమో మొన్ననే వెళ్ళిపోయింది. ఏమడిగినా తల్లి కుతుర్లిద్దరూ ఏదో ముక్తసరిగా మాట్లాడుతుండేసరికి నేను ఎక్కువగా పట్టించుకోలేదు. విషయమేంటో తెలీదు."

"వాళ్ళ గోల సరే గాని..ఏమైంది మన విషయం. డేట్ ఫిక్స్ అయిందా"

"ఊహు.. లేదు. ఇది శూన్య మాసమటకదా. నెక్స్ట మంత్ లాస్ట్ వీక్ లో మంచిరోజులున్నాయట. బహుశా అప్పుడే ఫిక్స్ కావచ్చు. అయినా ఏంటో అంత తొందర అయ్యగారికి.." కొంటెగా బదులిచ్చింది యామిని

"తొందరా పాడా. మా బాస్ ముంబై టూర్ వేసి చచ్చాడు.మన ప్రోగ్రాం కి క్లాష్ వస్తుందేమో నని. అదేమన్నా ఉంటే ముందుగా లీవ్ పెడుదామనీ. నేనేం తారను కాదు కదా."

"వాళ్ళమ్మకు కాల్ చేయలేకపోయావా"

"అదీ అయ్యింది. ఆ మహాతల్లి ఫోన్ ఎప్పుడూ అవుట్ అఫ్ కవరేజ్ ఏరియా లో ఉంటుంది." అసహనంగా అన్నాడు శశాంక్.

"లేదే.. ఇంతకు ముందుగానే మాట్లాడానే, వాళ్లమ్మే చేసింది. ఏదైనా పార్సిల్ వస్తే రిసీవ్ చేసుకోమని"

"ఆహా నిన్ను కూడా వాడేస్తున్నారా వాళ్ళు.."

"ఆ ఏమిచేయమంటావ్. తమరు తమ రైటర్ బ్రెయిన్ తో నా తలకు చుట్టిన బాధ్యత. తప్పదు కదా.. సర్లే.రేవతి చేసిన నంబరిస్తాను, ఓసారి ట్రై చెయ్" అంటూ మెసేజ్ చేసింది రేవతి నంబరును.

"సరే ఉంటాను" శశాంక్ ఫోన్ పెట్టేయబోతోంటే

"అంతేనా.. ఇంకేమీ వద్దా" గుసగుసగా అడిగింది యామిని

అ.. అంటూ ఏదో స్ఫురించిన వాడిలా" సమయం చూసి కోడతారుగదే మీ ఆడాళ్ళు. ఇచ్చేయ్... ఇచ్చేయ్ త్వరగా.. దానిసంగతి లంచ్ టైంలో చూసుకుంటా" చిరాకెళ్ళబోశాడు శశాంక్

"అంత విసుగ్గా అయితే వద్దులెండి. నేనిచ్చింది ఏ చెత్తబుట్టలోనో పడేస్తారు.. బై ఉంటా"అంటూ ఫోన్ కట్ చేసింది యామిని

నవ్వుకొంటూ ఫోన్ వంక చూసుకున్నాడు శశాంక్, రేవతి నంబరు కోసం వెదుకుతూ

* * *

"ఏయ్ తారా!. శశాంక్ ఫోన్.నిన్ను మాట్లాడమంటున్నాడు. ముంబై టూర్ ఓకే అయ్యిందంటా.. అనుకున్న టైంకి వెళ్ళాలి. నిన్ను వెంటనే రమ్మంటున్నాడు. ఇదుగో మాట్లాడు" అంటూ మంచమ్మీద దిండులో ముఖం దాచుకుని బోర్ల పడుకున్న తార తట్టి లేపి ఫోన్ చేతికివ్వబోయింది రేవతి. చివాలున తలెత్తి చూసి

"నే వెళ్లనని చెప్పాను కదా" ఏడుపు గొంతుతో అంది తార

"పెద్దగా అరవకే, శశాంక్ లైన్ లో ఉన్నాడూ.." ఫోన్ ను మరో చేత్తో మూసేస్తూ లోగొంతుకతో అంది రేవతి

ఇదుగో తీసుకో అంటూ తార చెవి దగ్గర పెట్టింది. ఫోన్ అప్పటికే కట్ అయినట్టుంది. రేవతి కోపం తారాస్థాయికి చేరుకుంది.

"ఎందుకు పోవే. టూర్ కి పోవా? లేక అసలు ఉద్యోగానికే పోవా?.. ఇలా ఉంటే ఎలానే. ఉద్యోగం ఊడుతుంది తెలుసా??.." తార వైపు కోపంగా చూసింది రేవతి

"ఊడితే ఊడని నా కక్కడ పనిచేయడం ఇష్టం లేదు". మొండిగా అంది తార

తారను ఏమీ అనలేక నడుమ్మీద చేతులు పెట్టుకొని దిక్కులు చూడసాగింది రేవతి. తారను చూస్తే కడుపు తరుక్కు పోతుంది. అర్హతకు మించి ఆశపడే తార పసితనం చూసి, అది పడే బాధ చూస్తే మనసంతా కలచివేస్తోంది. తార పక్కనే కూర్చొని ఆమె తల నిమురుతూ

"చూడు తల్లీ.. నీ బాధ నాకర్థమౌతుంది. నువ్వు ఆశపడడంలో తప్పులేదు. కాని మనకెంతవరకు ప్రాప్తమో అంతే. సర్దుకుపోవాలి మనం. జీవితమంటే అంతేనే" అనునయంగా అనగానే

విసురుగా తలెత్తి చూసింది తార

"మరి నువ్వు సర్దుకు పోయావా చెప్పు. నీది ప్రేమ వివాహమేగా. నా చిన్నతనంలోనే నాన్న చనిపోయిన తర్వాత నువ్వెంతుకు మళ్ళీ పెళ్లి చేసుకోలేదు?.. జీవితంలో సర్దుకు పోవడమంటే మనసులో ఒకరిని ఉంచుకుని వేరొకరితో కాపురం చేయడం కాదా, మరి నువ్వెందుకు చేయలేదా పని" కాస్త గట్టిగానే అడిగింది తార.

"అది కాదే."

"ఏం కాదు"

"అవతలి వాళ్ళు కాదన్నపుడు మనమెందుకే తాపత్రయపడడం" సమాధానపరచడానికి ప్రయత్నిస్తోంది రేవతి.

"నా వల్ల కాదమ్మా.. నేనా రూమ్ లో ఉండలేను.నేను కోరుకున్నవాడిని అదేవతో ఎత్తుకుపోతుంటే... దాంతో కలసి ఉండలేను. శశాంక్ ను చూస్తున్న ప్రతిసారి నా జీవితాన్నే పోగొట్టుకున్నానన్న ఫీలింగ్.. నేను భరించలేనే. నా వల్ల కాదమ్మా.. నావల్ల కాలేదు.." శోకంతో గొంతు వణుకుతుంటే చెక్కిళ్ళ మీద జారుతున్న కన్నీళ్లను తుడుచుకొనేప్రయత్నంకూడా చేయడం లేదు తార.

"మరైతే ఏం చేద్దాం. కనీసం మనకింకో బ్రతుకుదెరువు దొరికేదాకా తప్పదమ్మా. మనమేమన్న లక్షాదికార్లమా. కాదు కదా. ఉన్న ఎకరా పొలం కూడా అమ్మేశానాయే.... సరే ప్రస్తుతానికి ఏదో ఒక ఇల్లు చూసుకుందాం. నువ్వు రూమ్ ఖాళీ చేద్దువుగాని. వేరే చోట ఉద్యోగమేదైనా చూసుకుందువు లే" తన పమిట కొంగుతో తార కన్నీళ్లను తుడుస్తూ ఓదార్చింది రేవతి.

పెనవేసుకున్న బంధం విడిపోతున్నపుడు కంటే విడిపోతుందనే భావనే మనసును విపరీతంగా బాధ పెడుతుంది.

పెద్దగా ఏడ్చేసింది తార తల్లి ఒడిలో తల దాల్చుకుని.

* * * * *

12

ముంబై లో మూడు రోజుల ప్రోగ్రాం కళ్ళు మూసి తెరిచేలోగా అయిపోయింది. ఇది చివరి రోజు పైగా వీకెండ్. ప్రోగ్రాం నిర్వాహకులు పార్టీ గ్రాండ్ గా అరేంజ్ చేసారు. ఇక శ్రీధరన్ కక్కుర్తికి అంతేలేదు. పార్టీలో దొరికిన ఖరీదైన సరుకు ఇక దొరకదన్నట్టు లాగించేశాడు. ఎక్కడెక్కడి నుండో వచ్చిన సాఫ్ట్ వేర్ క్రియేచర్స్ అన్నీ కలిసి కీచురాళ్ళకంటే ఎక్కువగా రోదపెడుతున్నై. మగ్గిన ఫలరసాలకంటే, మురిగిన ఫల రసాలమీద ఈగల్లా వాలిపోతున్నారందరూ. మద్యపానం, ధూమపానంతో మాయలా, అదే ఆనందం అనుకొనేలా మరో త్రిశంకు స్వర్గం సృష్టించబడిందక్కడ. చిందులేస్తూ క్రిందా మీదా పడుతూ ఏది నింగో ఏది నేలో తెలియనంతగా, ముక్కలు ముక్కలుగా విసిరేస్తున్న D J సంగీతపు లయను అందుకోవడానికి పిచ్చిగా కదులుతున్నై వాళ్ళ కాళ్ళు.

తల బ్రద్దలై పోతున్నట్టుంది తారకు అక్కడి వాతావరణంలో. ఇక ఒక్క క్షణం అక్కడుంటే కడుపులో ప్రేవులతో సహా ఉన్నదంతా బయటకువచ్చేట్టుంది. శశాంక్ కోసం వెదికాయి ఆమె కళ్ళు. దూరంగా ప్రోగ్రాం స్టాఫ్ తో ఫ్రూట్ జ్యూస్ సిప్ చేస్తూ ఉల్లాసంగా మాట్లాడుతున్నాడు శశాంక్.

తార తన దగ్గరకు రావడం చూసి, వాళ్ళకు మర్యాదపూర్వకంగా చెప్పి ఇవతలకు వచ్చాడు శశాంక్.

తారను చూడగానే ఆమె పరిస్థితి అర్థమైపోయింది. ఏం అన్నట్టుగా చూశాడు తను త్రాగుతున్న ఫ్రూట్ జ్యూస్ గ్లాస్ ను పక్కన పెడుతూ.

"చాల తలనొప్పిగా ఉంది శశి. ఇక్కడ పరిస్థితి చూస్తే నిన్న తిన్నది కూడా వాంతికొచ్చేట్టుంది. నన్నిక్కడి నుండి బయటకు తీసుకెళ్ళవా ప్లీజ్."తన చుట్టూ కమ్ముకున్న మందు వాసనతో కలసిన సిగరెట్ పొగలను అసహ్యంగా చూస్తూ అంది తార.

"తారా.. ఇవన్నీ ఇక్కడ కామనే. అంతగా ఇబ్బందిగా ఉంటే బయట రిసెప్షన్ లో ఉండు పార్టీ అయిపోయాక వెళదాం"

"హు... వీళ్ళను చూస్తుంటే ఇప్పుడే అయ్యేట్టు లేదు. తెల్లవారేట్టుంది. నన్ను గెస్ట్ హౌస్ కి తీసుకెళ్ళవా.." బ్రతిమాలుకుంది తార

"వీళ్ళేక్కడ..." అంటూ హాలు మొత్తం కలయజూశాడు శశాంక్ శ్రీధరన్, స్వర్ణ కోసం.

స్వర్ణ రామన్ కంపెనీలో సీనియర్ ప్రోగ్రామర్. ఆమెకు తోడుగా మాత్రమే తారను సిఫారసు చేశాడు శశాంక్. ఆమెను ఒంటరిగా ఒదిలితే శ్రీధరన్ ఎలాంటి వేషాలేస్తాడో తనకు బాగా తెలుసు. కుళ్ళిన వాతావరణంలో పురుగుల్లా కదులుతున్న ఆ గుంపులో వాళ్ళను గుర్తు పట్టడం కాస్త ఇబ్బంది గానే ఉంది.

ఎట్టకేలకు స్వర్ణను శ్రీధరన్ ను పట్టుకోగలిగాడు. ఒకేచోటున్నారిద్దరూ తను ఊహించినట్టుగానే. పిచ్చిగా ఊగుతోంది స్వర్ణ. ఇక శ్రీధరన్ అయితే ఈలోకంలోనే లేడు.

స్వర్ణను లాక్కొచ్చి తారతో కలిసి తనూ బయలుదేరాడు తాముంటున్న బాస్ గెస్ట్ హౌస్ కి. ఎప్పుడైనా కంపెనీ పనిమీద ముంబై వస్తే షెల్టర్ ముంబై శివార్లలో ఉన్న బాస్ గెస్ట్ హౌసే.

బాగా త్రాగేసినట్టుంది స్వర్ణ. మత్తుగా తూలుతూ ఏదేదో మాట్లాడుతోంది క్యాబ్ వెనుక సీట్లో తార ఓళ్ళో పడుకొని. అంతా శ్రీధరన్ సహవాసదోషం అనుకుంటూ మెల్లగా నవ్వుకున్నాడు శశాంక్ కార్ ముందు సీట్లో విండో లోంచి చల్లగా తగులుతున్న గాలిని ఆస్వాదిస్తూ.బయట గాలి తగిలే సరికి ప్రాణం లేచొచ్చినట్టైంది తారకు మురికికాలువలో పడి బయటకు వచ్చిన్నట్టు.

* * *

మెలకువలో ఉందో మత్తులో ఉందో తెలీడం లేదు. ఇప్పటికిది రెండోవసారి స్వర్ణను తిరిగి బెడ్ పై పడుకోపెట్టడం. వచ్చినప్పటి నుండి ఒకటే వాగుడు, పిచ్చిగా ఏదేదో మాట్లాడుతోంది. తార తాగిన వాళ్ళను చూసింది గాని ఇలా ప్రవర్తించడం, అదీ ఓ ఆడపిల్ల.

తన జీన్ ఫాంట్ లోనుండి ఏదో తీసింది స్వర్ణ. అది సిగరెట్టే. కానీ పొగాకు పొడిని రాల్చేసి ఇక దేనికోసమో వెదుకుతోంది. కనబడకపోవడంతో పిచ్చిగా అరుస్తోంది. భయమేస్తోంది తారకు స్వర్ణ ప్రవర్తన చూస్తోంటే. శశాంక్ ను పిలుద్దామనే లోపే, ఎవరో డోర్ తడుతున్న చెప్పుడైంది. ఇంత రాత్రిలో ఎవరా అనుకుంటూ డోర్ తీయడానికి లేవబోయేంతలో లేచి తలుపు తీసింది స్వర్ణ. ఎదురుగా శ్రీధరన్. అప్పటి దాకా జోగుతూ ఉన్న స్వర్ణ కళ్ళలో మెరుపులు. శ్రీధరన్ ను గట్టిగా వాటేసుకుంటూ అతన్ని ఆపాదమస్తకం తడిమేస్తోంది. స్వర్ణకేం కావాలో అర్థమైనట్టు నవ్వాడు శ్రీధరన్. ఫ్యాంట్ బ్యాక్ పాకెట్ లో నుండి తీశాడు ఓ తెల్లని పోడి ఉన్న ప్యాకెట్ ని. దాన్ని చూడగానే వేయి వోల్ట కాంతితో వెలిగిపోయింది స్వర్ణ ముఖం. హుషారుగా శ్రీధరన్ నడుమ్మీద చేయివేసుకుని లోపలికి తీసుకెళ్ళివిసురుగా బెడ్ మీద తోసేసింది. ఆ పాకెట్ ఇవ్వమంటుంటే అది అందకుండా ఆటలాడుతున్నాడు శ్రీధరన్. తారకు చిరాకెత్తుతోంది ఇదంతా చూస్తోంటే. కోపంగా చూస్తూ విసురుగా శ్రీధరన్ చేతిలోని పాకెట్ ను తెసుకోంది తార. అది డ్రగ్ అని తెలుసుకోవడానికి ఏంతో సేపు పట్టలేదు తారకు. తార చేతిలోని పాకెట్ ను చూడగానే తార వెంటపడింది స్వర్ణ. తార కోపంగా చూస్తూ దాన్ని దాస్తూ ఉంటే బ్రతిమిలాడుతోంది స్వర్ణ.

“నీకీ అలవాటుకూడా ఉందా” సూటిగా స్వర్ణ కళ్ళలోకి చూస్తూ అడిగింది తార.

శ్రీధరన్ మత్తుగా వాలిపొయిఉన్నాడు బెడ్ మీద.

“చెప్పు...” కోపంగా చూస్తూ అంది తార స్వర్ణను విదిలించుకుంటూ..

“ప్లీజ్ తారా.. నాకది లేకపోతే నిద్ర పట్టదే..అది నా పక్కన ఉంటే ఈ ప్రపంచమంతా నాకు దాసోహం అనిపిస్తుందే. ఇచ్చేయవే... ప్లీజ్.. తారా”

ఇవ్వనన్నట్టుగా తలడ్డంగా ఊపింది తార దానిని తన వెనుకన దాస్తూ

“ప్లీజ్ తార ఇదుంటే నాకెంతో హుషారనిపిస్తోందే. కావాలంటే నువ్వూ తీసుకో. ఈ బయటి మాయాప్రపంచం లోంచి దూరంగా మన ప్రపంచంలోకి వెళ్లిపోదాం ఇద్దరం..” చేతులు విశాలంగా చాస్తూ పెకిలిగా నవ్వుతోంది స్వర్ణ.

విస్తుపోయి చూస్తోంది తార

"ఈ బయటి ప్రపంచం మన చేతుల్లో లేదే. మన ప్రపంచం మన చేతుల్లోనే " పెద్దగా అరుస్తోంది స్వర్ణ

"ఎస్.. ఇది మన ఇష్టం.. మనం చెప్పినట్టింటుంది.. మనం ఆడమన్నట్టు ఆడుతుంది.. ఎంజాయ్!!! టైమేతెలీదు తెలుసా.. కాలం నా బానిస.. నేనాగిపోమ్మంటే ఆగిపోతుంది....వెనక్కెళ్ళమంటే వెనక్కెళుతుంది. ముందుకెళ్ళాలంటే నా పర్మీషన్ కావాలి దానికి.ఇట్స్ మై ఓన్.."తన్మయత్వంలో వాగుతోంది స్వర్ణ.

"తారకెందుకు చెబుతావ్. దానికి శశాంక్ ఎక్కించిన మత్తుకంటే ఏ మత్తు దానికెక్కదు" వికారంగా నవ్వుతూ బెడ్ పై మత్తుగా దొర్లాడు శ్రీధరన్.

చేతిలోని పాకెట్ ను విసిరికొట్టిందితార. ఆబగా చూస్తున్న కుక్కలా ఏరుకుంది స్వర్ణ. సిగరెట్ లోనుండి దాన్ని పీలుస్తూ అరమోడ్పుకనులతో స్వర్ణ తల ఊగి పోతుంటే... చేష్టలుడిగి చూస్తుండి పోయింది తార.

నేలకు వాలిపోతున్న స్వర్ణను శ్రీధరన్ ఒడిసిపట్టుకుంటుంటే అల్లుకుపోయింది స్వర్ణ. థ్యాంక్ యు థ్యాంక్ యు అంటూ శ్రీధరన్ ను ముద్దులతో ముంచెత్తుతోంది తన ఊహా ప్రపంచంలో ఓలలాడుతూ. శ్రీధరన్ లో పశుత్వం మేల్కొంటోంది ఆమె చేసే చేష్టలకు. ఆమె ఒంటిపై ఊడిన షర్టు బటన్లు ఆమెలోని అందాల్ని బహిర్గతం చేస్తుంటే మరింత మైకంతో అక్కడ ముద్దాడడానికి ఉద్యుక్తుడైయ్యాడు.

ఒళ్లంతా చీమలు పాములు ప్రాకినట్టుంది తారకు. అసహ్యము, కోపం కలసి ఆమె శ్వాసలో బుసలు కొడుతున్నై. శ్రీధరన్ జుట్టు పట్టుకొని విసురుగా దూరంగా తోసింది స్వర్ణ నుండి. తల గోడకు గ్రుద్దుకోని తలపట్టుకొని నేలకు కూలిపోయాడు శ్రీధరన్.

డోర్ తీసి శ్రీధరన్ కాలరు పట్టుకొని బయటకు ఈడ్చేసింది తార. విసురుగా డోర్ వేసి, బట్టలు చెదిరి స్పృహలేకుండా పడిఉన్న స్వర్ణను చెంపలు వాయించేసింది. ఎప్పటికో బాధగా మూల్గింది స్వర్ణ. అలిసిపోయి బెడ్ పై కూర్చుండిపోయింది. గదంతా ఓసారి కలయచూసింది. చెత్తచెత్తగా ఉంది గదంతా.. ఓవిధమైన ఘాటు వాసన AC వేసివుండడం వల్ల మరింత వెగటుగా ఉంది. క్షణక్షణానికి తనలోని సహనం క్షీణిస్తుంటే, నిద్ర దూరమై తలనొప్పి వచ్చేస్తోంది. ఇక భరించలేకబయటకు వచ్చేసింది. గది బయట

దొర్లుతున్నాడు శ్రీధరన్. చూడగానే మరింత కసితో తన కాలితో తన్నింది. బాధగా మూల్గాడు శ్రీధరన్. బయట వరండాలో ఉన్న సోఫాలో కూలబడిపోయింది తార.

ఫోన్ లో మాట్లాడుతున్నవాడలా, శ్రీధరన్ చేసిన అలికిడికి బయటకు వచ్చాడు శశాంక్. దూరంగా వరండాలో సోఫాలో కుర్చునిఉంది తార.ఇంత రాత్రివేళ తార బయట ఒంటరిగా... వెంటనే శ్రీధరన్ గుర్తొచ్చాడు. కొంపదీసి స్వర్ణ, శ్రీధరన్ రూమ్ లో ఉన్నారా ఏమిటి ఖర్మ. తారో మెతక మేళం, బయట కూర్చుండిపోయింది అనుకుంటూ సెల్ ఫోన్ చూస్తున్న తారను చేరుకున్నాడు శశాంక్.

తార సెల్ ఫోన్ లో ముంబై సైట్ సీఇంగ్ కి వెళ్ళినపుడు తీసుకున్న సెల్ఫీలు ఒక్కక్కటిగా చూస్తూ ఉన్నట్టుంది.తన చేతి వ్రేళ్ళు ఫోటోలను స్క్రోల్ చేస్తున్నాయన్న మాటేగానీ, చూపులు ఎక్కడో శూన్యం లోకి చూస్తున్నట్టున్నై.

"తారా!" అన్న శశాంక్ పిలుపుతో ఈ లోకం లోకి వచ్చింది తార. ఉలిక్కి పడి చూసింది శశాంక్ వైపు.

"ఇంకా పడుకోలేదా."

లేదన్నట్టుగా తలాడించింది తార

"ఇలా బయటకూర్చున్నావేం"

"ఏం లేదు.. ఆ రూమ్ లో ఉండలేకున్నాను.. అందుకే ఇలా"

సర్దుకొని కూర్చుంటూ శశాంక్ ను కూడా కూర్చోమని సైగచేసింది తార. రూమ్ లో జరిగిన విషయమంతా చెప్పుకొచ్చింది.

"సరే ఇంతకూ ఆ వెధవేడీ.." అడిగిన శశాంక్ కు రూమ్ బయట పడిపోయున్న శ్రీధరన్ ను చూపించింది నిశ్శబ్దంగా.

అతని వైపు ఏవగింపుగా చూస్తూ "సర్లే.. నా రూమ్ లో పడుకొనే పనైతే పడుకో. శ్రీధరన్ బెడ్ ఖాళీగా ఉంది" అన్నాడు శశాంక్. శశాంక్ వైపు నిర్లిప్తంగా చూసి ఊరుకుంది.

"నిన్నే!!.. బయటవర్షం పడేట్టుంది. ఇట్టానే ఉంటే తెల్లారేసరికి చలికి నీలుక్కుంటావ్. అందుకే.." లోలోన తిట్టుకుంటూ అన్నాడు శశాంక్.

"మనకలవాటే కదా ఒకే రూమ్ లో పడుకోవడం. అందుకే..... మన మధ్యేంజరగవులే. ఏవైనా ఫీలింగ్స్ ఉంటే కదా మనమధ్య.. నువ్వు ధైర్యంగా వచ్చి పడుకోవచ్చు.." కొంచం గట్టిగానే అన్నాడు శశాంక్

ఆమె కళ్ళలో అదే నిర్లిప్తత.. లీలగా వీస్తున్న గాలికి తోడుగా

"నీ మదిలో నే లేనపుడు, గదిలో మాత్రం ఎందుకు.. నేనొంటరిగా ఏం లేను. నిద్ర కోసం ఎదురుచూస్తున్నా... తోడోస్తోందిలే నువ్వెళ్ళు." మెల్లగా తల తిప్పుకుంది తార.

"చెప్పిన కవిత్వం చాలు గాని.. వచ్చి పడుకో.. జలుబు చేసి ఆరోగ్యం పాడవ్వుద్ది" కోపంతో కూడిన వెటకారం తొంగిచూసింది శశాంక్ గొంతులో. తారలో చలనం లేకపోయేసరికి విసుగెత్తి లోపలి వెళ్ళిపోయాడు శశాంక్.

ఏడుపు ముంచుకొస్తోంది తారకు. కళ్ళలో నీళ్ళు క్రమ్ముతుంటే వెళుతున్న శశాంక్ వైపే చూస్తుండిపోయింది అలాగే. తన ప్రేమను ఇంత నిర్లక్షిస్తున్నాడేమింటి శశాంక్. యామిని విషయం తెలీకముందు ఎంతో చొరవగా మసలిన తను ఇప్పుడేమిటి ఇలా.. శశాంక్ తనవాడు కాదని బుద్ధికి తెలుస్తోంది, మనసుకు తెలీడం లేదే... తనకు నచ్చినదాని కోసం బానిసలా పాకుతోంది శశాంక్ వైపే. ఎలా.. ఎలా మరిచిపోవడం. జీవితంలో జరిగిన అన్నీ విషయాలను అతి తేలిగ్గా మరిచిపోయే వరమిచ్చిన దేవుడు, ఒక్క ప్రేమ విషయంలో మాత్రం ఎందుకిలా. అది ప్రాణసమానమా... ప్రేమ లేకుంటే మనిషి శవమేనా... ప్రేమలేకుండా బ్రతకడం ఇంత కష్టమా... ఈ బాధను మరిచిపోవాలంటే శవంగా మారడమేనా పరిష్కారం...

మనసు పరిపరి విధాలపోతోంది ఆ నిశిరాత్రి కాలంతో పాటు.. తార మనసు పడే బాధ వినీవినీ జాలిగాఒడిని చేర్చుకుంది నిద్ర. అలసిపోయిన మనసు విశ్రాంతి కోరుకుంటూ కనులు మూతలు పడుతోంటే, రివ్వుమనే చలిగాలి కొంచం కొంచంగా తన ఒంటిని తడుముతోంది. నిద్రాదేవి ఒడిలో మెలమెల్లగా ఒరిగిపోతుంటే ఏదో వెచ్చటి స్పర్శ. శశాంక్ ఏమో అన్నట్టుగా కళ్ళు తెరిచింది తార.

అవును శశాంకే సోఫాలో చలికి ముడుచుకు పడుకున్న తనకు దుప్పటి కప్పుతున్నాడు శశాంక్. తన బుజం మీదకు దుప్పటి సర్దుతోంటే.. అలవోకగా పట్టుకుంది శశాంక్ చేతిని తన గుండెలకేసి గట్టిగా హత్తుకొంటూ. ఈ హఠాత్ పరిణామానికి చేయి వెనుకకు తీసుకోబోయాడు శశాంక్. మరింత గట్టిగా పట్టుకుంది తార పైకి లేస్తూ... శశాంక్ ఎదకు తన తలను ఆనిస్తూ..

"ఇలా ఎందుకు చేస్తున్నావ్ శశాంక్...ఎందుకిలా.. నా గురించి ఎందుకింత కేర్ తీసుకుంటున్నావ్". తల పైకెత్తి బేలగా చూసింది తార.

"నేనంటే ఏమీ లేదా నీకు. నిజం చెప్పు.." సూటిగా శశాంక్ కళ్ళలోకి చూస్తూ, తనకు చెప్పకుండా దాస్తున్నదేదో చూసేయాలన్న తపనతో, బేలగా అడిగింది తార.

చేతిని సుతారంగా తీసుకుంటూ సోఫా అర్మ్ పై కూర్చున్నాడు శశాంక్ తార ప్రక్కనే. తార చెంపల్ని తన దోసిటలోకి తీసుకుంటూ "నువ్వంటే ఇష్టం అంతే.. ప్రేమ కాదు...నువ్వు యామిని కంటే అందంగా ఉంటావ్. కాని యామినే నాకు హాట్ గా కనిపిస్తుంది. నువ్వు... నీ అమాయకత్వం... నీ కట్టు బొట్టు.. నీ నడక ... నీ నవ్వు... నీ చూపు.. ఇవన్నీ నాకు ఇష్టమే. ఎందుకో యామిని దగ్గరున్నపుడు ఉన్న అనుభూతి నువ్వున్నపుడుండదు. దేవుడు చేసిన అద్భుత సౌందర్యం నువ్వు, ఋతువు ఋతువు కు మారే ప్రకృతి చిత్తరువులా.. అదలా చెక్కు చెదరకుండా ఉండాలనే ప్రతీ ఒక్కరికుంటుంది. అది నాకూ ఉంది. నీ పట్ల శ్రద్ధ చూపిస్తున్నానంటే బహుశా అదే కారణమేమో. నువ్వెక్కడున్నా బావుండాలనే ఇచ్ఛ. అంతే. ప్రేమ మాత్రం కాదు." మెల్లగా పెదవుల పై నవ్వుతో ముగించాడు శశాంక్.

మంత్రం ముగ్ధురాలై చూస్తుండి పోయింది తార.

శశాంక్ లేచి వెళ్లిపోతుంటే ఈలోకం లోకి వచ్చిన దానిలా, ఎదో తననొదిలి పోతున్నట్టు, శశాంక్ చేయి పట్టుకుంది.

"నీది కేవలం ఇష్టమైనపుడు.. నాదీ కూడా ఇష్టమో, ఆకర్షణో అని ఎందుకనుకుంటున్నావు శశాంక్... నేనూ మనిషినే.. నాకూ మనసుంది. దానికి నిన్ను ప్రేమించే హక్కుంది..... మరి నా వైపు నుండి ఎందుకు అలోచించవ్." తార ఏడుపు స్వరంలో ఇపుడు అధికారం తొంగిచూస్తుంది.

చేయి సుతారంగా విదిలించుకొని వెనుకకు చూడకుండా వెళ్లిపోతున్నాడు శశాంక్.

తారలో మొండితనం మరింత హెచ్చింది. స్వరం పెంచిందిపుడు

“. చెప్పకుండా వెళ్లి పోతున్నావేం... ఇదో శశాంక్!! నేను నాలా ఉండాలంటే... ఎప్పటికీ...ఎప్పటికీ నువ్వే కావాలి. నన్నేలే రాజువి నువ్వే కావాలి...... నా ఈ శరీరం గురించి నాకు బాధ లేదు. నువ్వు లేకపోతేనే నామనసు అనాథవుతుంది శశాంక్... నామనసుకు బద్రత నువ్వే. నేను పదిలంగా ఉండాలంటే నువ్వే.. నువ్వే... నువ్వే కావాలి... నువ్వేకావాలి....” శశాంక్ చీకట్లో కనుమరుగౌతోంటే నేలమీద కూలబడి వెక్కిళ్లు... వెక్కిళ్లు ఏడుస్తోంది తార.

* * *

యామిని ఫోన్ చేసి రెండు రోజులైంది. శశాంక్ షాపింగ్ కి వెళ్ళినపుడు యామినికి కాల్ చేస్తే బదులు రాలేదు. ఏమైందో తెలీడం లేదు. తనకు నచ్చిన ఓ డ్రెస్ ఎంపిక చేసి బిల్ పే చేసి బయలుదేరాడు తన గ్రూప్ తో కలిసి ఎయిర్ పోర్ట్ కి. బెంగుళూరు చేరేదాకా తప్పదు ఈ టెన్షన్. ఉండబట్టలేక యామిని వాళ్ళ బాబాయికి ఫోన్ చేశాడు శశాంక్. ఏదో పనిమీద ఉన్నవాడిలా మరలా చేస్తానని ఫోన్ పెట్టేశాడు యామిని బాబాయి.

ఇంతకు ముందున్న ఉత్సాహం లేదు తారలో. కనీసం ఫ్లైట్ విండో లోంచి కూడా చూడడం లేదు, మౌనంగా కళ్ళు మూసుకుని సీట్లో పడుకుండిపోయిందంతే. రెండు గంటల ప్రయాణం చాలా ఎక్కువనిపించింది శశాంక్ కు.

బెంగుళూరులో ట్రాఫిక్ గోలలో యామినికి ఫోన్ చేయడం అస్సలు వీలుపడడం లేదు. రూమ్ కెళ్ళాక ఫోన్ చేయడానికి నిర్ణయించుకున్నాడుశశాంక్.

* * *

రూముకెళుతోంటే ఎదురొచ్చింది శాంతమ్మ. ప్రయాణం ఎలా జరిగింది శశాంక్ అంటూ అడిగింది. తారతో బాగా షికార్లు చేశావా అంటూ కొంటెగా అడుగుతోంటే తానున్న టెన్షన్ లో ఏం చెప్పాలో తెలీక ఓనవ్వు నవ్వి ఊరుకున్నాడు శశాంక్. శాంతమ్మ ఏం ఊహించుకుందో.. మురిసిపోతూ లోపలికెళ్ళిపోయింది.

రూమ్ లో బెడ్ పై రిలాక్స్ అవుతోంటే ... యామిని ఫోన్. ఆమె గొంతులో ఎదో తేడా కనిపిస్తోంది

"శశాంక్ వచ్చేశావా" యామిని గొంతులో నీరసం స్పష్టంగా తెలుస్తోంది

"యామిని.. ఏంటలా ఉన్నావ్. ఏమైనా ప్రాబ్లమా?... రెండురోజుల్నుంచి ఫోన్ లేదు. మీ బాబాయికి ఫోన్ చేస్తే ఎదో పనున్నట్టు కట్ చేశాడు..." ఆదుర్దాగా అడిగాడు శశాంక్

అవతల నుండి సమాధానం లేటుగా వచ్చింది.

"శశాంక్. కొంచెం పనిలో ఉన్నా. నేను మళ్ళీ చేస్తా" అంటూ ఫోన్ పెట్టేసింది యామిని

* * * * *

13

టిఫిన్ తయారు చేసుకొని తీసుకొచ్చింది శాంతమ్మ. తినమంటూ బలవంతం చేసింది. తర్వాత తింటానని చెప్పాడు శశాంక్. నిట్టురుస్తూ టీపాయ్ మీద పెట్టేసి వెళ్ళిపోయింది యామిని ఫోన్ కోసం ఎదురు చూస్తూ ఉండిపోయాడు శశాంక్ స్నానం కూడా చేయకుండా. ఉండపట్టలేక ఫోన్ చేశాడు, రింగ్ అవుతుందిగాని లిఫ్ట్ చేయడం లేదు. ఇక లాభం లేదనుకొని కాస్త ఫ్రెష్ అప్ అవుదామని లోనికెళుతోంటే మ్రోగింది సెల్ ఫోన్ యామిని నుండి.

"సారి శశాంక్. ఇందాక నాన్నగారిని హాస్పిటల్ నుండి డిశ్చార్జ్ చేస్తోంటే, కొంచెం బిజీలో ఉంది ఫోన్ కట్ చేశాను.." చెబుతోన్న యామినికి అడ్డుపడుతూ

"నాన్నగారికి ఏమైంది యామిని".

"మైల్డ్ హార్ట్ స్ట్రోక్. రెండు రోజుల క్రితం వచ్చింది"

"మరి నాకు చెప్పలేదేం"

"నువ్వు పనిలో ఉంటావని..." ఆమె మాటలో సంకోచం.

"ఇప్పుడెలా ఉంది. హుషారుగానే ఉన్నాడా. నేనిపుడు ఫోన్ చేయొచ్చా"

"ఇపుడోద్దులే." ముక్తసరిగా ఉంది ఆమె సమాధానం

ఏదో తేడా కనపడుతోంది యామిని మాటల్లో.

"యామిని.. అసలేం జరిగిందో చెప్పు. ఇదివరకెపుడైనా వచ్చిందా. చూడ్డానికి పైకి బాగానే కనబడుతాడే. ఎలా జరిగింది." నిలదీసినట్టు అడిగాడు శశాంక్

"నాకూ తెలీదు శశి. బాబాయి చెప్పాడు.." మాటలు పెగిలేకొద్దీ నీరసపడిపోతుంది ఆమె గొంతుక.

"మా నాన్న ఈ మధ్య మా బంధువుల ఫంక్షన్ కెళ్ళాడట. అక్కడ మన పెళ్లి ప్రస్తావనలో వాళ్ళేదో చాల అవమానంగా మాట్లాడేరట. ఆరోజు ఇంటికి వచ్చి రోజంతా ఎవరితో మాట్లాడకుండా ఒకటే తాగుడు, బాబాయిని చూస్తె మరింత కన్నీరయ్యేవాడట. ఎంత వారించినా విన్లేదు. ఆ తాగుడు లోనే హార్ట్ స్ట్రోక్... మైల్డ్ స్ట్రోక్ కాబట్టి త్వరగా రికవరీ అయ్యాడు." దాదాపు ఏడుపు గొంతుతో చెప్పింది యామిని

వెంటనే ఏం మాట్లాడాలో పాలుపోలేదు శశాంక్ కి

"అందుకే నిన్నిపుడే మాట్లాడొద్దనింది. సమయం చూసి బాబాయిని తీసుకెళ్ళి కలుద్దాం... ఎలా జరిగింది కాంప్.. బాగా జరిగిందా?? "యామిని అడుగుతూపోతుంటే ముక్తసరిగా సమాధానమిచ్చాడు శశాంక్.

మనసంతా వికలమైపోయింది. అంతా సక్రమంగా జరుగుతుందనుకొంటే ఎందుకిలా జరిగిందో తెలీడంలే. అంకుల్ కాస్త రికవరీ అయితే మాట్లాడాలి. అంతా సర్దుకు పోతుంది. మనసుకు నచ్చచెప్పుకున్నాడు శశాంక్.

* * *

తార తీరు ఏమీ మారలేదు వేరొ ఇంటిలోకి షిఫ్ట్ అయిన తర్వాత కూడా. రోజు ఎదోకవిధంగా తారను శశాంక్ ధ్యాస నుండి మరల్చాలని చూస్తోంది రేవతి. మరలిన మరుక్షణం ఎదో ఒక విషయాన్ని పట్టుకుని మళ్ళీ శశాంక్ ప్రస్తావన తెస్తోంది తార. ఒకానొక దశలో పిచ్చి పట్టిందేమోననిపిస్తోంది. రేవతి తన దూరపు బంధువు తెచ్చిన సంభంధం గురించి చెప్పింది తారకు. పెద్దగా ఆసక్తి చూపించలేదు. రెండూ మూడు పెళ్లి చూపులు కూడా జరిగాయి. నచ్చలేదని నో చేప్పేసింది తార.ఇక చేసేదేమీ లేక ఊరుకుండిపోయింది రేవతి.

శశాంక్ ను మరిచిపోలేకపోతోంది తార. తన పట్ల శశాంక్ తీసుకుంటున్నకేర్ కి సంభందించి శశాంక్ ది ప్రేమ కాదంటే నమ్మలేకపోతోంది. రాత్రుళ్ళు నిద్రపట్టట్లేదు. ఎప్పుడూ లాప్ టాప్ తో కాలక్షేపం చేస్తోంది. ఎప్పటికో ఏ తెల్లవారు జామునో నిద్ర పోతోంది. రోజురోజుకు బాగా తగ్గిపోతోంది. ముఖం కళతప్పింది. రేవతికి దిగులు పట్టుకుంది. డాక్టర్ దగ్గరకు తీసుకెళితే కొన్ని మందులు వ్రాసిచ్చాడు, దైనందిక అలవాట్లను మార్చుకోమ్మని.

కొంచెం కొంచెంగా మారడానికి ప్రయత్నిస్తోంది తార. డాక్టర్ ఇచ్చిన మందులకు రాత్రిళ్ళు బాగా నిద్ర పడుతోందిపుడు. తెల్లవారి చాల హుషారుగా ఉంటుంది. ఇపుడు తార పరిస్థితి ఎలా తయారయ్యిందంటే రాత్రి ఓ టాబ్లెట్ వేసుకోకపోతే నిద్ర పట్టనంతగా.

ఆరోజు చాలా పరాకుగా ఉంది తార. నిద్ర పట్టట్లేదు. టాబ్లెట్స్ అయిపోయాయి. సైకిలాజికల్ గా స్థిర పడిపోయిందో లేక టాబ్లెట్స్ కి అలవాటు పడిందేమోగాని ఏవిషయం మనసుకు చేరడంలేదు. ప్రతీ రాత్రిలాగే మనసు చీకుచింతా లేని నిద్రను కోరుకుంటోంది. ఇంతకు ముందు తనకు ఎంతో హాయినిచ్చిన ప్రతీవిషయం ఇప్పుడు విపరీతంగా బాధిస్తోంది. తన తల్లి మామూలుగా పలకరించినా చిరాకు పడుతోంది. వెదుకులాటలో ఏమి పోగొట్టుకున్నదో తెలీనంత గందరగోళ పరిస్థితి తారదిపుడు.ఏమీ తోచడం లేదు. మాటి మాటికి సెల్ ఫోన్ చూసుకుంటోంది. శశాంక్ కు ఫోన్ చేద్దామని ఎన్నిసార్లో ప్రయత్నించింది. మళ్ళీ దాన్ని విసిరేస్తోంది. కుదురు లేదు మనసుకి బెదురు లేదు ప్రవర్తనకు. ఇంటి బయటతచ్చాడుతోంది. బయట చల్లగాలి కూడా చిరాకు తెప్పిస్తోంది. వంటిల్లు సర్దుతూనే తార పరిస్థితిని గమనిస్తోంది రేవతి. ఒకప్పుడు తను గట్టిగా మందలిస్తే భయపడే తారను పలుకరించడానికే భయపడుతోందిపుడు రేవతి. గదిలో అటూఇటూ తిరుగుతున్న తార దగ్గరికి గ్లాసులో వెచ్చటి పాలు తీసుకెళ్ళింది త్రాగమని తార చేతికిస్తూ.చిరాకుగా ముఖంపెట్టి చేతితో పక్కకు నెట్టింది తార.

“త్రాగమ్మా. ఈపూట భోజనం కూడా చేయలేదు. నీరసం వస్తుంది...” బ్రతిమాలుకుంది రేవతి

“వద్దని చెప్పానా.” కోపంగా ఉరిమి చూసింది తార

“లేదమ్మా. ఇది త్రాగితే నిద్ర బాగా పడుతుంది. గసాలు నూరివేశా ఇందులో. నాకెప్పుడైనా నిద్రపట్టకపొతే వేడి గ్లాసులో ఇలా గసాల పేస్టు వేసుకొని త్రాగేదాన్ని. త్రాగమ్మా... నీకు నిద్రపట్టక పొతే అప్పుడడుగు నన్ను..” ఎంతో నమ్మకంగా అంది రేవతి.

తార కళ్ళు రేవతి కళ్ళను స్థిరంగా చూడడానికి ప్రయత్నిస్తున్నై నమ్మకాన్ని వెదుక్కుంటూ. తార కను పాపలు స్థిరంగా నిలబడడం లేదు. తార అలా చూస్తోంటే ఆందోళన ఎక్కువైంది రేవతికి. శోకం ముంచుకొస్తుంది. వస్తున్న కన్నీళ్లను అదిమిపెడుతూ గ్లాస్ తార చేతికి వచ్చి అక్కడినుండి వెళ్ళిపోయింది రేవతి.

గ్లాస్ లోని పాలను గటగటా త్రాగేసింది. పాలమీసాలు తుడుచుకుంటూ, ఫోన్ ను చేతిలోకి తీసుకుంది. వెతుకుతోంది గసాల పేస్ట్ కోసం. గూగుల్లో వచ్చిన సమాచారాన్ని చూస్తున్న తార కళ్ళు క్రమంగా పెద్దవవసాగాయ్. గసాల వినియోగం గురించి మళ్ళీ మళ్ళీ శోధిస్తోంది. అన్ని సైట్ లను వేగంగా స్క్రోల్ చేస్తూ పోతున్న ఆమె వ్రేళ్ళు నల్లమందు తయారీ దగ్గర ఆగిపోయాయి.

ఆమె ఆసక్తిని పక్కకు నెడుతూ నిద్ర ముంచుకొస్తోంది. కళ్ళు మూతలు పడుతున్నై. తన మనసు తన ఆధీనంలోకి వస్తున్నట్టు అనిపిస్తోంది.. ఎంతో ఉల్లాసంగా అనిపిస్తోంది తనకిపుడు. అదిపుడు తన ఫీలింగ్స్ వ్రాసుకోవడానికి సిద్ధంగా ఉన్న తెల్లకాగితంలా కనపడుతోంది.

స్వర్ణ చెప్పింది నిజమే. బయటి ప్రపంచం మనసును నియంత్రిస్తుంది. కాని మనసే తన మాట వినే ఓ క్రొత్త ప్రపంచాన్ని సృష్టించాలంటే దానికి మార్గం ఒకటే కనిపిస్తోందిపుడు. అదే మత్తు. తానున్న ప్రస్తుత పరిస్థితుల్లో సేదతీర్చేది అదొకటే.. ఖచ్చితంగా అదొకటే.. గొప్పగా అనిపించసాగాయి స్వర్ణ చెప్పిన మాటలు తారకు. వెంటనే అభినందించాలనిపిస్తోంది. ఫోన్ చేతిలోకి తీసుకుంది. కళ్ళు తెరవడం చాలా కష్టమౌతోంది. శరీరం స్వాధీనం తప్పుతోంది. ఎంతగా పట్టుకున్నా చేజారిపోతుంది సెల్ ఫోన్ తన మనసు లాగే.

* * *

చప్పుడు చేయకుండా వీస్తున్న AC గాలికి ఉక్కిరిబిక్కిరవుతున్నాడు అదికేశవులునాయుడు. బయట చల్లగాలి పీల్చుకుని ఎన్ని రోజులైందో. ఇంటినుండి బయటకు కదలనీయడంలేదు తమ్ముడు రామస్వామినాయుడు. అన్ని పనులు తానొక్కడే చూసుకుంటున్నాడు. రోజంతా ఎంతో ఉత్సాహంగా కుర్రవాళ్ళతో పోటిపడి మరీ, పొలం పనులు, పాలిటిక్స్, తనకున్న వ్యాపారాల వ్యవహారాలతో తీరిక లేకున్నతను ఇలా రూమ్ లోనే బందీగా ఉండడం సుతరామూ నచ్చట్లేదు. ఇన్నేళ్ళలో ఏనాడు హాస్పిటల్ కి వెళ్ళినధాఖలాల్లేవు అంత ఆరోగ్యంగా ఉండేవాడు ఆదికేశవులు నాయుడు.

తలుపు చప్పుడయ్యే సరికి బెడ్ మీదనుండి లేచి కూర్చున్నాడు ఆదికేశవులు. యామిని ఓ ప్లేట్ లో భోజనం తెసుకోచ్చింది. ప్లేట్ ను టీపాయ్ మీద పెడుతూ తండ్రికి చేయందించింది మంచం దిగడానికన్నట్టుగా. సున్నితంగా తిరస్కరించి వాష్ బేసిన్ వైపు కదిలాడు ఆదికేశవులు.

తన తండ్రిని చూడడానికి వచ్చిన శశాంక్ గురించి ఎలా చెప్పాలా అని ఆలోచిస్తూ వడ్డిస్తోంది యామిని.ఇప్పుడు తన బాబాయ్ పక్కనుంటే బాగుండుననిపించింది.

"ఎమ్మా! శశాంక్ కు చెప్పావా విషయం" తువాలుతో చేతులు తుడుచుకుంటూ భోజనానికి ఉపక్రమించాడు ఆదికేశవులు.

పరధ్యానముగా ఉన్న దానల్లా ఉలిక్కిపడి ఆదికేశవులు వంక చూసింది యామిని ఊహించని ప్రశ్నకు.

"నిన్నేనమ్మా. శశాంక్ ఫోన్ చేయలేదా. ఎదో కాంప్ కి వెళ్లాడన్నావ్. వచ్చాడా." అన్నం కలుపుకొంటూ అడిగాడు ఆదికేశవులు. తన మనసులో మాట తండ్రికెలా తెలిసిందా అని ఆలోచిస్తోంది యామిని

"ఆ వచ్చాడు నాన్నా. క్రింద బాబాయితో కలసి భోంచేస్తున్నాడు." పరధ్యానంగా అంది యామిని.

చెప్పనైతే చెప్పిందికాని.. ఆ తర్వాత తమాయించుకుని

"మిమ్మల్ని తర్వాత కలవమనిచెప్పాను నాన్న, మీరు కొంచెం కోలుకున్నతర్వాత" కాస్త బెరుకుగా అంది యామిని

"అ.. ఏంటి శశాంక్ వచ్చాడా. నాకు చెప్పలేదేమి. నేనేమైనా అంటాననా" కూతురి మనసు చదివినట్టు అన్నాడు ఆదికేశవులు

"అ అది కాదు నాన్న. ఈ పరిస్థితుల్లో కలవడం ఎందుకనీ..." సందేహంగా సాగదీసింది యామిని

ఒక్క ఉదుటునలేవబోయాడు ఆదికేశవులు. చేతులు పట్టుకొని కూర్చోబెట్టింది యామిని

"ఇందుకే.. మీరిలా ఎగ్జైట్ అవుతారనే. ముందు భోజనం చేయండి నాన్న. తర్వాత మాట్లాడదాం" ఆదికేశవులు చేయిని పట్టుకుని ప్లేట్ లో పెడుతూ అంది యామిని.

ఆదికేశవులు భోజనం చేసిన తర్వాత కిందకు రాబోయాడు. బలవంతంగా కూర్చోబెట్టింది యామిని. కాసేపు విశ్రాంతి తీసుకోమ్మంది. నిలిచేటట్టులేడు ఆదికేశవులు. ఇక పిలుస్తానన్నట్టు క్రిందికి వెళ్ళిపోయింది యామిని

* * *

"అన్నయ్యా! అన్నయ్యా!" అన్న రామస్వామి పిలుపుతో కళ్ళు తెరిచాడు ఆదికేశవులు. అతనిని చూస్తే నిద్రపోవడం లేదు ఎదో ఆలోచిస్తూ కళ్ళుమూసుకున్నాడని ఇట్టే తెలుస్తోంది,

"అన్నయ్యా, మందులు వేసుకున్నావా.." అడిగాడు రామస్వామి ఎదురుగా ఉన్న సోఫాలో కూర్చుంటూ

వేసుకున్నానన్నట్టుగా తల ఊపాడు ఆదికేశవులు పెదవి విప్పకుండానే.

"ఏంటి అన్నయ్య.. ఎదో అలోచిస్తున్నట్టున్నావ్. ప్రశాంతంగా ఉంటావనే కదా నిన్ను ఇల్లు కదలనివ్వంది. నువ్వు నిశ్చింతగా ఉండు... అన్ని పనులు...." చెప్పుకు పోతున్న తమ్ముడికి అడ్డుతగులుతూ

"రే రాము.. శశాంక్ ను పిలవరా. మాట్లాడాలి." అజ్ఞాపనగా అన్నాడు ఆదికేశవులు పైకి లేచి కూర్చుంటూ.

తమ్ముడు మౌనంగా ఉండేసరికి అసహనంగా "రేయ్. నన్ను కాస్త మనుషులతో మాట్లాడనివ్వరా..కాస్తైనా బాధ తగ్గుద్ది... నా ఈ పరిస్థితి చూస్తుంటే నేను చేసిన పాపాలు నన్ను వెంటాడుతున్నట్టున్నాయిరా కాస్తన్నా నన్ను ప్రాయశ్చిత్తం చేసుకోనీ" పశ్చాత్తాపపడుతూ తల వంచుకున్నాడు ఆదికేశవులు.

"అన్నయ్యా ఊరుకో.. అవన్నీ ఇపుడెందుకు.... ఇపుడు నువ్వు శశాంక్ తో మాట్లాడాలి అంతే కదా. పిలుస్తానుండు." అంటూ యామిని ఫోన్ చేశాడు రామస్వామి.

“అరె అక్కడ నాకూతురి గురించి ఏమన్నారో తెలుసారా... నీలాంటోడికి అలాంటి కూతుర్లే పుడతారన్నార్రా. నన్నన్నా సహిస్తా.ఎందుకంటే నేను అలాంటి వాడినే కనక. మరి నా చిట్టి తల్లి ఏం పాపం చేసిందిరా.. తానో సలక్షణమైన అబ్బాయిని ఇష్టపడ్డది. అంతేకదా. నాలా ఎటువంటి తప్పు చేయలేదుగా... నా అనుమతి అడిగిందిరా పెళ్ళికి. అటువంటి నా కుతురిమీద..” ఆవేశపడుతోంటే ఆపాడు రామస్వామి ఊరుకొమ్మని, యామిని శశాంక్ లు గదిలోకి రావడం గమనించి.

శశాంక్ రావడంతో లేచి కూర్చున్నాడు ఆదికేశవులు. వద్దన్నట్టుగా వారించాడు శశాంక్. ఇద్దరినీ వచ్చి వచ్చి తనపక్కన కుర్చోమన్నట్టుగా సైగ చేశాడు ఆదికేశవులు.

“ఎలా ఉంది అంకుల్ ఇపుడు. మందులవీ వేసుకుంటున్నారా” అంటూ ఆదికేశవులుకు ఎదురుగా కుర్చీ లాక్కుని కూర్చున్నాడు శశాంక్ యామిని ఆదికేశవులు ప్రక్కన కూర్చుంటుండగా.

“బాగానే ఉంది శశాంక్. నాన్నగారు ఎలా ఉన్నారు. ఈ రోజు ఉదయాన్నే పంతులిని రమ్మని కబురంపాను”

“దానికిప్పుడు తొందరేముంది అంకుల్. ముందు మీరు కోలుకోండి. తర్వాత చూద్దాం. ఇంతకుముందేపుడైన వచ్చిందా మీకిది...” మాట మారుస్తూ అన్నాడు శశాంక్.

“రాలేదు కాని, యామిని పురిట్లోనే వాళ్ళ అమ్మ పోయినపుడు మాత్రం నా ప్రాణమే పోయినట్టనిపించింది. జీవచ్ఛవంగా బ్రతుకుతుంటే, అదిగో అప్పుడు అలవాటైంది ఈ తాగుడు. యామిని ఆలనా పాలనా అంతా ఇదుగో వీడే చూసేవాడు.” తన తమ్ముడి వైపు చూపిస్తూ..” త్రాగుడికి బానిసనై కొన్ని నెలలు దీని ముఖం చూడడానికి కూడా ఇష్టపడలేదు నేను. నాతో విసుగెత్తి నాకు మందు అందకుండా చేశారందరూ ఇంట్లోవాళ్ళు. అప్పుడు చూశాను దీని నవ్వు. బ్రతికించే నవ్వు నా కళ్ళ ముందే ఉంటే మూర్ఖంగా, ఓ గుడ్డోడిలాగా, చంపేసే ఈ మందుకు భానిసైనందుకు నామీద నాకే అసహ్యమేసింది. అపుడు మానేయ్యడమే.. ఇదుగో మళ్ళీ ఇపుడు...” ఇంకా ఏదో చెప్పబోతోంటే ఎక్కువగా మాట్లాడవద్దని వారించాడు శశాంక్.

ఓ సారి గట్టిగా శ్వాస తీసుకొని “నా నడవడికను బట్టి నా కూతురుని అంచనా వేసేవాళ్ళు నా కొద్దు బాబు. నేను చెడ్డ వాడినే కావచ్చు. నా కూతురు చెడ్డదని ఎవరైనా

అంటే నేను సహించను. ఇలాంటి బంధువులు నాకెందుకు....... హార్ట్ స్ట్రోక్ అనేది మనిషికి ఓ వార్నింగ్ బెల్ అంటారు. నా పరిస్థితి ఎపుడెలా ఉంటుందో తెలీదు... అందుకే నా చిట్టి తల్లిని నీ చేతుల్లో పెడదామనే తొందర". గొంతుపూడుకు పోతుండగా ముగించాడు ఆదికేశవులు.

ఆర్ద్రతతో అక్కడి అందరి కళ్ళు చెమ్మగిల్లాయి. ఇంతలో పంతులు రావడంతో మంచి రోజులు గురించి చర్చలు మొదలైయ్యాయి యామిని శశాంక్ ల నిశ్చితార్థ ముహూర్తం కోసం.

* * *

శశాంక్ కు శుభాకాంక్షలు చెబుతున్నారు ఆఫీస్ స్టాఫ్ అంతా నిశ్చితార్థం ఆహ్వానానికి, ఒక్క తార, శ్రీధరన్ తప్ప. తారకు విషయం ముందే తెలిసినా సమయం ఇంకా రాలేదన్న భరోసాతో ఉన్నట్టుంది, ఇపుడది నిర్ధారణ అయ్యేసరికి నిరాశలో పూర్తిగా మునిగిపోయింది. ఇక శ్రీధరన్ సంగతి సరే సరి. ఇన్నాళ్ళు తార శశాంక్ కు కాబోయే పెళ్ళాం అనే భ్రమలో ఉన్నాడు. ఇపుడు షడన్ గా విషయం తెలిసేసరికి, ఆ షాక్ నుండి తెరుకోలేకున్నాడు. తార శశాంక్ కు పెళ్ళాం కాలేదన్న విషయం కంటే, ఇంత కాలం తారను ట్రై చేయకుండా ఎంతో టైం వేస్ట్ చేశాననే అపరాధ భావనలో ఉన్నాడు.శశాంక్ నుండి ఆహ్వానం అందుకున్న తర్వాత భవిష్యత్ కాలం తన దుర్బుద్ధికి మార్గం సుగమనం అయిందన్న ఆనందంతో అతని ముఖం వెలిగిపోయింది. కళ్ళలోకి చూస్తూ ఆనందంగా శశాంక్ చేయి అదేపనిగా షేక్ చేస్తూ ఉండిపోయాడు శ్రీధరన్. సుతారంగా విదిలించుకుని తప్పనిసరిగా రమ్మంటూ పిలిచి వెళ్లిపోతుంటే శశాంక్ వైపే చూస్తూ చిద్విలాసంగా నవ్వుకున్నాడు శ్రీధరన్.

తార శశాంక్ తో ముభావంగా ఉండటం స్టాఫ్ అందరికి పెద్ద వింతగా అనిపించలేదు. జాలిగా చూడసాగారు అందరూ తారవైపు. శశాంక్ ఇదంతా గమనిస్తున్నాడు. తారను ఎంతగా మాటలతో కలుపుకుందా మనుకున్నా పొడిపొడిగా మాట్లాడి వెళ్లిపోతుంది.

* * *

ఇంటికి వచ్చి రాగానే హ్యాండ్ బ్యాగ్ టేబుల్ పై విసిరేసి బెడ్ మీద పడుకుండిపోయింది తార. అలసిపోయి పడుకుందేమోననుకుంది రేవతి. తారను లేపదలచుకోలేదు. వంట పూర్తైన తర్వాత తారను పిలవడానికి బెడ్ రూమ్ కెళ్ళి చూసింది, నిర్లక్ష్యంగా పడుకొనివుంది తార. గదిలోకి వెళ్ళగానే ఎదో వెగటు వాసన. అది తార వాడే పెర్ఫ్యూం మాత్రం కాదు. మంచం మీదుగా జారివున్న తార కాలుని చేయిని సరిచేస్తూఉంటే ఆ వాసన మరింత గుప్పుమంటోంది తార శ్వాస ద్వారా. తారను చెంపమీద మెల్లగా తట్టింది. ఎంతో సేపటికి మత్తుగా మూల్గింది.తార నోటినుండి వస్తున్న వాసన ఇప్పుడు స్పష్టంగా తెలుస్తోంది. అది మందు వాసనని. ఒక్కసారిగా కడుపులో దేవినట్టైయ్యింది. కడుపులో ఉన్నదానికంటే కళ్ళలో నీళ్ళే వాంతైపోయాయి. కుదేలైయ్యింది రేవతి.గోడకు జారిగిలాపడి పెద్దగా ఏడ్చేసింది. అలసట తప్ప ఓదార్చే దిక్కు కూడా లేదక్కడ. నోటినిండా పవిట చెంగును కుక్కుకొంటూ అదిమి పెడుతోంది తన ఆక్రందనను. ఎంత సేపు ఏడ్చిందో తెలీదు. సొమ్మసిల్లి అక్కడే ఎపుడు పడుకునిపోయిందో తెలీదు. తెల్లవారి పాలవాడు కాలింగ్ బెల్ కొట్టేదాకా లేవలేదు రేవతి.

* * *

ఆదికేశవులు కోరిక మేరకు నిశ్చితార్థాన్నే ఓ పెళ్ళిలా జరపదలిచారు యామిని శశాంక్ లు.వాళ్ళకు తెలిసిన వాళ్ళందరికీ చెబుతున్నారు. మరీ ముఖ్యమైన వాళ్ళకైతే ఇద్దరూ వెళ్లి ఆహ్వానిస్తున్నారు. శాంతమ్మను ఆహ్వానించారు ఇద్దరూ. ఆమె స్వభావం తెలిసిన వారు కాబట్టి, యామినిని సంప్రదాయ చీర కట్టులో తీసుకెళ్ళాడు శశాంక్ శాంతమ్మ వద్దకు. మొదట్లో కొంచెం ముఖం తిప్పుకున్నా, యామిని మాటతీరు వాలకం చూసి ప్రసన్నమైంది. ఇద్దరూ ఆమెకు పాదాలకు నమస్కరించి ఆశీస్సులు తీసుకున్నారు, తప్పని సరిగా రమ్మంటూ. తారకు చెప్పావా అని అడిగితే వెళుతున్నాం అని చెప్పి అక్కడినుండి కదిలారిద్దరూ. జంటగా వెళుతున్న వాళ్ళను చూస్తూ తారకు ఆ అదృష్టం లేనందుకు ఓ నిట్టూర్పు విడిచి తనూ లోపలి వెళ్ళిపోయింది శాంతమ్మ. శశాంక్ తనకు ఆఫీసులో ప్రాజెక్ట్ టెక్నికల్ ట్రయిల్ వర్క్ ఉండడంతో, యామినిని ఆమె హాస్టల్ దగ్గర వదిలేసి తనూ అఫీసుకు వెళ్ళిపోయాడు

ఆరోజు ఆఫీసుకి రాలేదు తార. చెప్పా పెట్టకుండా ఎగ్గొట్టటం ఆమెకిది క్రొత్తేమీ కాదు. ఇంతకు ముందు ఎన్నోసార్లు ఇలా చేసింది. కాని ఇప్పుడు ఎందుకు రాలేదో ఊహించగలడు శశాంక్. సాయంత్రం యామినితో కలసి తార ఇంటికెళదామనుకున్నాడు. అదే విషయం యామినికి చెబితే సరే అంది.

ప్రాజెక్ట్ చివరి దశకు రావడం వల్ల, టెక్నికల్ ట్రయిల్ కోసంగా ఆ రోజు రాత్రి పొద్దుపోయెంత వరకు ఉండాల్సి వచ్చింది. తార దగ్గరకు వెళ్ళే కార్యక్రమాన్నీ మరుసటి రోజుకు వాయిదా వేసుకున్నారు ఇద్దరూ. మరుసటి రోజు హాఫ్ డే పర్మిషన్ తీసుకున్నాడు శశాంక్ పనిలో పనిగా యామినితో షాపింగ్ కోసం.

* * *

రామస్వామి శశాంక్ బట్టలకోసం డబ్బు తీసుకొచ్చాడు. మొహమాట పెడుతూ ఆదికేశవులు ఇచ్చిన మొత్తాన్ని శశాంక్ చేతిలో పెట్టబోయాడు రామస్వామి. తీసుకోకపోయేసరికి తను కూడా వాళ్లతో షాపింగ్ కెళ్ళడానికి సిద్ధమైయ్యాడు రామస్వామి.

మధ్యాహ్నం ఓ హోటల్ లో అందరూ లంచ్ చేసి షాపింగ్ చేయసాగారు. ఆడవాళ్ళతో షాపింగ్ అంటే చాలా ఓర్పు కావాలని తెలిసొచ్చేదాకా షాపింగ్ చేశాడు శశాంక్ షాపులు మూసేసేదాకా. ఇక చాలన్నట్టు ఓ హోటల్ లో డిన్నర్ కు కూర్చొని ఉండగానే రేవతి నుండి ఫోన్.తామనుకున్నట్టు ఈ రోజు తార దగ్గరికి పోలేకపోయినందుకు నొచ్చుకున్నారిద్దరూ.

"శశాంక్.." రేవతి పిలుపులో ఏదో ఆందోళన

"శశాంక్..." హీన స్వరంతో ఏడుపు ముంచుకొస్తుంటే ఆపుకుంటూ మాట్లాడుతోంది రేవతి

"తార... తార" గొంతు పూడుకుపోతున్నట్టుంది రేవతికి

"చెప్పండి అంటీ" ఆదుర్దాగా అన్నాడు శశాంక్

"తార పలకడం లేదు. నాకేదో భయంగా ఉంది శశాంక్. ప్లీజ్ ఓ సారి రావా " ఇంకేమీ చెప్పలేక పోతోంది రేవతి. ఏమిటన్నట్టుగా చూసింది యామిని.

"తార... ఏదో గందరగోళం చేసినట్టుంది, వాళ్ళమ్మ కంగారుపడుతోంది. మీ బాబాయితో పార్సెల్ తీసుకుని హాస్టల్ కి వెళ్ళిపో. నే ఇపుడే వస్తా." అంటూ రామస్వామికి షాపింగ్ చేసిన ప్యాకింగ్ లన్ని ఇచ్చేసి అక్కడినుండి బయలుదేరాడు శశాంక్ విసుక్కుంటూ. వెళుతున్న శశాంక్ వైపే చూస్తూ ఉండిపోయాడు రామస్వామి. జరిగిందంతా చెప్పుకొచ్చింది యామిని డిన్నర్ చేస్తూ.

* * *

తార ఇంటికెళ్ళేసరికి ఇంటిముందు అంబులెన్స్. తారను స్ట్రేచ్చేర్ మీద లోపలి చేరుస్తున్నారు. కన్నీరు మున్నీరుగా ఏడుస్తూ అంబులెన్స్ లోకి ఎక్కి కూర్చుంది రేవతి. రేవతి డోర్ గ్లాస్ విండో లోంచి శశాంక్ ను గమనించి, అంబులెన్స్ ముందుకు కదిలేసరికి చేయిఊపి రమ్మన్నట్టుగా సైగ చేసింది. అంబులెన్స్ ను వెంబడించాడు శశాంక్.

* * * * *

14

ICU లోకి తీసుకెళ్ళారు తారను. గవర్నమెంట్ హాస్పిటల్, అరకొరగా వసతులు. ఉన్నదాంట్లోనే సేవ చేసే అతి కొద్ది మంది ఉన్న హాస్పిటల్ అది. బయటఫార్మాలిటీస్ పూర్తిచేస్తోంది రేవతి. ICU లో ఏమి జరుగుతోందో తెలీదు. అసలు తార ఎలాఉందో తెలీదు. గుండె దడ క్షణక్షణానికి పెరుగుతోంది రేవతికి. ఫార్మాలిటీస్ పూర్తి చేసినంత తొందరగా ICU లోకి వెళ్ళడానికి వీలుపడడం లేదు రేవతికి. ఎవరిని కదిలించినా ఏమీ సమాధానం రావడం లేదు. పైగా విసుక్కుంటున్నారు. ఎంతో సేపటికి డాక్టర్ నుండి పిలుపొచ్చింది రేవతిని రమ్మని. ఆమె పరుగు పరుగున వెళుతోంటే ఆమెను అనుసరించాడు శశాంక్.

కుర్చోమన్నట్టుగా సైగ చేశాడు డాక్టర్ వాష్ బేసిన్ లో చేతులు కడుక్కొంటూ.

"ఆమెకు మీరేమౌతారు" రేవతిని తదేకంగా చూస్తూ కూర్చున్నాడు ఎలాఉంది అని అడగబోతున్న రేవతికి అడ్డుచెబుతూ

"అమ్మాయి నాకూతురు.. ఎలా ఉంది డాక్టర్.." ఆత్రుతగా అడిగింది రేవతి

"బాగానే ఉందిగాని, ఎన్నాళ్ళ నుండి ఉందీ అలవాటు మీ అమ్మాయికి."

"ఏం అలవాటు డాక్టర్"

"మీకు తెలీదా?.. మీ అమ్మాయి డ్రగ్స్ తీసుకుంటోంది" గట్టిగా అన్నాడు డాక్టర్

అవ్వాక్కయ్యి కళ్ళు పెద్దవి చేస్తూ రెండు చేతులు నోటికి అడ్డం పెట్టుకొంది రేవతి ఏం సమాధానం చెప్పాలో తెలీక.

"హాలోజీనిఎస్ డ్రగ్. బ్లడ్ టెస్ట్ లో LSD అని తేలింది... ఇలా డ్రగ్ తీసుకోవడం నేరమని తెలీదా.. ఇది మెడికో లీగల్ కేస్. ట్రీట్మెంట్ ఇవ్వాలంటే ముందు కొన్ని ఫార్మాలిటీస్ పూర్తి చేయాలి..." అంటూ

కాలింగ్ బెల్ నొక్కాడు డాక్టర్ నర్స్ కోసం. తర్వాత డాక్టర్ ఏమి చేయబోతున్నాడో అర్థమైపోయింది రేవతికి

వెంటనే లేచి డాక్టర్ కాళ్ళమీద పడిపోయింది

"ప్లీజ్ డాక్టర్..ప్లీజ్.. దయచేసి కేసులు కోర్టులు అంటూ తిప్పకండి.. ప్లీజ్... పెళ్లి కావలసిన పిల్ల. దాని జీవితం నాశనం అవుతుంది. ప్లీజ్ డాక్టర్..." కన్నీళ్లు పెట్టుకొంటూ బ్రతిమిలాడుకొంతోంది రేవతి

చాలా అసహనంగా "చూడమ్మా. మా సేఫ్టీ మేము చూసుకోవాలి కదా. ఇలాంటివన్నీ మామూలే. గవర్నమెంట్ హాస్పిటల్ కు వచ్చిన తర్వాత ఇటువంటివి మేము దాచేస్తే, మా నెత్తికొస్తుంది రేపు వాడెవడో బయట పడినాక.. వదులమ్మ వదులు" అంటూ మెల్లగా దూరం పెట్టాడు డాక్టర్ రేవతిని.

ముళ్ళ మీద కుర్చున్నట్టుంది శశాంక్ కు. ఎందుకొచ్చానబ్బా అని ఇప్పుడనిపిస్తోంది.

నర్స్ వచ్చి రేవతిని లేవదీసి కూర్చోబెట్టింది.

"చూడమ్మా.. పిల్లలు ఏమి చేస్తున్నారో ... ఎక్కడెక్కడ తిరుగుతున్నారో గమనించుకొంటుండాలి. ఇప్పుడిలా ఏడిస్తే ఏం లాభం.." సన్నాయి నొక్కులు నొక్కింది నర్స్

"అసలేమైంది.. ఏమిచేస్తుంది మీ అమ్మాయి" అని డాక్టర్ అడుగుతోంటే

శశాంక్ ను ప్రక్కనుంచుకొని చెప్పడానికి సంకోచిస్తోంది రేవతి నేలచూపులు చూస్తూ.

"ఆమె ఓ సాఫ్ట్ వేర్ కంపెనీలో పనిచేస్తుంది. చిన్న లవ్ ఎఫైర్." అందుకొన్నాడు శశాంక్

"ఎవరు మీరు.." విస్మయంగా అడిగాడు డాక్టరు శశాంక్ వైపు చూసి

"నా పేరు శశాంక్. తార మా కొలీగ్. అంటీకి సాయంగా వచ్చా"

"అసలేం జరిగింది." మళ్ళీ అడిగాడు డాక్టర్

"తార ఓ అతన్ని ప్రేమించింది.. కాని అతను తారను ప్రేమించడం లేదు. ఇటీవలే అతనికి మ్యారేజ్ ఫిక్స్ అయింది. అందుకేననుకుంటా అప్సెట్ అయి ఇలా..." చలించకుండా ముగించాడు శశాంక్.

తడి కళ్ళతో శశాంక్ నే చూస్తూ ఉండిపోయింది రేవతి బేలగా.

"ఏది ఏమైనా మా జాగ్రత్తలో మేముండాలి.FIR ఫైల్ చేయక తప్పదు కనీసం ఈ భయంతోనైనా ఈ తప్పు మళ్ళీ చేయకుండా ఉంటారు" నిశ్చయంగా అన్నాడు డాక్టర్ వేరే ఎమెర్జెన్సీ కేస్ వస్తే వెళ్ళడానికి లేస్తూ.

చేష్టలుడిగి చూస్తుండిపోయింది రేవతి.

శశాంక్ కూడా వెళ్లిపోవడానికి ఉద్యుక్తుడయ్యాడు. వెళ్ళబోతున్నవాడల ఆశగా శశాంక్ వైపే చూస్తున్న రేవతి వైపు తిరిగి

"కేస్ పెట్టనివ్వండి.. డ్రగ్ సప్లై చేసిన వాళ్ళెవరో తెలుస్తుంది. నా అనుమానం నిజమైతే మా ఆఫీసులోని శ్రీధరన్ ను బొక్కలో తోస్తారు. ఓ శని వదిలి పోద్ది." కసిగా తిట్టుకుంటూ ముందుకు కదలబోతోంటే

"నువ్వు మాత్రం కారణం కాదా. అసలది డ్రగ్స్ తీసుకోవడానికి కారణం నువ్వే." కోపంగా అంది రేవతి.

"నమస్కారం ఆంటీ. ఇంతవరకూ మీకు సాయం చేసినందుకు క్షమించండి." రెండుచేతులూ జోడించి దండం పెడుతూ" ఇప్పుడు కూడా ఏదో కొలీగ్ కదా అని సాయం చేయడానికి వచ్చా అంతే.. ఇదికూడా తప్పయితే వెరీ వెరీ సారి" విరక్తిగా నవ్వుతూ శశాంక్

"మరి తార కొలీగ్ లు ఎందరో ఉన్నారు.. నువ్వు మాత్రం ఎందుకు రావాలి.. నిన్నే నేనెందుకు పిలవాలి..డ్రగ్ ఇచ్చిన శ్రీధరనే రావచ్చుకదా. ఎందుకంటే వాళ్ళందరికీ తారంటే కాంక్ష. నీకొక్కడికే తారంటే ఇష్టం..ఇది నువ్వు ఒప్పుకోవు.. తార మరచిపోదూ. తారేమైపోతే ఏమనుకుంటే... నువ్వింతదూరం వచ్చే వాడివే కాదు.అందుకే మీకు

చేతులెత్తి మొక్కుతున్నా.. ఇంకెప్పుడూ మా దగ్గరికి రాకు మేము పిలిచినా.. మాకు ఆశలు రేపొద్దు.. వెళ్ళిపో" అంటూ ఏడుపును అదిమిపెట్టుకుంటూ వెనుదిరిగి వెళ్లి పోయింది రేవతి.

తనేదో నేరం చేసినట్టు మాట్లాడుతోంటే కాసింత కోపం వచ్చింది.. కాని ఆమె పరిస్థితి చూస్తోంటే పాపం అనిపినిచింది శశాంక్ కి.

* * *

సర్కార్ దవాఖానాలో జనాల సందడి పొద్దుపోయినా సద్దుమణగదు. చుట్టూ ఎంతోమంది జనాలున్నా ఒంటరిగానే మిగిలుంది రేవతి. ఇన్నాళ్ళు ఎవరో ఒకరు తోడున్నారని మనసుకు ధైర్యం ఉండేది. శశాంక్ ను ఇక రావద్దన్న తర్వాత ఇంతకాలం ఎంతో గుంభనంగా కొట్టుకున్న తన గుండెచప్పుడు అంతటి గోలలోనూ తనకు స్పష్టంగా వినిపిస్తోంది. ఎవరో వదిలేసి వెళ్లినట్టు ఒంటరి తనాన్ని క్షణక్షణం గుర్తుచేస్తోంది. శశాంక్ సాంగత్యం ఓ ఎండమావి అనుకుంది. కాని ఇప్పుడిలా ఉసూరుమంటూపోతోంది మనసంతా. ఓదార్చే మనిషి కోసం ఆమె కళ్ళలో నీళ్ళు వేచిచూస్తున్నై ఇపుడు. వెంటిలేటర్ పై ఉన్న తారే గుర్తొస్తోంది మళ్ళీ మళ్ళీ.తారకు ఏమైనా జరిగితే.. తను ఉన్నా లేనట్లే. ఏ ఆసరా చూసుకుని తను తిరిగి క్రొత్త జీతాన్ని ఆరంభించిందో, అదే తనకు ముగింపు కాకూడదని దేవుణ్ణి పదేపదే వేడుకొంటుంది రేవతి.

ఏదో అంబులెన్స్ వచ్చింది.. దానివెంటే పరుగులెడుతున్న హాస్పిటల్ స్టాఫ్. అప్పుడే స్ట్రేచేర్ మీదకు మారుస్తున్న పేషంట్ ను చూస్తున్నారందరూ. పక్కకు జరగండంటూ హడావిడి చేస్తున్నారు స్టాఫ్. కొందరు అతన్ని చూడలేక కళ్ళు మూసుకుంటున్నారు. కొంచెం పలుకుబడి ఉన్న వాళ్ళనుకుంటా.. బాగానే శ్రద్ధ తీసుకుంటున్నారు. లేనోళ్ళ పరిస్థితి ఏమిటి అనుకుంటూ నిట్టూర్చింది రేవతి. ఆ పేషంట్ ను చూడడానికి ఎగబడుతున్న జనాల్లో రేవతిని ప్రత్యేకంగా ఎవరో గమనిస్తున్నరన్న విషయం ఆమెకు తెలీదు.

హడావిడి సద్దుమణిగాక ICU కి వెళ్లి తారను చూద్దామన్న కోరికను బలవంతంగా అపుకుంది రేవతి. వచ్చి మళ్ళీ ఎమర్జెన్సీ వార్డ్ కు ఎదురుగా ఉన్న చెట్టు క్రింద వచ్చి కుర్చోంది. జనాల అలికిడి మెల్లమెల్లగా సద్దుమణుగుతోంది. అలముకుంటున్న

నిశ్శబ్దంలో గాలికి రాలుతున్న ఎండుటాకుల చప్పుడిపుడు స్పష్టంగా వినిపిస్తుంది. కదులుతున్న చప్పుడుతోపాటు వీస్తున్న చల్లటి గాలికి రేవతి కళ్ళు మూతలు పడుతున్నై. జరుగుతున్న ఎండుటాకుల చప్పుడు మరీమరీ దగ్గరవుతున్నట్లుంది. అది రానురాను తన పేరే ఉచ్చరిస్తున్నట్టుంది. కాదుకాదు అది తనను తాకుతున్నట్టనిపిస్తోంది. ఉలిక్కి పడి కళ్ళు తెరిచింది రేవతి. ఎదురుగా ఓ వ్యక్తి తన చేతిలో ఓ ఫోన్ చేతిలో పట్టుకుని తనను పిలుస్తున్నాడు.

"అమ్మా. రేవతి అంటే మీరేనా. అన్న మీతో మాట్లాడాలంట" ఆమె సమాధానం కోసం ఎదురు చూడకుండా తన చేతిలోని ఫోన్ ను ఆమె చేతిలో పెట్టాడతను.

అయోమయంగా అతనిని చూస్తూ చెవిదగ్గర పెట్టుకొంది సెల్ ఫోన్ ను

"హలో.. హలో.. ఎవరండి.." ఫోన్ లో మాట్లాడుతూ ఎవరన్నట్టుగా చూసింది ఆ వ్యక్తి వైపు

"హలో రేవతి ఎలా ఉన్నావ్" బొంగురుగా ఉంది ఆ గొంతు ఆమె గుర్తు పట్టలేనంతగా

"హలో.. ఎవరండి మీరు" మళ్ళీ రెట్టించిది రేవతి.

"నేనేవరన్నది ఇపుడు నీ కనవసరం. నీ అవసరం తీరడమే నీకు అవసరం... తార ఎలాఉంది... కోలుకుంటుంది లే... ఎందుకంటే ఆ డ్రగ్ సప్లయర్ ఎవరో పోలీసోళ్ళకు తెలియాలికదా.."

"ఏ..ఏ ఎవరు?.. ఎవరు మీరు...మా తార మీకెలాతెలుసు" ఆశ్చర్యంగా అడుగుతోంది రేవతి

"తెలుసు. ఎలా అంటే నా అవసరం అలాంటిది.. కేసు రిజిస్టర్ అయ్యిందా... అవుతుందిలే.. ఎందుకంటే తార కోలుకున్న తర్వాత జైలులో కనీసం ఓ ఆరునెలలు విశ్రాంతి తీసుకోవాలికదా..... అది ఓ సంవత్సరం కూడా కావచ్చు.. కనీసం జరిమానా కట్టే పరస్థితి కూడా లేదాయె నీకు. ఎందుకంటే తారను ఇంటి దగ్గర కూర్చోపెట్టుకొని...... జరుగుబాటు నీవల్లకాదు కదా. ఎందుకంటే ఇంత జరిగిన తర్వాత తారకు ఉద్యోగం ఉండదుకదా. నాకు తెలుసు రేవతి. నీకిపుడు నా అండ చాలా అవసరం.. నీకు

అబిమానం జాస్తి కదా.. ఒకరి అండ కోరడం నీకు నచ్చదు కదా.. అందుకేగా ఇలాంటి సమయంలో శశాంక్ ని కూడా వదులుకున్నావ్. కాబట్టి మనమో ఇచ్చి పుచ్చుకొనే వ్యవహారం మాట్లాడుకుందాం. చప్పుడు చేయకుండా నీ ఎదురుగా ఉన్న కారు ఎక్కు.." వివరణ నుండి ఓదార్పు దాటి ఆజ్ఞాపన వరకు వచ్చింది అతని గొంతు ఫోనులో.

"ఎవరు మీరు.. నేనెలా తెలుసు.." అంటూ ఉండగానే పిలిచాడు రేవతిని అక్కడకు విసుక్కుంటూ వచ్చిన సెంట్రి.

"ఏమ్మా ఎన్ని సార్లు పిలవాలి నిన్ను.. కానిస్టేబుల్ పిలిస్తున్నాడు నిన్ను.. ఆయనకేదో వివరాలు కావాలంట నిన్ను రమ్మంటున్నాడు" రాకపోతే ఈడ్చుకెడతానన్నట్టుగా మాట్లాడాడు సెంట్రి.

తన ఎదురుగా ఉన్న వ్యక్తికి ఫోన్ ఇచ్చేయబోతుంటే, కొంచం స్వరం పెంచాడు ఫోన్లో ఆ వ్యక్తి.

"వెళ్ళు రేవతి.. FIR కోసమనుకుంటా.. వివరాలు ఇచ్చేసి రా.. పర్లేదు నేను వెయిట్ చేస్తా" కట్ చేశాడు ఫోన్ ని.

అయోమయంగా ఫోన్ ను తిరిగి ఇచ్చేసి, సెంట్రి వెంట వెళ్ళింది రేవతి.

* * *

FIR నమోదయ్యింది. కానిస్టేబుల్ అన్ని వివరాలు అడిగాడు. తార పరిస్థితికి కారణం ఏమిటని అడిగాడు. తెలీదని చెప్పింది. తార పనిచేస్తున్న కంపెనీ పేరు, అడ్రస్ లాంటి వివరాలు తీసుకున్నాడు కానిస్టేబుల్. కానిస్టేబుల్ వాలకం చూస్తోంటే.. తార కోలుకోవడం కోసం ఎదురుచూస్తున్నట్టనిపిస్తోంది. ఎటువంటి పరిస్థితుల్లోనూ శశాంక్ ప్రస్తావన తీసుకురాకూదు. కళ్ళు తెరిచిన మరుక్షణం తారకీ విషయం చెప్పాలి. ఇంత కాలం ఓ దగ్గరి బంధువులా ఆదుకున్న మంచితనం తమవల్ల మసిబారకూడదు. ప్రాణం పోయినా సరే శశాంక్ ను ఈ విషయంలోకి తీసుకురాకూడదు. తామే అత్యాశకు పోయి ఎన్నో ఇబ్బందుల పాల్జేశాం. ఇక మీదటలలా జరగకూడదు. పైగా త్వరలో పెళ్ళికూడా. ఓ నిశ్చయానికొచ్చినదానిలా వడివడిగా బయటకు వచ్చింది రేవతి ముఖానికి పట్టిన చెమటలు పమిట కొంగుతో తుడుచుకుంటూ.

తార పరిస్థితి తలచుకొంటేనే అడుగులు భారంగా పడుతున్నై.ఎలా.. ఎలా.. ఆలోచిస్తున్న కొద్దీ అడుగులు ముందుకు పడడం లేదు.ఈ గండం నుండి తప్పించమని దేవుణ్ణి పదేపదే వేడుకుంటోంది రేవతి మనసులోనే. రేవతి అడుగులను పూర్తిగా ఆపేస్తూ వచ్చి ఆగింది ఆమె ముందుకు కారు. షడన్ గా కారు ముందు డోర్ తెరుచుకునే సరికి కాస్త వెనుకడుగు వేసింది రేవతి. కారు లోపలి నుండి ఇందాకటి ఫోనులో ని అదే గొంతు మళ్ళీ

"రా రేవతి.. మాట్లాడుకుందాం.."ఎంతో గంభీరంగా పిలిచింది.

కారు లోపలి తొంగి చూసింది రేవతి. కారు లోపలంతా చీకటిగావుంది బయట మసక మసకగా పడుతున్న కాసింత వెలుతురు తప్ప.

"కూర్చో.."మళ్ళీ ఆజ్ఞాపించింది ఆ గొంతు వెనుక సీట్లోనుండి..

ఆలోచించుకొనే సమయం లేదు. పరిస్థితి తరుముకోస్తోంటే కారులోకి నెట్టబడింది అప్రయత్నంగానే రేవతి కారు డోర్ ని మూసేస్తూ. హెడ్ లైట్ ల తో కళ్ళు తెరిచి తీక్షణంగా రోడ్డునే చూస్తూ క్రూరంగా శబ్దిస్తూ ముందుకురికింది కారు. వెనుక సీట్లో షడన్ గా వెలిగిన రూఫ్ లైట్ కాంతిలో మరింత క్రూరంగా నవ్వుకున్నై వీరేశం గౌడ్ కళ్ళు.

* * * * *

15

భయంభయంగా వెనుకకు చూసింది రేవతి. వీరేశం గౌడ్. చిద్విలాసంగా రేవతి వైపే చూస్తున్నాడు. క్షణకాలం కంపించింది రేవతి ఒళ్ళు. ఇపుడు స్పష్టంగా చూస్తోంది వీరేశంను, ఇంతకుముందు పోలీస్ స్టేషన్ లో చూసినదానికంటే.

వీరేశం కొడుకును చంపిన తనకు సాయం చేయడానికి వచ్చాడంటే... ఏదో కీడు శంకిస్తోంది రేవతి మనసు. తప్పించికొనే వీలులేని లేడిలా చూస్తోంది రేవతి. మరింత క్రూరంగా నవ్వుకున్నాడు వేరేశం రేవతి అవస్థ చూసి.

కారు సిటీకి దూరంగా వెళ్ళుతోంది చీకటిని చీల్చుకుంటూ

అది ఓ ఫాం హౌస్ .. వీరేశం గౌడ్ దే. తను దిగి రేవతిని కూడా దిగమన్నాడు. అప్పటికే చేసిన మందు ఏర్పాట్లను పరికిస్తూ." ఏంట్రా మంచింగ్ కి ఏదీ పెట్టలేదే.. ఎన్ని సార్లు చెప్పాలిరా..." గదిమాడు అక్కడున్న వాచ్ మాన్ ను. వాడు భయంగా

"అయ్యా చల్లగా పోతాయని.. ఓవెన్ లో పెట్టానయ్యా.. తీసుకొస్తా"అంటూ లోపలికెళ్ళాడు

తను కూర్చుంటూ, ఎదురుగా కోర్చోమని సైగ చేశాడు రేవతిని. రేవతి బిక్కచచ్చి చూస్తోంది వీరేశం వంక. ఆమె అలా చూస్తుండేసరికి పెద్దగా వికటాట్టహాసం చేశాడు వీరేశం గౌడ్.నవ్వును షడన్ గా ఆపి రేవతి వంక తీక్షణంగా చూశాడు వీరేశం గౌడ్.

"నా కొడుకును చంపినా నిన్నెందుకు చంపలేదో తెలుసా.. నిజంగా ఆరోజు నిన్ను చంపేద్దామనే వచ్చా పోలీస్ స్టేషన్ కి. నిన్ను చూశాక నా నిర్ణయం మార్చుకున్నా.ఎందుకో తెలుసా.నేనిప్పుడీ స్థితిలో ఉన్నానంటే దానికి నువ్వే కారణం. తెలీడం లేదుకదా.." కాస్త రిలాక్సుడుగా వెనుకకు జరిగి కూర్చున్నాడు వీరేశం గ్లాస్ లోని చివరి సిప్ ను ఒక్కసారిగా గుటకేస్తూ.. మందు ఘాటుకి గొంతు సవరించుకుంటూ

"అయినా నీ హస్తవాసి చాల మంచిది రేవతి. దాదాపు పాతికేళ్ళ కిందట. ఆరోజు స్పృహలో లేని నిన్ను నా ఆటోలో తీసుకెళ్ళి ఊరికి దూరంగా... చెరువులో వేసొచ్చానంతే. నాచేతిలో మూడు ఆటోలకు సరిపడా డబ్బులొచ్చాయ్. ఆ తర్వాత మూడు ఆటోలు ముప్పై అటో లయ్యాయి. అటో వర్కర్స్ యూనియన్ నాయకుడయ్యా..వెంటనే ఓ కార్మిక సంఘం నాయకుడు... ఆ వెనువెంటనే రూలింగ్ పార్టీ మండల కార్యదర్శినయ్యి.... అంతా నీ చలవే... నీ హస్త వాసే." మరో పెగ్గు గ్లాసులోకి వంపుకున్నాడు, షోడాను కొంచెంకొంచంగా కలుపుతూ. కళ్ళు కైపుగా చూస్తుంటే గ్లాస్ పైకెత్తి గాల్లోనే ఓసారి చీర్స్ చెబుతూ

"నీకు సిగరెట్ వాసన పడుతోందా.." నోట్లో సిగరెట్టూ పెట్టుకొని లైటర్ వెలిగించబోతూ రేవతి వంక వెకిలిగా చూశాడు వీరేశం.

"ఓహ్.. సారి.. వద్దులే" అంటూ సిగరెట్ ను వెలిగించి దీర్ఘంగా ఓ పఫ్ పీల్చి పొగను పక్కకు ఊదేస్తు.. సిగరెట్ ఇచ్చిన ఘాటుకి కళ్ళు చిటకరిస్తూ "రేవతీ.. ఈ దందాలు.. ఎలక్షన్లలో రిగ్గింగ్లు.. ఎవరికోసమోచేసి.. మళ్ళీ వాళ్ళముందు చేతులు కట్టుకొని నిలబడడం.. కుక్కలాగా వాళ్ళు వేసే దాని కోసం ఎదురు చూడడం... ఇవన్నీ చాలా చిరాకనిపించాయి నాకు.. అందుకే ఓ డెసిషన్ కొచ్చా. నేనే MLA నై పోదామని కాని రేవతి..ఈ MLA లున్నారే వీళ్ళు నాలాంటి వాళ్ళను కాపలా కుక్కల్లా వాడుకుంటారేతప్ప. సింహాసనం ఎక్కిస్తారా చెప్పు.. ఒకప్పుడు వాళ్ళు కూడా ఓ కుక్కేననే సంగతి మర్చిపోతారు.. ఎదవనాయాళ్ళు.." బొజ్జ అదిరేలా విరక్తిగా నవ్వాడు వీరేశం గౌడ్. తాగేకొద్ది వాగుడెక్కువవుతుంది వీరేశంకు.

"నేనూ ఓMLA నై. నా కొడుకుని కార్మిక సంఘానికి నాయకుణ్ణి చేసి.. వాణ్ణి నా వారసుడిగా చూద్దామనుకున్నా.. కానీ నువ్వు వాడి పీక కోసేసి నాకలలన్నింటిని నరికేశావ్. నువ్వెవ్వరో తెలీనపుడు నిన్నూ నరికేద్దా మనుకున్నా.. కానీ నిను చూశాకే నా రాజకీయ జీవితానికి ఓ ఆశ ఏర్పడింది.. నిన్ను వాడుకోవాలనే ఆశయం ఏర్పడింది..." గ్లాస్ లోని మందులో ఐస్ క్యుబ్స్ వేస్తూ..

మళ్ళీ ఏదో గుర్తొచ్చిన వాడిలా "ఇంతకీ నువ్వేమైనా తిన్నావా?" తల మత్తుగా ఊగుతుంటే రేవతి వైపు చూడ్డానికి ప్రయత్నిస్తూ అన్నాడు వీరేశం.రేయ్... కారులో ఉన్న చపాతి పార్సిల్ తీసుకురారా" కేకేశాడు తన డ్రైవర్ ని.

వద్దని వారించింది రేవతి. పర్లేదు తీసుకో ముద్దముద్దగా అన్నాడు వీరేశం.

“నువ్వు నాతో పాటు రావాలి. పాలిటిక్స్ లోకి కాదు. సహదేవరెడ్డి ఇంటికి ” సూటిగా విషయానికి వచ్చాడు వేరేశం గౌడ్.

సహదేవరెడ్డి పేరెత్తగానే రేవతి ముఖంలో రంగులు మారడం గమనించాడు వీరేశం గౌడ్

“రేపో మాపో CM అయిపోదామని కలలు కంటున్నాడు. రూలింగ్ పార్టీ అధ్యక్షుడు కదా.. ఆ మాత్రం ఆశుండాలి. కాదనను. కానీ నాలాంటి వాళ్లకి పార్టి టికెట్ కూడా ఇవ్వాలికదా. అడిగితె నన్నే రౌడి కింద జమకట్టి ఫో అన్నాడు. ఆయనేదో పేద్ద పతిత్తయినట్టు.. నువ్వే వాడి జీవితంలో పేద్ద మచ్చ. అది వాడికి గుర్తు చేయాలి నువ్వు. వాడి ఆశకు నిన్ను అడ్డుపేసి MLA టికెట్ కొట్టేయాలనుకుంటున్నా. నువ్వేమంటావ్.... ఆ నువ్వేమంటావులే.. నీకున్న పరిస్థితుల్లో తప్పదు నీకు...ఇదిగో చూడు నీకేమీ కాదు నాకు టికెట్ వచ్చే వరకు.. నీ బద్రత నాది..” గ్లాస్ లోని మందుని పూర్తిగా గుటకేసి

“నీకో బంపర్ ఆఫర్.. ఈ పని నువ్వు చేస్తే... నీకు సంపూర్ణ ఆరోగ్యంతో నీ కూతుర్ని ఏకేసులూ లేకుండా... నీ కూతురితో పాటు నీకు అల్లుడుగా శశాంక్ ని ఇచ్చే బాధ్యత నాది.. ఏమంటావ్..” వాలుతున్న రెప్పలను పైగెగరేస్తూ అన్నాడు వీరేశం గౌడ్.

* * *

ప్రాజెక్ట్ చివరి దశకు వచ్చింది, ట్రయిల్ వెర్షన్ సక్సస్.ఇక కాస్త ఫినిషింగ్ టచ్ ఇచ్చి సబ్మిట్ చేయడమే తరువాయి. కంపెనీకి మరో కొన్ని ప్రాజెక్ట్స్. త్వరలోనే యామినితో నిశ్చితార్థం.. అన్నీ శుభసూచకాలే. కానీ ఎందుకో శశాంక్ మనసంతా ఏదోగా ఉంది. ఆపదలో ఉన్న వాళ్ళను అలా నిర్లక్ష్యంగా వదిలిరావడం.

రేవతి అన్నది కరెక్టే. తను వాళ్లతో కాస్త అంటీ ముట్టనట్టు ఉండి ఉండాల్సింది. ఏదో సాయం చేస్తున్నాననుకున్నాడు గాని, వాళ్ళలో ఆశలు రేపుతున్నాడనుకోలేదు. ఇదంతా ఆ ముసలమ్మ శాంతమ్మ వల్లే వచ్చింది. అయినా వాళ్ళు చెప్పిన అబద్దాన్ని కొనసాగించడం తన తప్పే. పాపం ఆ ముసలమ్మ ఏమిచేస్తుంది. కుటుంబం అంతా కలిసుండాలనేకదా కోరుకుంది. అందులో ఆమె తప్పేముంది.

ఏమీ పాలుపోవడం లేదు తార పరిస్థితి చూస్తుంటే. తలచుకొంటేనే మనసంతా కలచివేస్తోంది. కడిగిన ముత్యంలా ఎంత స్నిగ్ధత్వం అమెది. రేవతి చెప్పినట్టు తను నిజంగా తారను ఇష్టపడుతున్నడా.. లేదు లేదు ప్రేమించేంతఇష్టమూ లేదు. తార మంచి ఫ్రెండ్ గా ఉండొచ్చుకదా. ఆడా మగ మధ్య సాన్నిహిత్యం స్నేహం కాకూడదా. తార మాత్రం ఏంజేస్తుందిలే, తనూ ఓ సగటు ఆడపిల్లలా ఆలోచించింది. పరిస్థితులన్నీ మన చేతల్లోంచి కనపడని ఎవరిచేతిలోకో పోతున్నట్టనిపిస్తోంది శశాంక్ కు. ఆలోచిస్తూన్న శశాంక్ వర్క్ ముందుకు సాగటం లేదు. విసుగెత్తి చైర్లో వెనక్కు వాలిపోయాడు.

తారను ఈ అలవాటుకు బానిసను చేసిన శ్రీధరన్ మీద విపరీతమైన కోపం వస్తోంది. తలచుకున్న వెంటనే ప్రత్యక్షమయ్యాడు దెయ్యంలా శ్రీధరన్ శశాంక్ ముందు.

"శశాంక్! తార రాలేదేమీరోజు " చాలా మామూలుగా అడిగాడు శ్రీధరన్

శశాంక్ కు చిర్రెత్తుకొచ్చింది. ఆవేశాన్ని మునిపంట నొక్కిపెడుతూ "నన్నడుగుతావేంటి..డ్రగ్స్ ఇచ్చి హాస్పిటల్ లో పడుకోబెట్టావ్ కదా. తెలీదా నీకు" తన కోపాన్ని కళ్ళల్లో చూపించాడు శశాంక్

"డ్రగ్స్ ఏంటి.. హాస్పిటలేంటి" ఏమీ తెలియనివాడిలా అమాయకంగా అడిగాడు శ్రీధరన్ కుర్చీని లాక్కొని ఎదురుగా కుర్చొంటూ.

"ప్లీజ్ శ్రీధరన్.. ప్లీజ్ ఇక తార గురించి నన్నడగవద్దు. దయచేసి ఇక్కడినుండి వెళ్ళిపో..ఇప్పుడు నీతో మాట్లాడడం నాకిష్టం లేదు"

"ఏదో మీ అత్త కూతురుకదాని అడిగా.. ఎందుకంత ఫీల్ అవుతావ్" ఇంకాస్త రెట్టిస్తూ వెటకారంగా అడిగాడు శ్రీధరన్. శ్రీధరన్ కు తమాషాగా అనిపిస్తోంది శశాంక్ అలా ఉడికిపోతుంటే. లేకపోతే ఇన్నాళ్ళు తన దగ్గరి బంధువని చెప్పి అందరిని ఫూల్ చేస్తాడా. ఇకోర్ని పెళ్లి చేసుకోబోతున్నాడుగా ఇప్పుడెందుకో ఈ ఉక్రోషం. స్టేప్నీని మైంటైన్ చేయడం కుదరదనా. లోలోపల నవ్వుకున్నాడు శ్రీధరన్.

"ఫీల్ అవ్వాల్సింది నేను కాదు, నువ్వే. కాసేపటిలో తారకు తెలివొస్తుంది. నువ్వు చేసిన తప్పు నీకు తెలిసొస్తుంది.. వెయిట్ చెయ్" కింది పెదవిని లోపలి నొక్కిపెడుతూ అన్నాడు శశాంక్.

"తప్పా అదేంటి. చేసింది నువ్వు కాదా. మీ బంధువని మమ్మలనందరినీ బురిడి కొట్టించావ్. నేను కేవలం డ్రగ్స్ ఇచ్చి ఒదార్చానంతే. మరి నువ్వే ఏకంగా మన బాస్ నే....."

"షట్ అప్ శ్రీధరన్. జస్ట్ షట్ అప్.. మాటలు కాస్త మర్యాదగా రానీ" కోపంతో ఊగిపోయాడు శశాంక్.

"కూల్ కూల్ శశాంక్... డోంట్ ఎగ్జైట్ టూ మచ్.. ఇదంతా నార్మలే.. అది బాస్ వీక్ నెస్. లేకపోతే బాస్ నీకంత ఇంపార్టెన్స్ ఎందుకిస్తాడు.. నేనర్థం చేసుకోగలను.. నేనే కాదు ఈ ఆఫీసంతా అదే అనుకుంటున్నారు నీ ఎంగేజ్మెంట్ అనౌన్స్ చేసినతర్వాత " శశాంక్ లోని కోపం శ్రీధరన్ ను మరింత రెచ్చగొడుతోంది.

"ఇంకొక్క క్షణం నా ముందర ఉన్నావంటే ...నేనేం చేస్తానో నాకే తెలీదు. యు జెస్ట్ గెట్ అవుట్ నౌ" పళ్ళు పటపటా కొరుకుతూ శ్రీధరన్ కాలరు పట్టుకొని బయటకు నెట్టినంత పనిచేశాడు శ్రీధరన్. శ్రీధరన్ కి కావలసింది అదే. అందరి ముందు శశాంక్ ను జీరో చేయాలి. ఎంతో మంచి వాడుగా పేరుతెచ్చుకున్న శశాంక్ ను తను పుట్టించిన పుకారు నిజమనిపించేలా సిద్ధం చేయాలి. శశాంక్ ఛాంబర్ బయట అందరూ తమను చూస్తూ ఉన్నా లోలోపల సంతోషిస్తున్నాడు శ్రీధరన్.

"ఇలా కాదు. నిన్ను బాస్ ముందే నిలబెట్టాలి. నువ్వు చేసిన ప్రతీ వెధవపనీ బయటపెట్టాలి"అంటూ విసురుగా బాస్ ఉన్న ఛాంబర్ వైపు వెళ్ళాడు శశాంక్ శ్రీధరన్ ను పక్కకు నెడుతూ..

శశాంక్ ను అనుసరించాడు శ్రీధరన్.

నందన్ ఆరోజు వచ్చిన లెటర్స్ కి రిప్లయ్ డిక్టేట్ చేస్తున్నాడు తన స్టేనో కి. శశాంక్ లోపలి రాగానే ఆమెను వెళ్ళమన్నట్టుగా సైగ చేశాడు.శశాంక్ కోపంగా ఉండటం మొట్టమొదటిసారిగా చూస్తున్నాడు నందన్.కోర్చోమన్నట్టుగా సైగ చేశాడు. కుర్చోన్ని అటూ ఇటూ అసహనంగా చూస్తున్న శశాంక్ తో

"ప్లీజ్ శశాంక్.. ఏమిటి విషయం. మన ప్రాజెక్ట్ కంప్లీషన్ రిపోర్ట్ అండ్ అగ్రిమెంట్ వెరిఫికేషన్ రెడీ అయినాయా.. దీని గురించేనా" ఎంతో కూల్ గా అడిగాడు నందన్

"లేదు సర్. మన కంపెనీ రెప్యుటేషన్ దెబ్బతినే విషయం గురించి చెబుదామనుకుంటున్నాను."

ఏంటీ అన్నట్టుగా చూశాడు నందన్

"అదే శ్రీధరన్ గురించి.. లాస్ట్ ముంబై ట్రిప్ లో శ్రీధరన్ ప్రవర్తనన గురించి. అప్పుడంటే ఎదో పార్టీలో ఉంది డ్రగ్ తీసుకున్నాడని సరిపెట్టుకున్నాను. కాని అతనో డ్రగ్ సప్లయర్ అని ఇపుడే తెలిసింది."

"వ్వాట్.. ఏంటి నువ్వు చెప్పేది" షాకింగ్ గా చూశాడు బాస్.

"అవును సార్. వీడు స్వర్ణకు, తారకు ఇంకా మన కంపెనీ లో కొందరికి సప్లై చేస్తున్నాడు. మన కంపెనీని ఓ డ్రగ్స్ హబ్ చేసిపడేశాడు."

"నీకెలా తెలుసు".

"తార సార్. తార..ఇపుడు హాస్పిటల్లో ఉంది.అదీ ఓ గవర్నమెంట్ హాస్పిటల్లో.. డ్రగ్ అడిక్ట్ క్రింద కేస్ బుక్ చేసారు. పోలీసులు కూపీ లాగితే మన శ్రీధరన్ డొంకంతా కదిలేటట్టుంది. రేపో మాపో పోలీసులు ఇక్కడికి రావచ్చు.ఇక మన కంపెనీ పరువు.. చెప్పడం నా బాధ్యత అనుకుంటున్నాను. ఇక మీ ఇష్టం."

హాల్ అంతా నిశ్శబ్ధం అలముకొంది. గడ్డం క్రింద చేతులు అనినించి ఆలోచనలో పడిపోయాడు బాస్. గడియారంలోని ముల్లు నందన్ నిర్ణయాన్ని పట్టించుకోనట్టు తిరుగుతూనే ఉన్నాయ్.

మెల్లగా గడియారం చప్పుడును దాచేస్తూ గొంతువిప్పాడు నందన్

"కేస్ ఫైల్ చేసేశారా..అరె యు ష్యూర్.."

"చేసి ఉండొచ్చు"అవునన్నట్టుగా తల ఉపాడు శశాంక్.

"సరే నే కనుక్కుంటాన్లే. ఒకవేళ అదే జరిగి ఉంటే ముందీ విషయం మీడియాకు పాకకుండా చూసుకోవాలి. అయినా సాఫ్ట్ వేర్ లో ఇవ్వన్నీ మామూలే.. కాకుంటే అతనో సప్లయర్ అన్నదే ఇక్కడ ఇబ్బంది.సరే.. నువ్వెళ్ళు..ఆ వెధవను ఇటు పంపించు. నే చూసుకుంటా." ఓ నిర్చయానికి వచ్చిన వాడిలాగా అన్నాడు నందన్.

బయటకు కదిలాడు శశాంక్.

ఎదురుగా శ్రీధరన్.. శశాంక్ వైపే వెటకారంగా చూస్తూ నిలబడి ఉన్నాడు చాంబర్ బయట రిసెప్షనిస్ట్ దగ్గర.

ఏం చెప్పావన్నట్టుగా కళ్ళెగరేశాడు శశాంక్ వైపు

"నిన్ను వదలను.. నిన్ను విడిచిపెట్టే ప్రసక్తేలేదు. జైలులో చిప్పకూడు తినడానికి రెడీగా ఉండు." అంటూ కసితీరా తిట్టి వెళ్ళబోతున్న శశాంక్ ను ఆపాడు శ్రీధరన్.

వెటకారంగా నవ్వుతూ "ఏం చేస్తావ్. బాస్ను కూడా వేస్తావా బొక్కలో.. నేను నోరు విప్పితే కంపెనీ కూసాలె కదిలి పోతాయ్.. వాళ్ళైనా రక్షణ కవచాలు. నువ్వేం పేద్దగా ఊహించుకోవాకు..."

మరింత దగ్గరగా జరిగాడు శ్రీధరన్ శశాంక్ కాలర్ పట్టుకొంటూ "... నువ్వే కాస్త జాగ్రత్తగా ఉండు, త్వరలో పెళ్లికావలసిన వాడివి.. తార పోయి... యామినీ పోయీ... పిచ్చివాడిలా బ్రతకాల్సి వస్తది, సిద్ధంగా ఉండు" శ్రీధరన్ లో ఇన్నాళ్ళు గూడుకట్టుకు పోయిన ప్రొఫెషనల్ జలసి మసిలే పగలా కసికసిగా గుసగుసలాడుతోంటే మునిపళ్ళు కొరుకుతూ ముందుకు తోసినట్టుగా శశాంక్ కాలరు వదేలేశాడు శ్రీధరన్.

శ్రీధరన్ కూల్ గా బాస్ ఛాంబర్ లోకి వెళుతోంటే విస్తుపోయిచూస్తుండి పోయాడు శశాంక్.

* * * * *

16

ప్రొద్దుగ్రుంకుతున్నకొద్దీ మార్కెట్ స్ట్రీట్ లో క్షణక్షణానికి పెరిగిపోతున్న గోలకు గడియారం ముల్లు శబ్దం పూడుకుపోయినా ఎవరో చేతిని తట్టి తట్టి లేపుతున్నట్టు, వాచీ వంక పదేపదే చూడసాగాడు కనకారావు. కొడుకు, కాబోయే కోడలు వస్తానని చెప్పి గంటైంది, ఇంతవరకు పత్తాలేదు. చేతిలో లగేజి ఉండడంతో ఎటూ కదల్లేకున్నాడు కనకారావు. చేసేదేమీ లేక టీస్టాల్ ముందు బెంచిపై కూర్చొని వచ్చే పోయే జనాలను, వాహనాలను చూస్తూ ఉండిపోయాడు. అందర్నీ తను చూడాల్సిందే తప్ప తనను పట్టించుకున్న నాధుడెవ్వడూలేరు.ఎవరైనా తెలిసిన్నవాళ్ళు కనబడతారేమోనని చూడసాగాడు కనకారావు. ఒంటరిగా ఉండడం అదీ కాసేపు మాట్లాడకుండా కనకారావు వల్ల కావడంలేదు. ఇంతలో ఫోన్ రింగవడంతో లగేజిని వదిలి చూశాడు. శశాంక్ నుండి ఫోన్. కనకారావు ఎక్కడున్నాడో లొకేషన్ చెప్పడానికి టీస్టాల్ లో టీ త్రాగుతున్న ఓ అతన్ని అడగబోతుండగా ప్రక్కనే ఉన్న కిరాణాకొట్టులో సరుకులు తీసుకుంటూ కనిపించింది రేవతి.

“ఏవండి.. ఏవండి” అంటూ పిలిచాడు రేవతిని. ఉన్నట్టుంది పిలిచేసరికి ఎవర్నో అనుకోని మొదట కాస్త తత్తరపడినా కనకారావును గుర్తుపట్టి నవ్వుతూ వచ్చింది రేవతి, టీస్టాల్ మీద పేరును చెప్పి శశాంక్ ఏదో అడుగుతుండగానే ఫోన్ కట్ చేశాడు కనకారావు రేవతి వైపు పలకరింపుగా నవ్వుతూ.

మార్కెట్ కు సరుకుల కోసం వచ్చినట్టుంది రేవతి. చేతిలో రెండు సంచులనిండా ఉన్నాయ్ సరుకులు రాగానే నమస్కారం చేసి బాగున్నారా అన్నయ్యగారు అంటూ పలకరించింది.

“ఏమ్మా! బాగున్నారా” అంటూ ఆప్యాయంగా పలకరించాడు కనకారావు.

తార గురించి, తార చేస్తున్న ఉద్యోగం గురించి, ఆపద్ధర్మంగా ఆరోజు వాళ్ళు చెప్పిన కట్టు కధ గురించి గుర్తు చేసుకున్నారిద్దరూ. విషయం తెలీక శాంతమ్మ పెట్టిన తిప్పలు

గురించి తలచుకుంటూ నవ్వు కున్నారిద్దరూ కాసేపు. రోడ్డు మీద వాహనాల గోలను సైతం లెక్క చేయకుండా మాటల్లో మునిగి పోయారు.

ఇంతలో అక్కడ టీ త్రాగుతున్న ఒకతను కనకారావును మిమ్మల్ని ఎవరో పిలుస్తునారని చెబితే అటు చూశాడు కనకారావు. శశాంక్ రోడ్డుకు అవలి వైపు నుండి చేయి ఊపుతున్నాడు. అప్పుడు గుర్తొచ్చింది కనకారావు తన ఫ్యాంట్ జేబులోని సెల్ ఫోన్ రింగవడం.

ఫోన్ లిఫ్ట్ చేశాడు.

“ఎంత సేపట్నుండి నాన్న ఫోన్ చేయడం.నీకు మాట్లాడడానికి మనిషి దొరికితే చాలు ఈలోకాన్ని మర్చిపోతావ్. సరే రా త్వరగా” విసుక్కున్నాడు శశాంక్.

“ఏం లేదు లేరా.. తార వాళ్ళ అమ్మ కనపడితే.. మాట్లాడుతున్నానంతే. ఫోన్ మ్రోగిన శబ్దం ఈ ట్రాఫిక్ గోలలో వినపడలేదు లేరా.. అ సరేగాని మీరు కార్ లో వచ్చారుకదా. ఇక్కడకు రా. నా చేతిలో లగేజ్ ఉంది.” ఫోన్ కట్ చేసి మళ్ళీ మాటల్లో మునిగిపోయాడు కనకారావు.

చేసేదేమీ లేక కారుని ట్రాఫిక్ సిగ్నల్ జంక్షన్ వైపు మళ్ళించాడు శశాంక్ యు టర్న్ కోసం

కార్ డోర్ తీసుకుని "బాగున్నారా అంటీ” అంటూ కనకారావు చేతిలోని లగేజీని అందుకుంది యామిని, రేవతిని గమనించి గమనించనట్టుగానే యామిని దగ్గరున్న లగేజిని తీసుకుని కారు డిక్కీలో పెట్టాడు శశాంక్.కనకారావు, శశాంక్ రేవతిని చూడలేదేమోననుకొని “రేయ్ శశి.. రేవతి రా.. మీ అత్త కాని మేనత్త..” నవ్వుతూ అన్నాడు కనకారావు శశాంక్ రూమ్ లోని సంఘటనలను గుర్తు చేసుకుంటూ.

“అ.. బాగున్నారా అంటీ..”అంటూ ఎదో ముక్తసరిగా మాట్లాడేసి వెనుక కార్ డోర్ తీశాడు శశాంక్.

కార్ ఎక్కబోతూ “రేవతి మీ ఇల్లు ఇక్కడికి దగ్గరే అన్నావు కదా.. రా కూర్చో డ్రాప్ చేస్తాడు శశాంక్. పైగా లగేజి కూడా ఉన్నట్టుంది.” అంటూ శశాంక్ వైపు చూస్తూ రేవతి లగేజి అందుకోమన్నట్టుగా చూశాడు కనకారావు.

అలా ఓసారి రేవతి వైపు చూసి "నాన్నా.. మనం వేరొ రూట్ లో పోవాలి. ఆంటీ ఇల్లు అటువైపు కాదు" అని శశాంక్ అంటుండగానే

"నువ్ పోనీరా.. పాపం లగేజి చాల ఉన్నట్టుంది. ఇక్కడికి దగ్గరే అంటోంది కదా. వదిలేసి వెళదాము." అజ్ఞాపనగా అన్నాడు కనకారావు.శశాంక్ కోసం ఎదురు చూడ కుండానే. "రామ్మా రేవతి. కూర్చో" అంటూ పిలిచాడు కనకారావు సీట్లో జరుగుతూ.

"వద్దులే అన్నయ్యగారు. నే ఆటోలో వెళతాను.." అంటూ మొహమాటానికి పోయింది రేవతి.

"నువ్ రామ్మా.. తారను చూసి చాన్నాళ్ళైంది. తార చేతి కాఫీ మర్చిపోలేం. ఓ కప్పు తాగి వెళతాను గానీ" అని అంటుంటే కనకారావు వైపు గుర్రుగా చూశాడు శశాంక్.

మొహమాటపడుతూ తన లగేజిని తీసుకుని కారులో కూర్చుంది రేవతి'

రేవతి కారులో కూర్చున్నప్పటినుండి శశాంక్ యామినిల నిశ్చితార్థంకు రమ్మని కనకారావు వసపిట్టలా ఏదేదో మాట్లాడుతూ పదేపదే పిలుస్తోంటే శశాంక్ కు చిరాకేత్తుతోంది. ఏమీ అనలేక ఊరకుండిపోయాడు. ఈ గోల వదిలించుకోవాలని విసుగ్గా యాక్సిలేటర్ ను తొక్కాడు శశాంక్.

* * *

అది ఓ చిన్న బస్తి. ఇరుకు సందులు, చిన్నచిన్న గుడులు. ఇప్పుడిపుడే ఎదుగుతున్న పల్లె కనబడుతోందక్కడ. అక్కడక్కడ డాబా ఇళ్ళు.. హుందాగా కప్పుకున్న పేదరికంతో అక్కడి మధ్యతరగతి ఇళ్ళు.

కారును రోడ్డులోనే ఆపేసింది రేవతి. ఇదుగో ఈ పక్క గొందిలోనే అంటూదిగేసింది. శశాంక్ వైపు కొంచెం బెరుకుగా చూస్తూ "రండి అన్నయ్యగారు కాఫీ త్రాగుదురుగాని" పిలిచింది కనకారావును. వెంటనే డోర్ తీసి దిగుతూ రేవతి చేతిలోని ఓ సంచిని అందుకుంటూ ఓసారి శశాంక్ వైపు చూసి" రండి అలా వెళ్ళోద్దాం అన్నాడు కనకారావు.

"నాన్నా.. మనకు లేటవుతోంది." కోపాన్ని మునిపంటనొక్కిపట్టాడు శశాంక్.

"రా శశాంక్.. రండి యామిని.. కాస్త మంచి నీళ్ళు త్రాగిపోదురు" మొహమాటానికి పిలిచింది రేవతి.

ఇప్పటి దాకా మాకు త్రావించిన నీళ్ళు చాలవా అని లోలోపలే గొణుక్కుంటూ దిగారిద్దరూ

రేవతి ఇల్లు. తారలాగే ఎంతో పొందికగా ఉంది. కూర్చుంటూనే అడిగాడు తారను కనకారావు. పిలుస్తానంటూ త్రాగటానికి నీళ్ళిచ్చి లోపలి వెళ్ళింది రేవతి.

ఇల్లు చాలా నీట్ గా సర్ది ఉంది. తార చిన్నప్పటి ఫోటోలు అక్కడక్కడ తగిలించి ఉన్నాయి. రేవతి భర్త ఫోటో కోసం ఇల్లంతా కలయచూశాడు కనకారావు. కాని ఎక్కడా కనిపించలేదు. ఇదే విషయం గుసగుసగా శశాంక్ తో అన్నాడు. కోపంగా ఉరిమి చూసేసరికి ఊరుకుండిపోయాడు కనకారావు.

తారకు శశాంక్ వచ్చాడని చెప్పింది రేవతి. అప్పటిదాకా దిగాలుగా ఉన్న తార కళ్ళలో మెరుపులు. ఎంతో ఆశగా ఎక్కడ అంటూ కిటికీలోనుండి హాల్లోకి చూసింది. యామిని, కనకారావుని కూడా చూసే సరికి ఇందాకటి ఉత్సాహం నీరుగారిపోయింది. ఇక కాలు కదపలేకపోయింది తార. ఎందుకో వాళ్ల ఎదుటపడలేకపోతోంది. తారను చూడాలని కనకారావు మనింటిదాక వచ్చాడని చెప్పింది రేవతి. తార చేతి కాఫీ కోసం వచ్చాడని కూడా చెప్పింది. ఒక్క ఉదుటున వెళ్ళాలని ఉన్నా యామినిని చూసి తార మనసు ముందుకు కదలలేదు. రానని మొరాయించింది తార.

వాళ్ళందరిని చూసి కాస్త మామూలు మనిషవుతుందని ఆశించింది రేవతి. అది నెరవేరకపోయేసరికి నిరాశగా హాలు లోపలి వచ్చింది. తార కోసం చూస్తున్న కనకారావుకి ఏమి చెప్పాలో తెలీడం లేదు. చెమటలు పడుతున్న ముఖాని పమిట కొంగుతో తుడుచుకుంటూ, "అన్నయ్య గారు..అదీ.. తార... ఇంతకూ ముందే స్నానానికి వెళ్ళింది.. వస్తుందిలే కుర్చోండి.... ఒక్క నిమిషం... ఈ లోపల మీకు కాఫీ పెట్టుకువస్తాను." అంటూ అక్కడనుండి వంటింటి లోకి జారుకోబోతుంటే

" ఆ.. ఇప్పుడేమొద్దమ్మా.. నువ్వేమి శ్రమతీసుకోబాకు. నేనీసారి వచ్చినపుడు త్రాగుతాన్లే.. యామినికి ప్రొద్దు పోతోంది.. ఆమెను హాస్టల్ దగ్గర వదిలిపెట్టాలి. తారకు

చెప్పు.. నేనీసారి వచ్చినపుడు నాకు రెండుకప్పులు కాఫీ ఇవ్వాలని.. నిశ్చితార్థానికి మాత్రం తప్పని సరిగా రావాలని నే చెప్పినట్టు చెప్పు తారకు" అంటూ పైకి లేచాడు కనకారావు. ఇంకా ఏదో రేవతితో మాట్లాడబోతోంటే

"నాన్నా.. మనకు లేటవుతుంది రండి.. అంటూ రేవతి వైపు చూసి వెళ్ళొస్తానని" చెప్పి కనకారావు చేయి పట్టుకుని బయటకు తీసుకెళ్ళాడు శశాంక్.

వీధి చివరిదాకా సాగనంపింది రేవతి. కారు ఎక్కబోతూ కూడా మాటలు పెట్టుకున్నాడు కనకారావు. శశాంక్ తొందర చేసేసరికి రేవతికి మళ్ళీ వస్తానని చెబుతూ కారెక్కాడు. కారు ఆ వీధి చివర మలుపు తిరిగే వరకు చూసి వెనుదిరిగింది రేవతి. తార విషయం ఎక్కడ బయటపడుతుందోనని భయపడ్డ రేవతి, అలా జరగనందుకు దేవునికి ధన్యవాదాలు చెప్పుకుంటూ వెనుదిరిగింది. ఎదురుగా పరుగు పరుగున వస్తున్న తార కనిపించింది. ఏమైందని అడిగేలోపలె, రోడ్డు మీద వచ్చి, వాళ్ళు వెళ్ళిన వైపు నిలబడి వీధి దీపాల కాంతిలో కారు లేపిన దుమ్ము క్రమంగా చీకటిలో కలిసిపోతుంటే.. నిరాశగా కళ్ళలో నీళ్ళు కుక్కుకొంటూ చూస్తూ ఉండిపోయింది. దగరికొచ్చిన దాన్నేదో చేజేతులారా పోగొట్టుకున్నట్టు ఉసూరుమని పోయినట్టుంది తార ముఖం. బాధ ముంచుకొస్తోంది రేవతికి తార పరిస్థితి చూస్తె. ఓదార్పుగా తార బుజంపై చేయివేసేసరికి, రేవతి వైపు తిరిగింది తార. తన కళ్ళలో అప్పటిదాకా నిండుకున్న కన్నీళ్లను జలజలా రాలుస్తూ ఏడుపును అదిమిపెట్టుకుంటూ రేవతి బుజంపై తల వాల్చేసింది

* * *

"అమ్మాయ్ యామిని! బాగా ప్రొద్దుపోతోంది.. అవంటేదో వాడు తంటాలు పడతాడులేమ్మా.. నువ్వు హాస్టల్ కి వెళ్ళు.. అయినా మనం వచ్చే దార్లో ఏదో ఒకటి తినేసుంటే సరిపోయేది కదరా శశి..ఎందుకీ తిప్పలు" చేతిలో ఉన్న న్యూస్ పేపర్ని టీపాయ్ మీదకు విసిరేస్తూ అన్నాడు కనకారావు.

"అదేంటి నాన్నా.. ఇవాళ తన చేతి వంట దెబ్బ నీకు రుచి చూపించాలని తెగ ఆరాట పడుతోంటే ఈ పిల్ల... నువ్వేంది వెనకడుగు వేస్తావ్.. నేనుచేసిన ఈ చపాతీలతో పోరాడు.. నేనున్నా నీకు." నవ్వుతూ చపాతీలను నొక్కుతున్నాడు శశాంక్.

"ఇట్ ఈజ్ టూమచ్ శశి...... చూడండి అంకుల్.."అంటూ గారాలు పోయింది యామిని.

కనకారావు నవ్వుకొంటూ "ఎవన్నావ్ రా.. ఎవన్నావ్. మళ్ళీ అను"

"ఏం బయపడకు నాన్నా. నేనున్నా"తనపనిలో నిమగ్నమైపోయాడు శశాంక్

"అది కాదు ఇందాక యామినిని అన్నావ్ చూడు అది. పిల్ల గిల్ల అని"

"అ..అది పిల్లే కదా... మషాలాలు దట్టించి..ఈ కుర్మా చేయడం వచ్చనుకుంటది.. అంతే. హేమీ రాదు" పెనం మీద వేసిన చపాతీని తిరగేస్తూ అన్నాడు శశాంక్.

"అది కాదురా. అదీ... నువ్వు యామినిని పిల్లా అని పిలుస్తుంటే మా తాత గుర్తొస్తున్నాడు. ఆయినా అంతే. మా అవ్వని పిల్లా నీళ్ళు తోడు..పిల్లా వీపురుద్దు, పిల్లా వణ్ణం పెట్టూ... అంటూ పిల్లా పిల్లా అని పిలిచేవాడు. అంత వయసులోనూ. ఒళ్ళంతా ముడతలు పడి.... నడుం వంగిపోతున్నా సరే మా అవ్వ పడుచుపిల్లలా అగుపడేది మా తాతకి. నేనప్పుడప్పుడు మీ అమ్మను కావాలనే పిల్లా.. పిల్లా అనిపిల్చేవాడ్ని ఆయన ముందు.. ముసిముసిగా నవ్వుకోనేవాడు మా తాత." మంచం పై బాసిపెట్లేసుకుని కూర్చుంటూ తాతతో తన జ్ఞాపకాల్ని నెమరేసుకున్నాడు కనకారావు.

"మొదలెట్టాడ్రా నాయనా... త్రవ్వకాలు" గొణిగాడు శశాంక్

"ప్రేమంటే అంతే అంకుల్ ..అప్పట్లో అలా ఉండేవి.. స్వచ్ఛంగా రిలేషన్స్ ఎప్పటికీని" టీపాయ్ మీద డిషెస్ పెడుతూఅంది యామిని.

"యామినీ... నన్నలా అంకుల్ అని పిలవకమ్మా. ఎంచక్కా మామయ్యా అని పిలువ్. నువ్వలా పిలుస్తుంటే ఎదోలా ఉంది నాకు.." సుతారంగా చెప్పాడు కనకారావు.

"అలాగే మామయ్యా" నవ్వుకొంటూ వడ్డించిన ప్లేట్ ను కనకారావు చేతికిచ్చింది యామిని.

"మీరుకూడా కానివ్వండి..... యామిని ఇలా కూర్చో.. నీతో కొంచెం మాట్లాడాలి.. అంటూ కుర్చీని టీపాయ్ దగ్గరకు లాగాడు కనకారావు.

బుద్ధిమంతురాలిలాగా ఒడిలో చేతులు పెట్టుకుని కూర్చుంది యామిని వినడానికి ఆసక్తురాలవుతూ.

“రేవతి మనకు అబద్ధం చెప్పింది కదూ..” స్వరం తగ్గించి అన్నాడు కనకారావు.

అర్థం కానట్టు చూసింది యామిని.

“అదేనమ్మా.. తార స్నానానికి వెళ్లిందని చెప్పడం..” చపాతి ముక్కను నోట్లో పెట్టుకుని మాటల్ని నమిలాడు కనకారావు.

“మనమే... లేటవుతుందని వచ్చేశాం కదా మామయ్యా..తార నిజంగా స్నానానికెళ్ళి ఉండొచ్చుకదా. లేకపోతే రేవతి ఎందుకంత ధైర్యంగా చెబుతుంది”

“లేదమ్మా.. నువ్వు గమనించావా, ఆమెలో కంగారూ..అదీ. తార కిటికీ చాటునుండి మనల్ని చూడడం నే గమనించాన్లే..” బోటిల్ని ఎత్తిపట్టి నీళ్ళు త్రాగుతూ అన్నాడు కనకారావు.

ఇక చర్చ మొదలవుతుందనుకున్నాడు శశాంక్.

“యామిని.. నాన్నకు ఇంకో చపాతీ వడ్డించు.. కొంచం కూరకూడా వేయి..ఎలా ఉంది నాన్న యామిని చేసిన కర్రి..” కనకారావును ఏమార్చడానికి ప్రయత్నిస్తున్నాడు శశాంక్.

“కూరకేమ్రా సూపర్ గా ఉంది... నువ్వు చెప్పమ్మా.. అసలేం జరిగింది” కూపీ లాగుతున్నాడు కనకారావు... శశాంక్ వైపు ఏమిచెప్పాలా అన్నట్టుగా చూస్తున్న యామినితో

“నువ్వు చెప్పమ్మా.. ఈ మధ్య తార పేరెత్తితేనే చిరాకు పడుతున్నాడు వాడు.. అంటూ శశాంక్ వైపు చూసి “ఇక చూసింది చాలు.. ఉల్లిపాయలు కోసుకురా.. నువ్వు చెప్పమ్మా.. వాడిదేముందిలే..” అన్నాడు కనకారావు.

ఇక చెప్పకపోతే వదిలేట్టు లేడని.. ఇక తప్పదన్నట్టు విషయమంతా చెప్పుకొచ్చింది యామిని.

"నాన్నా యామినికి లేటవుతుంది" అంటూ మధ్యమధ్యలో బ్రేక్ వేయడానికి ప్రయత్నిస్తున్నాడు శశాంక్ అసహనంగా ఆపకుండా.

కనకారావు విదిలించుకుంటూనే ఉన్నాడు ఆసక్తిగా యామిని చెబుతుంటే వింటూ

అంతా విన్నతర్వాత "పాపం తార" అంటూ దీర్ఘంగా నిట్టూర్చాడు కనకారావు..

ఏదో స్ఫురించిన వాడిలా "తారను ఉద్యోగం మానేయమని చెప్పకూడదా.. అటువంటి కంపెనీలో... ఇంకా ఎందుకు ఉండటం. నువ్వైనా చెప్పకూడదా యామిని. వాడు చెబితే మళ్ళీ అపార్థం చేసుకుంటుందేమో..."

"ఇకచాల్లే.. యామిని నువ్వు బయలుదేరు. బాగా ప్రొద్దు పోతుంది" హ్యాండ్ బ్యాగ్ యామిని చేతికిస్తూ విసుగ్గాఅన్నాడు శశాంక్.

"నువ్వుండరా.. యానిమిని టిఫిన్ కూడా చేయనివ్వవా.. ముందు టిఫిన్ చేయమ్మా.. అయినా తెలిసోతెలీకో నువ్వుకూడా కారణమే కదరా.. తెలిసిన అమ్మాయి.. ఆమెనలా వదిలేస్తే ఎలా"

"అయితే ఆమెను కూడా పెళ్ళిచేసుకోమంటావా.. ఏం చెబుతావ్ నువ్వు.. దానిదంతా ఇంఫాక్చువేషన్.. లవ్వో లవ్వో అంటూ వెంట పడుతోంది." కోపంగా అన్నాడు శశాంక్

తల విదిల్చాడు కనకారావు.. "అది కాదురా.. ఆ ప్లేస్ లో నా కూతురే ఉండుంటే ఎలా ఉంటుందో ఓ సారి ఊహించు.. అదీ నీ వల్ల... కనీసం ఆ డ్రగ్స్ అన్నా మాన్పించే ప్రయత్నం చేయరా... ఆమె బ్రతుకు ఆమె బ్రతుకుద్దీ" బ్రతిమాలుతున్నట్టుగా అన్నాడు కనకారావు.

"యామినీ.. ఇక బయల్దేరు. ఈయన సోది వింటూ కూర్చుంటే తెల్లారుద్ది." యామినిని రెక్క పట్టుకుని లేపాడు ఇక వెళ్దాం అన్నట్టు.. హ్యాండ్ బ్యాగ్ చంకకు తగిలించుకుని కనకారావు ను చూస్తూ వెళ్ళొస్తాను మామయ్యా అంటూ శశాంక్ వెంట నడిచింది యామిని.

* * *

సన్నగా వర్షం మొదలయ్యింది. శశాంక్ చూపు వైపర్ కదలికలు దాటుకుని రోడ్డుమీదనే ఉన్నట్టున్నా, తన తండ్రి తెచ్చిన తార ప్రస్తావన వల్ల వచ్చిన చిరాకు మూడ్ నుండి ఇంకా బయటపడినట్టు లేదు. యామిని శశాంక్ వైపు అపుడపుడు చూస్తోంది కోపం ఎప్పుడు తగ్గుతుందా అని. కొంత దూరం వెళ్ళాక చల్లగా వీస్తున్న గాలికి చేతులు చుట్టుకుని బుజాలు రుద్దుకుంటూ

"నిజమే కదా శశి. తార పరిస్థితికి మనం కూడా కొంత కారణం" నిశ్చయంగా అంది యామిని శశాంక్ వైపు చూడకుండానే కారు విండో లోనుండి బయటకు చూస్తూ. కోపంగా ఓసారి యామిని వంక చూసి రోడ్ పై దృష్టిసారించాడు శశాంక్.

వర్షం పెద్దదయ్యింది. కారు విండో లోనుండి లోపలి పడుతున్న చినుకులకు డోర్ గ్లాస్ వేసి శశాంక్ వైపు చూస్తూ అంది యామిని." తార గురించి ఏమనుకుంటున్నావ్"

శశాంక్ నుండి సమాధానం లేదు. వర్షం హోరు వినపడడంలేదిపుడు.

"ఆమెకు నీమీద ఉన్నది వట్టి ఆకర్షణ కాదు"

"మరేంటి. లవ్వా" వ్యంగంగా అన్నాడు శశాంక్

"నువ్వనుకున్నట్టు లవ్వు కాక పోవచ్చు.."

"మరి"

"ఆమె నిన్ను ఆరాదిస్తోంది"

"అదేంటో"

"నీకు తెలీదు మా ఆడవాళ్ళ సంగతి. స్నేహం చేస్తే ఒకరితోనే చేస్తారు..వాళ్ళతోనే తమ పర్సనల్ విషయాలు చెప్పుకుంటారు. ఇంకెవ్వరికీ ప్రాణం పోయినా చెప్పరు. అదీ ప్రేమిస్తే ఒకరినే.. వారితోనే జీవితాంతం ఉండాలనుకుంటారు.దాన్ని అవతలివాళ్ళు స్వీకరిస్తే నాలా... లేకపోతే తారలా ఉంటారు." చెప్పుకుపోతోంది యామిని.

"ప్రేమ ఎప్పుడు ఎలా పుడుతుందో తెలీదు శశి. అదీ.. అప్పటిదాకా తన చుట్టూ తను ప్రేమించిన వాళ్ళకంటే బెటర్ గా ఉన్న వాళ్ళు దగ్గరైనా..ఎందుకో చెప్పలేం మనసు

తను ప్రేమించిన వాళ్లనే కోరుకుంటుంది. అది ఎలా అంటే.. తను ప్రేమించినవాళ్ళ బలహీనతలను ప్రేమించేంత... తల్లి కూడా ఎదో ఓ క్షణంలో మందలిస్తుంది. కాని ప్రేయసి అతని బలహీనతలకు సర్దుకుపోతుంది. అది మంచో చెడో తెలీదు.. అది అంతే.....ఇక నువ్వన్నట్టు ఆకర్షణ అంటావా... నిజమైన ప్రేమికులమధ్య తరిగిపోయే ఈ అందం, హోదా, డబ్బు ఏమీ ఉండవ్.మీ నాన్నగారు చెప్పారే వాళ్ల తాత గారి గురించి, అలా ఎప్పటికి.. ఎప్పటికీ..ఎలాఉన్నాసరె.. ఏమి జరిగినా సరే, తాము తొలిచూపులో మనసులో ఎలా ముద్రించుకున్నారో అలానే అగుపడుతారు ఒకరికొకరు... ఎప్పటికీ..." మౌనంగా వింటున్నాడు శశాంక్ యామిని చెప్పుకు పోతుంటే..

వర్షపు జోరు ఇంకా తగ్గలేదు.వైపర్ శబ్దం లయ బద్ధంగా వినవస్తోంది.

"శశీ!.. తెలిసో తెలీకో తారలో నీవల్ల ప్రేమ చిగురించింది.. నీ ఇష్టం లేకుండా ఆశలు పెంచుకోవడం తార తప్పే. కాదనను.. కాని నీవల్ల కలిగిన ప్రేమ ఆమెను సంతోషంగా ఉంచాలి.. దానివల్ల ఆమె నాశనమవుతోంది.. ఆమెనలా వదిలేస్తే, ఆమె ఉసురు మనకు తగలకమానదు. ఆమెను కాపాడాల్సింది మనమే.... ప్రేమించడం కంటే, ప్రేమించబడటం గొప్ప..నువ్వీ విషయంలో చాల గొప్పవాడివి శశి.. కాబట్టి నువ్వే కాస్త గొప్పమనసు చేసుకుని ఆమెను ఆ..." తను చెప్పదలచుకుంది పూర్తి కాకముందే షడన్ బ్రేక్ వేసి కారుని ఆపాడు శశాంక్.

కారు షడన్ గా ఆగడం వల్ల వచ్చిన కుదుపుకు సర్దుకుంటూ కోపం వచ్చిందేమో అన్నట్టుగా చూసింది శశాంక్ వైపు యామిని.

శశాంక్ మాత్రం నింపాదిగా "మీ హాస్టల్ వచ్చింది." అంటూ హ్యాండ్ బ్యాగ్ ను చపాతి పార్సిల్ ను చేతికిచ్చాడు ఇక దిగమన్నట్టు.

నవ్వు ముఖం మీదకు తెచ్చుకొని బై చెప్పి కారు దిగింది యామిని. వర్షానికి తడుస్తున్న తలకు తన హ్యాండ్ బ్యాగ్ ను అడ్డం పెట్టుకొని హాస్టల్ వైపు పరుగున నడుస్తోన్న యామిని వైపు చూస్తూ మెల్లగా నవ్వుకుంటూ కారును ముందుకు కదిలించాడు శశాంక్.

* * * * *

17

"మా!..." చిన్నగా పిలిచింది తార వంటగదిలోకి వస్తూ

"ఊ..." కూరగాయలు తరుగుతూనే అంది రేవతి.

"అమ్మా!..." ఈ సారి కొద్దిగా గట్టిగానే పిలిచింది తార

"అబ్బా... ఏమిటే" విసుగ్గా నుదిటిపై చెమటను తుడుచుకుంటూ వంటపనిలో నిమగ్నమై పోయింది రేవతి

"నువ్వెళుతున్నావా.."

"...ఎక్కడికే..."

"నిశ్చితార్ధానికి"

"ఏం నువ్వూ వస్తావేంటి" అలవోకగా అడిగింది రేవతి

"నిశ్చితార్ధం అయిపోతే పెళ్లైపోతుందా" జరిగిపోతుందేమోనన్న బాధతో అడిగింది తార

"ఇంకా ఎందుకే ఈ భ్రమలన్నీ" అంటూ ఇంతలో బయటఎవరో తలుపుకోడుతున్న చప్పుడై "అ.. వస్తున్నా" అంటూ అక్కడినుండి వెళ్ళిపోయింది రేవతి.

రేవతి తరుగుతున్న కూరగాయల్లో ఓ కేరెట్ ముక్కను తీసుకుని నోట్లో వేసుకుంది తార.నములుతూ యామినిని కలసిన సంగతులను నెమరేసుకుంటోంది.. ఎందుకో కొన్ని సార్లు యామినిని చూస్తే తనకు తోడబుట్టిన వాళ్ళెవరైనా ఉంటే ఇలాగే ఉండేదేమో అనిపిస్తోంది. తన మీద ఎందుకింత అభిమానం...

నేనేమైపోతే ఆమెకెందుకు...ఎందుకింత శ్రద్ధ తనమీద..

ఎంత లాలనగా మాట్లాడుతుంది యామిని. ఆమె ఏదైనా చెబుతుంటే మంత్రముగ్ధమై వినాలనిపిస్తుంది. ఎంతలా అంటే కేవలం శశాంక్ తో కలసిఉండటానికే ఉద్యోగానికి వెళ్ళే తను ఆమె తనను జాబ్ కి రాజీనామా చేయమంటే మారుమాట్లాడకుండా ఓ తెల్ల కాగితంపై సంతకం చేసిచ్చేంత. కానీ ఎక్కడో గుండెలో కలుక్కుమన్న చిన్న బాధ శశాంక్ ఆమెకు స్వంతమౌతున్నాడని. అది తలచుకుంటేనే చాలు గుండెలో చిన్నగా మొదలైన బాధ మనసంతా వ్యాపిస్తోంది... కొంపదీసి.. నన్ను శశాంక్ నుండి శాశ్వతంగా విడదీసేఆలోచన కాదు కదా..అయినా తను సంతకం చేసింది శశాంక్ చెప్పాడనే.. ఆ బాసు గాడు తనమీద కన్నేస్తే శశాంక్ కు ఎందుకు.. ఎందుకంటే నేనంటే శశాంక్ కి....

“అమ్మా తారా!!..” తార ఆలోచనలను చిద్రం చేస్తూ బయటనుండి పిలిచింది రేవతి.

ఆ వస్తున్నా అంటూ ఇంటి వరండాలోకి వచ్చింది తార.

ఎవరో ఆ వీధిలో వారు కాబోలు ఎదో పేరంటానికి పిలిచినట్టున్నారు.

ఇద్దరూ తప్పక రావాలి అంటూ తార నుదుటన కుంకుమ పెట్టి ఆహ్వానించి వెళ్ళిపోయింది పేరంటానికి పిలవడానికి వచ్చినవాళ్ళలో ఓ పెద్దావిడ.

కళ్ళమీద పడుతున్న కుంకుమను విదిలించుకుంటూ “అమ్మా.. ఇంతకీ ఏం ఫంక్షన్” అడిగింది తార

“వాళ్ళమ్మాయి నిశ్చితార్ధం... సరిగ్గా శశాంక్ నిశ్చితార్దం రోజే..” ఇంట్లోకి వెళుతూ చెప్పింది రేవతి

“ఇంతకీ నువ్వెళుతున్నవా?”

“నేను కాదు మనం..”

“నేను రాను. నువ్వెళ్ళు” కోపంతో ముక్కుపుటాలు ఎగరేసింది తార

“నువ్వు రావని తెలిసే.. ఇప్పుడు చెప్పి పోయిన ఫంక్షన్ కీ కలిసి వెళుతున్నాం” వంటింట్లోకి వెళుతూ అంది రేవతి. అర్థం కాక రేవతిని వెంటబడించింది..

"అంటే... శశాంక్ ఫంక్షన్ కి పోవట్లేదా"తల్లి అంతరంగం తెలిసిన దానిలా అంది తార

"ఇంకాసంగతి మరిచిపోవే.." ఇంకా ఏదో చెబుతున్న రేవతి మాటలు కూర తాళింపు మోతలో కలసి పోతుంటే.. మౌనంగా తన గదిలోకి వెళ్ళిపోయింది తార.

* * *

మళ్ళీ మళ్ళీ చదువుకున్నాడు నందన్ చతుర్వేది, శశాంక్ ఇచ్చిన తార రెజిగ్నేషన్ లెటర్ ని.

శ్రీధరన్ అయితే నేలచూపులు చూస్తున్నాడు ఏమనాలో పాలుపోక.

"అదేంటి.. మనం ఈ ప్రాజెక్ట్ అయిపోయిన తర్వాత తారకు మంచి ఇంటేన్సివ్స్ ఇద్దామనుకున్నాము కదా ఇప్పుడేంటి ఈ రెజిగ్నేషన్ లెటర్?"రెజిగ్నేషన్ లేట్టేర్ను ఊపుతూ విస్మయంగా అన్నాడు నందన్

"మీరివ్వకముందే ఇచ్చేశాడు కదా మన శ్రీధరన్.. డ్రగ్స్ తో" వెటకారం తొంగి చూసింది శశాంక్ గొంతులో

"ఛా..అదేదో యాక్సిడెంటల్ గా జరిగుంటుంది. అయినా ఆమె మీద ఎందుకంత శ్రద్ధ చూపిస్తున్నావ్ శశాంక్.ఆమె మీ రిలేటివ్ కూడా కాదటకదా.. శ్రీధరన్ చెప్పాడు." ఎంతో మంది ఆఫీసులో ఉండగా తారనే ఎందుకు మాకు కాకుండా చేస్తున్నావ్ అన్నట్టుగా ధ్వనించింది బాస్ గొంతులో

మౌనంగా ఉండిపోయాడు శశాంక్.

"ఆల్రెడీ నీ ఎంగేజ్మెంట్ కూడా ఫిక్స్ అయింది." ఇంకా ఎందుకు తారను కొనసాగిస్తావు అన్నట్టుగా అన్నాడు బాస్. ఇక మౌనంగా ఉండలేకపోయాడు శశాంక్. వస్తున్న కోపాన్ని దిగమ్రింగుకుంటూ

"సార్ ప్లీజ్... దీని మీద చర్చ అనవసరం.. ఓ ఆడా మగా మధ్య మీరనుకున్నట్లు ఆ ఒక్క సంభంధమేకాదు.. ఇంకా ఎన్నో బంధాలున్నాయ్.. తెలీక పోతే ఓ సారి మీ కుటుంభాన్ని అడగండి.. ఈ ప్రాజెక్ట్లు... డబ్బు సంపాదనలోపడి మీరు అలాంటి విషయాలే

మర్చిపోయినట్టున్నారు. ఇక నే వస్తా" అంటూ బాస్ రిప్లై కోసం ఎదురుచూడకుండా ఛాంబర్ నుండి బయటకు వెళ్ళిపోయాడు శశాంక్.

వెళుతున్న శశాంక్ వైపే చూస్తూ కాలింగ్ బెల్ కొట్టాడు నందన్. వెంటనే ప్రత్యక్షమైన ప్యూన్ చేతిలో తార రెజిగ్నేషన్ లెటర్ ను పెడుతూ HRA హెడ్ శ్రీనివాసరావు ఇవ్వమని చెప్పాడు.

కాసేపు నిశ్శబ్దం ఆవరించింది ఆ చాంబర్ లో.. మంచి అవకాశమేదో చేజారిపోతున్నట్టు... ఎవడో నోటికాడకొచ్చినదాన్ని లాగేసుకున్నాడనే అక్కసు నందన్ మరియు శ్రీధరన్ ముఖాల్లో తాండవిస్తోంది.

గడియారం శబ్దంతో జతకలుపుతూ గొంతు సవరించుకున్నాడు శ్రీధరన్..

"ఆ పోనివ్వండి సార్.. మనం ఇలాంటి వాళ్ళను ఎంతమందిని చూడలేదూ... తారకాకపోతే మరో గీర... ఆవిషయం గురించి మీరిక మర్చిపోండి.." ఓదార్పుగా అన్నాడు శ్రీధరన్

దీర్ఘంగా నిట్టూర్చి రివాల్వింగ్ చైర్లో వెనక్కు వాలి తన రెండు చేతులతో తల సవరించుకుంటూ ఉన్న నందన్ శ్రీధరన్ మాటలతో ముందుకు వాలి..

"ఐతే నేను నేను కడుతున్న రెండో ఇంటికలను కూల్చేయమంటావా?... బల్లపై చేతులు మోపి శ్రీధరన్ నే చూస్తూ అన్నాడు నందన్.

"అలా ఎందుకనుకుంటారు సార్. కట్టుకోండి... ఇల్లు కాకపోతే గుడి.. కాకుంటే దేవతను మార్చమంటున్నానంతే" చాలా తేలిగ్గా అన్నాడు శ్రీధరన్.

"లేదు శ్రీధరన్.. ఆమెను మర్చిపోవడం అంత సులువు కాదు... ఎందుకంటే ఆమె అందం అలాంటిది." నిరాశగా మళ్ళీ చైర్లో వెనక్కు వాలాడు నందన్.

ఇంతలో ఏదో గుర్తొచ్చిన వాడిలా చైర్లోంచి ముందుకు వంగి శ్రీధరన్ వైపు సాలోచనగా చూస్తూ

"ఇంతకీ నీమీద డ్రగ్ కేసు ఏమైనట్టు.. శశాంక్ చెప్పినట్టు ఏమీ జరగలేదే.."ముఖం చిట్లిస్తూ అడిగాడు నందన్

"చాటుగా ఎంక్వయిరీ చేశాను సార్.. మన ప్రమేయం లేకుండానే అంతా సద్దుమణిగిపోయింది." కళ్ళెగరేశాడు శ్రీధరన్.

"అదే ఎలా?" మరింత ఆసక్తిగా అడిగాడు బాస్ శ్రీధరన్ ముఖంలో ముఖం పెడుతూ

"వీరేశం గౌడ్... మీకూ తెలుసుకదా సార్ ఆయన.. మూడో వార్డు కార్పొరేటర్.. కాబోయే MLA అని టాక్.. తార వాళ్ళమ్మ కు బాగా తెలుసట.."

"వీరేశం గౌడ్?... వ్వాః.. చాల బ్యాక్ గ్రౌండ్ ఉందే తారకి " ఆశ్చర్యంగా అన్నాడు బాస్.

"అందముంటే అన్నీ ఉంటాయి సార్" కొంటెగా అన్నాడు శ్రీధరన్

"నో.. తార నాకే దక్కాలి.... తారను వదలను.. శ్రీధరన్ నువ్వేం చేస్తావో నాకు తెలీదు ఇకనుండి వీరేశం గౌడ్ నాకు మంచి దోస్త్ కావాలి" ఏదో మహత్కార్యం శ్రీధరన్ మీద పెడుతున్నట్టు క్రూరంగా నవ్వుతూ అన్నాడు నందన్. నందన్ నవ్వుతో జత కలిపాడు శ్రీధరన్.

* * *

మామిడి తోరణాలతో పూల అలంకరణలతో ఆదికేశవులు ఇంటిప్రాంగణం అంతా శోభాయమానంగా ఉంది. ఆ రాత్రివేళ విద్యుత్ దీపాల కాంతులతో ఆ భవంతి మరో మైసూర్ మహారాజ ప్యాలస్ ను తలపిస్తోంది. బంధుమిత్రులతో మరింత సందడి సంతరించుకుంది అక్కడి వాతావరణం.

కుయ్యి కుయ్యి అంటూ పైలెట్ వెహికేల్ వచ్చి ఆగింది ఆదికేశవులు ఇంటిముందు. దాని వెనుకనున్న మినిస్టర్ వాహనం వైపు పరుగు పరుగున నడిచారు అధికార పార్టీ నాయకులూ, వాళ్ళ అనుచరగణం. సెక్యూరిటీ డోర్ తీస్తే, హుందాగా కార్లోనుంచి దిగాడు మంత్రి నరసింహయ్య. వడివడిగా వచ్చి ఆదికేశవులునాయుడుకి వినమ్రంగా నమస్కరించాడు. నరసింహయ్య ఆదికేశవులునాయుడి నమ్మినబంటు. తానున్న నియోజకవర్గం రిజర్వేషన్ కేటగిరికి రావడంతో తనే దగ్గరుండి నరసింహయ్యతో నామినేషన్ వేయించి గెలిపించాడు. అలాగే మినిస్టర్ ని కూడా చేశాడు.

సాదరంగా పలకరించి కాబోయే అల్లుడిని మంత్రికి పరిచయం చేశాడు ఆదికేశవులునాయుడు. చాలా ఆరాధనగా చూశాడు శశాంక్ వైపు నరసింహయ్య అతన్ని పరిచయం చేస్తున్నంత సేపు. ఆదికేశవులునాయుడు పక్కన ఇంతకుముందు బెరుకుగా కూర్చొనే నరసింహయ్య ఇపుడు ఎంతో దర్జాగా కూర్చోవడం గమనించి గమనించనట్టుగానే ఉన్నాడు రామస్వామినాయుడు, పెళ్లి కంటే ఘనంగా అలంకరించిన మండపంలో శశాంక్ యామినిల జంటను చూస్తూ తృప్తిగా నవ్వుకున్నాడు.

వస్తున్న బంధువుల్ని మిత్రుల్ని ఆదికేశవులునాయుడు ఎంతో ఉల్లాసంగా పలకరిస్తూ ఆహ్వానిస్తున్నాడు. వచ్చిన ప్రతీఒక్కరు ఆదికేశవులు ఆరోగ్యం గురించి అడుగుతూ ఉంటే, ఆదికేశవులుని కూర్చోమని చెబుతూ ఎక్కువ మాట్లాడించొద్దంటూ అలా అడిగేవారిని అభ్యర్థిస్తున్నాడు రామస్వామి నాయుడు.

నిశ్చితార్థం ఎంతో వైభవంగా జరుగుతుంటే, ఓర్వలేక "పెద్దోళ్ళు ఏం చేసినా చెల్లుతుందమ్మా" అంటూ బుగ్గలు నొక్కేసుకుంటున్నారు ఆదికేశవులు దూరపు బంధువులు. యామినికి తల్లి లేకపోవడంతో తన బదులు తన తమ్ముడు రామస్వామి దంపతులను కూర్చోబెట్టి తనుమాత్రం పెళ్లి జనాల పలకరింపులతో బిజీగా ఉండిపోయాడు ఆదికేశవులు. విషయం తెలియని వారు ఆదికేశవులుకి ముఖం చెల్లక వేదికమీదకు రాలేదనుకుంటున్నారు ఇంకొందరు. మరికొందరైతే ఆదికేశవులు అల్లుడిని చూడ్డానికే ఎగబడి వస్తున్నారు పిలుపులు లేకపోయినా.

కనకారావు తనకు బాగా దగ్గరివాళ్ళను తప్ప బంధువులను పెద్దగా పిలవలేదు. ఆ వచ్చిన వాళ్ళు కూడా ఆ ప్రాంగణంలో ఓవైపు నిశ్శబ్దంగా కూర్చుండిపోయారు. ఆదికేశవులు బంధువుల వైపు కనీసం కన్నెత్తి చూసే సాహసం కూడా చేయలేకున్నారు. తమ పెళ్ళిళ్ళలో అందరితో కలసి బంధుత్వాలు పిలుచుకుంటూ, పెళ్లి పనులను అందుకొనేవాళ్ళు, ఇపుడు ఏమంటే ఏమౌతుందనే మీమాంసలో కొట్టుమిట్టాడుతున్నట్టున్నాయ్ వాళ్ళ ముఖాలు. వేదికపై కుర్చుని పంతులు చెప్పిన క్రతువుని చేస్తూ తనవాళ్ళ ఇబ్బందిని గమనిస్తున్నాడు శశాంక్. వేదికపై లగ్నపత్రికలు ఒకరికొకరు ఇచ్చి పుచ్చుకోవడాలు అయిపోయినాక దండలు మార్చుకుని వేదికపై వేసిన వెడ్డింగ్ రెసిప్షన్ సోఫాలో కూర్చున్నారు యామిని శశాంక్ లు.

పట్టుచీరలో యామిని, సూట్ లో శశాంక్ పక్క పక్కనే కూర్చొని నవ్వుకొంటూ మాట్లాడుకుంటుంటే, ఆ ముచ్చట చూస్తున్న ఆదికేశవులు బంధువులలో ఓ పెద్దాయన ఉండబట్టలేక "ఒరే ఆది.. పనిలో పని ఓ తాళిబొట్టు బాసికాలు కూడా ఏర్పాటు చేయకూడదంట్రా, పెళ్లి కూడా అయిపోయేది.. మళ్ళీ నేను రాగాలనో లేదో" అన్నాడు నవ్వుతూ.

"ఎం పర్లేదు బాబాయ్.. అప్పటిదాకా నువ్విక్కడే ఉండు.. నిన్ను పువ్వుల్లో పెట్టుకుని చూసుకుంటాను. నాకు మాత్రం పెద్ద దిక్కు ఎవరున్నారు చెప్పు..అయినా నువ్వూరెళ్లి ఏంచేయ్యాలేం.. ఉండిపో ఇక్కడే.." నవ్వుతూ సమాధానమిచ్చాడు ఆదికేశవులు.

ఆదికేశవులు బందుమిత్రులూ శశాంక్ ను అభినందిస్తోంటే, శశాంక్ బంధువులు వేదిక మీదకు వెళ్ళడానికి సంకోచిస్తున్నారు. శశాంక్ మిత్రులు, కంపెనీ స్టాఫ్, తన బాస్ తో సహా ఎందఱో వచ్చి తమను అభినందిస్తున్నా ఎదో వెలితి.. తనవాళ్ళు రాలేదని. మెల్లగా రామస్వామిని పిలిచి విషయం చెప్పాడు తనవాళ్ళను రమ్మని పిలవమని.

రామస్వామి ఒక్కొక్కరిని పిలుస్తుంటే, వాళ్ళ ముఖాలు ఆనందంతో వెలిగిపోయాయ్. ఆనందంగా వేదికపైకి వచ్చి కాబోయే దంపతులను అక్షింతలతో ఆశీర్వదించి సంతోషంగా వెళుతున్నారు. శశాంక్ తన బంధువులను ఆదికేశవులుకి పరిచయం చేస్తుంటే ఎంతగానో మురిసిపోయారందరూ.వాళ్ళను భోజనం చేయమని మరిమరీ చెబుతున్నాడు ఆదికేశవులు. వాళ్ళలో శాంతమ్మను ప్రత్యేకంగా పరిచయం చేశాడు శశాంక్. కాబోయే దంపతులిద్దరూ ఆమె పాదాలకు నమస్కరించి ఆశీస్సులు తీసుకున్నారు. ఇదంతా చూస్తున్న కనకారావు ఆనందానికి అవధుల్లేవ్. తన బంధువులు తన వియ్యంకుడి గొప్పతనం, సంస్కారం గురించి పొగుడుతుంటే ఎంతో ఉప్పొంగిపోయాడు కనకారావు. ఇటీవల తను వెళ్ళిన ఓ వర్ణాంతర వివాహంలో తామో అంటరానివాళ్ళలాగా ఉండిపోవడం ఇప్పటికీ జీర్ణించుకోలేకపోతున్నాడు. అందుకు భయపడే తన భందువుల్ని అందరినీ పిలవలేకపోయాడు. ఇప్పుడిక్కడి పరిస్థితి

చూశాక కొండంత ఉత్సాహం వచ్చింది. పెళ్ళికి మాత్రం బంధువులందర్నీ పిలవాలని గట్టిగా తీర్మానించుకున్నాడు కనకారావు.

* * *

భోజనాలైపోయాక, బందుమిత్రులూ ఒక్కక్కరుగా వెళ్లిపోవడంతో క్రమంగా ఆ ప్రాంగణమంతా ఖాళీ అవసాగింది. వెళుతున్నవారందరికి సాదరంగా వీడ్కోలు పలికారు శశాంక్ యమినీలు.

కనకారావు బంధువులు వచ్చిన వెహికేల్ లోనే తిరిగివెళ్ళడానిని సిద్ధమయ్యారు. వియ్యంకుడికి చెప్పి శశాంక్ తో కలిసి తాము కూడా వెళ్ళడానికి ఉద్యుక్తులయ్యారు కనకారావు శశాంక్ లు. కాసింత అలసటగా ఉండడంతో ఆదికేశవులు కూడా తనరూమ్ కి వెళ్ళిపోయాడు.

నిశ్శబ్దాన్ని అక్కడ ఒంటరిగా వదిలేసి అందరూ వెళ్లిపోయారు.

ఇప్పటిదాకా అక్కడ సందడి చేసిన గాలికూడా కాసింత ఊపిరి తీసుకుంటూ విశ్రాంతి తీసుకోసాగింది ఆ భవంతితో సహా.

ప్రహరీ గేటు మూసివేసి తానూ కునుకు తీయడానికి తయారయ్యాడు సెక్యూరిటీ.

ఆకాశంలో చంద్రుడు కూడా మబ్బుల చాటుకెళ్ళి ముసుగుతన్నేశాడు.

అందరూ నిద్రాదేవి ఒడిలో సేదతీరుతున్న వేళ, ఓ ప్రాణి ఊపిరాడక విలవిలలాడుతోందని, టెర్రస్ మీదనుండి క్రింద పడిపోయిందని, అది ఆదికేశవులేనని బాగా తెల్లగా తెల్లారేకగాని తెలేయలేదు అందరికీ.

* * *

మిట్ట మధ్యాహ్నం. లగేజి తీసుకుని, మోయ్యలేక మోస్తూ.. తీసుకొచ్చి ఇంటి గుమ్మంలో వేసింది రేవతి, పవిటతో ముఖానికి పట్టిన చెమటలను తుడుచుకొంటూ కాలింగ్ బెల్ నొక్కింది..లోపలినుండి ఎటువంటి ప్రతిస్పందన లేకపోవడంతో, అదే పనిగా కాలింగ్ బెల్ కొట్టసాగింది.. సమయం గడిచేకొద్దీ లోలోపల కంగారు ఎక్కువవుతోంది.. క్షణక్షణానికి శ్వాసలో వేగం పెరుగుతోంది లోపలున్న తార తలుపు తీయకపోయేసరికి.

ఏవేవో ఆలోచనలు మనసంతా ముసురుకుంటున్నాయి. అసలు తను తారను ఒంటరిగా వదలాల్సింది కాదు. శశాంక్ నిశ్చితార్థం తర్వాత పూర్తిగా డిప్రెషన్ లోకి వెళ్ళిపోయింది తార. తారని ఎంతగా నలుగురిలోకి తీసుకెళదామని ప్రయత్నించినా వీలుపడకుంది.ఇంటి నుండి బయటికి రావడానికి కూడా ఇష్టపడడం లేదు. ఏదైనా అఘాయిత్యం చేసుకుంటుందేమోనని ఆరోజు నుండి ఈ రోజువరకు ఇల్లు దాటి బయటకెళ్ళలేదు రేవతి. తను ఇంటిదగ్గర పెట్టుకున్న చీరల వ్యాపారం కూడా దెబ్బతినేట్టుంది. సరుకు తెచ్చుకోవడానికి బయటకు వెళ్లక తప్పలేదు రేవతికి. ఇంటికి వచ్చేంత వరకూ మనసు పీకుతూనే ఉంది ఎమౌతుంతో ఏమో నని. ఇప్పుడు తార తలుపు తీయకపోయేసరికి ఆ ఆదుర్దా ఎక్కువయ్యింది.

తలుపును పెద్దగా పదేపదే తట్టింది. లాభం లేదని పక్కనున్న కిటికీ దగ్గరకు వెళ్లబోతుంటే ఇంటి తలుపు తెరుచుకోనేసరికి ఊపిరితీసుకుంది రేవతి.చాలా మామూలుగా తలుపు తీసి లోపలి వెళ్ళబోతున్న తారను చూసి ఒళ్ళు మండి పోయింది రేవతికి. కనీసం లగేజిని కూడా లోపలి తీసుకుపోయే ఆలోచన తారకు లేకపోవడంతో “ఇంతసేపు ఏంచేస్తున్నావే”అంటూ కోపంగా అడిగింది. బదులు లేదు తారనుండి. తెచ్చిన లగేజిని లోపల పెడుతూ సమాధానం చెప్పకుండా నిర్లక్ష్యంగా వెళుతున్న తారచేయి పట్టుకుని లాగింది “ఆడుగుతుంటే నిన్నుకాదే..” అంటూ నిలదీసి అడిగింది. మౌనంగా తలవాల్చేసింది తార.

“నిన్నేనే” అంటూ తలపైకెత్తేసరికి అరమోడ్పు కన్నులతో రేవతిని చూస్తూ, చేయి విదిలించుకుంది తార.

తార వాలకం చూసి రేవతి గుండె వేగం ఎక్కువైంది.

“ఏమైందే అలా ఉన్నావ్” అంది రేవతి పట్టించుకోకుండా వెళ్ళిపోతున్న తారను గట్టిగా పట్టుకుని.

“ఏం లేదమ్మా” అని తార అన్నపుడు గుప్పుమని మందు వాసన వెగటుగా తన ముక్కుపుటాలను తొలిచేస్తుంటే కడుపులో దేవినట్టైంది రేవతికి.

తార కళ్ళలోకి సూటిగా చూస్తూ “మళ్ళీ తాగావా”

"ప్లీజ్ నన్నొదిలేయమ్మా" చిరాకుగా ముఖంపెట్టి ఎదో నిద్రలో మాట్లాడుతున్నట్టు అంది తార రేవతి చేతులను విదిలించుకుంటూ.

కోపం కట్టలు తెంచుకుంది రేవతిలో. సిగ్గులేదా నీకు అంటూ తార చెంపలు విచక్షణారహితంగా వాయించేసింది రేవతి. కొట్టి కొట్టి విసుగెత్తి బాధతో గుండెలవిసి పోతుంటే చేతులు దించేసి.

"నేనేం పాపం చేశానే..ఎందుకిలా నన్ను చంపుకుతింటున్నావ్.. ఎవరి అండా లేకున్నా నీవే ప్రాణంగా బ్రతికానే.. ఎందుకే నాకీ శిక్ష.." నెత్తిబాదుకుంటూ బాధతో గొంతు జీరపోతుంటే కన్నీళ్ళు ఆగడం లేదు రేవతికి. అలాగే కుర్చీలో ఒరిగిపోయింది ఏడుస్తూ.

తూలుతూనే నేలపై మోకాళ్లమీద కుర్చొంది తార. పమిట కొంగును ముఖాన పెట్టుకుని ఏడుస్తున్న రేవతి రెండు చేతులు తీసుకుని తన చెంపలమీద కొట్టుకుంటూ

"కొట్టమ్మ.. కొట్టు.. ఇంకా కొట్టు.. నే చచ్చేదాకా కొట్టు.. బ్రతకాలని లేదమ్మా నాకు"..తార కళ్ళల్లోంచి నీళ్ళు ఉబుకుతున్నై.. గొంతు ఏడుపుతో పూడుకుపోతోంటే.." నీకోసమే బ్రతకాలి నేను. నేను తప్ప నీకెవరున్నారే.. నేను మామూలుగా ఉంటే నా మనసుకు చావాలనిపిస్తోంది. కాని నేను చావకూడదు.నీకోసమే బ్రతకాలమ్మా.. అందుకే ప్రాణం నిలుపుకోవడానికే నా మనసును మత్తులో ఉంచుతున్నా.. నన్ను నేను జోకొట్టుకుంటున్నా... నీకోసం బ్రతకాలంటే ఇంతకంటే వేరేదేమీ తోచట్లేదమ్మా..నన్నేం చేయమంటావ్.. నేనేం చేయనూ..." రేవతి ఒడిలో ముఖం దాచుకొని వెక్కిళ్ళు పెడుతూ ఏడుస్తోంది తార.

ఆర్ద్రమైపోయింది రేవతి. ఏడుస్తూనే తార తలపై చేయివేసినిమిరింది లాలనగా.

అలాగని ఇలా తాగుతారా?..కొన్ని మరిచిపోతేగాని బ్రతకలేం తల్లి. మరపు దేవుడిచ్చిన వరం... నిన్నిలా చూస్తూ నేనెలా బ్రతికుంటాననుకున్నావ్ తారా..నువ్వంతా మరిచిపోయి నవ్వే రోజుకోసమేనే నే బ్రతికుండేది"అంటూ తారను పైకి లేపి లోపలి తీసుకుపోతుంటే ఇంతలో సెల్ ఫోన్ మ్రోగింది.

తారను బెడ్ మీద పడుకోబెడుతూ మాట్లాడుతోంది రేవతి. బెడ్ మీద పడుకున్న తార మత్తుగా కళ్ళు మూతలు పడుతుంటే రేవతి నోటి వెంట శశాంక్ అనే మాట వినపడేసరికి ఏదో పూనకం వచ్చిన దానిలా లేచి కుర్చోంది.

"అమ్మా ఏంటి శశాంక్...ఎవరు ఫోన్ చేసింది.." తార మళ్ళీ మళ్ళీ అడుగుతున్నా పట్టీనట్టు వెళ్లిపోయింది రేవతి. పైకి లేచి వెళుతున్న రేవతి చేయి పట్టుకుని గట్టిగా లాగుతూ అడిగింది మరోసారి.

"ఇక చాలు తార.. శశాంక్ గురించి ఇక అడక్కు..నిన్ను పట్టించుకోని వాళ్ళ గురించి ఎందుకే ఆలోచించడం..దేవుడన్నీ చూస్తూ ఉంటాడు."

అర్థంగానట్టు ముఖం పెట్టింది తార

"అదేనే.. నీ శశాంక్ వాళ్ళ కాబోయే మామ చనిపోయాడట '

"ఎప్పుడు" మరింత ఆశ్చర్యంగా అడిగింది తార

"నిశ్చితార్థం రోజునే. గుండె పోటుతో చనిపోయాడట"

"అయితే పెళ్లి.."

"వాళ్ళ పెళ్ళీ..నీ బొంద.. వాళ్ళెటు పోతే నీకెందుకే.. పోయి పడుకో..నాకు చాలా ఆకలిగా ఉంది.. కాస్త ఎంగిలి పడాలి" అంటూ వంటగది వైపు వెళ్ళిపోయింది రేవతి.

పట్టిన మత్తంతా దిగిపోయి స్థాణుపై నిలబడి పోయింది తార.

* * *

శశాంక్ ఆఫీసుకు సెలవు పెట్టి వారం రోజులవుతోంది. ఇటు యామిని తన తండ్రి పోయిన దుఃఖం నుండి ఇంకా తేరుకోనేలేదు. సెలవు పొడిగించడానికి తన బాస్ కి ఈమెయిలు చేస్తున్నాడు శశాంక్.ఈమెయిలు చేస్తూ ఓసారి యామిని వైపు చూశాడు, యామిని ముఖం అంతా పీక్కుపోయింది. సరిగా తిండి తినడం లేదు.. ఇక రామస్వామినాయుడు అయితే సరే సరి. ఓ ఇంట్లో ఓదార్చే పెద్ద దిక్కే దిగాలు పడిపోతే ఇక ఆ ఇంటి పరిస్థితి ఎలా ఉంటుందో ఊహించుకోవచ్చు.

కనకారావు ఓ రెండు రోజులు ఉండి వెళ్లిపోయాడు అక్కడి పనులన్నీ చూసుకుంటూ. ఎందుకో అతనక్కడ ఉన్నన్ని రోజులు ఎంతో ఆత్మన్యూనతా భావంతో ఉండేవాడు. ఆదికేశవులు చావుకి తానూ ఒక కారణం అయినట్టు.. ఆ ఊర్లో వాళ్ళందరూ తనను దోషిగా చూస్తున్నట్టు అనిపించేది కనకారావుకి. ఎక్కువ రోజులు ఉండలేకపోయాడు కనకారావు. ఇక శశాంక్ తప్ప అక్కడ వాళ్ళని ఓదార్చే దిక్కులేక పోవడంతో సెలవుపొడిగించడానికే నిర్ణయించుకున్నాడు శశాంక్. పైపెచ్చు రెండు రోజుల క్రితం సర్కిల్ ఇన్స్పెక్టర్ వచ్చి పోయినప్పటినుండి మరింత దిగజారింది ఆ ఇంటి పరిస్థితి. అప్పటిదాకా ఆదికేశవులు గుండెపోటుతో చనిపోయాడనుకుంటుంటే, శవపంచానామలో అది హత్యేమోనని సర్కిల్ ఇన్స్పెక్టర్ అనుమానం వ్యక్తం చేసేసరికి దిగ్బ్రమ పోయింది కుటుంభమంతా.

* * * * *

18

ఉన్నట్టుండి ఆఫీసులో తార ప్రత్యక్షమయ్యేసరికి ఆశ్చర్యంతో పెద్దవైయ్యాయి అక్కడి సిబ్బంది కళ్ళు. ఓక్షణం మెరిశాయి కళ్లజోడులో పై నుండి తొంగిచూస్తున్న శ్రీధరన్ చూపులు. తార అక్కడికి ఎందుకొచ్చిందో తెలుసు. తార చివరి జీతం ఆమె ఎకౌంటు లో వేస్తే పోయేదానికి, ఏకంగా చెక్కురాయించాడు బాస్ చేత. ఎలాగూ పెర్ఫార్మన్స్ రిపోర్ట్ తీసుకోవాలి కాబట్టి రెండూ ఒకేసారి తీసుకుపోవడానికి వచ్చింది తార. శ్రీధరన్ అక్కడ ఉన్నంతకాలం అవి అంత సులువుగా వస్తాయనికోవడం లేదు తార. ఎలాగూ జాబు వదిలేసింది కాబట్టి, ఏదైనా తేడా వస్తే తిరగబడడానికి సిద్ధపడి వచ్చింది.

నేరుగా ఎకౌంటెంట్ దగ్గరకు వెళ్లి తన ఫైనల్ చెక్కును తీసుకుంది. బాస్ సంతకం తీసుకొమ్మని ఓ ఉచిత సలహా పడేశాడు ఎకౌంటెంట్. అలాగే పెర్ఫార్మన్స్ రిపోర్ట్ కూడా.. బాస్ ఛాంబర్లోకి వెళ్ళడానికి మునుపటిలా ఎటువంటి సంకోచమూ లేదు తార కిపుడు. ఇపుడీ చివరి జీతం తన హక్కు. బాస్ ఏమైనా వెకిలి వేషాలేస్తే తగిన బుద్ధి చెప్పడానికి కూడా సిద్ధపడి ఉంది తార.

తార రాగానే ఎంతో ఆప్యాయంగా పిలిచాడు నందన్. మారు మాట్లాడకుండా చెక్కుని తన పెర్ఫార్మన్స్ అండ్ ఎక్స్పీరియన్స్ సర్టిఫికేట్ ని అతని ముందుంచింది. మెల్లగా వాటిని పక్కన పెట్టి కూర్చున్న తార దగ్గరికి చేరాడు నందన్.

“తారా ఎందుకీ నిర్ణయం తీసుకున్నావ్. నీకు జీతం సరిపోవడం లేదా. ఎంత కావాలో చెప్పు నేనిస్తా”

“శశాంక్ ను అడిగి చెబుతా”

“నీకు ప్రమోషన్ కూడా ఇస్తా. ఎందుకంటే నీ డెడికేషన్ నాకు బాగా నచ్చింది. ఏ సెక్షన్ కావాలో చెప్పు”

"శశాంక్ ను అడిగి చెబుతా"

"శశాంక్.. శశాంక్.. శశాంక్.. అన్నింటికీ శశాంకేనా.. ఏమౌతాడు నీకు.. నీ బంధువు కూడా కాదే. పైగా అతనికి రేపో మాపో పెళ్లి..ఎవరి బ్రతుకు వాళ్ళు బ్రతుకు తున్నారు.. నువ్వెందుకు నీకు కాని వాళ్ళకోసం నీ బ్రతుకు పాడుచేసుకుంటావ్.. అదే నువ్వు కాస్త సహకరించావనుకో.."

తార ఎర్రబడ్డ కళ్ళతో తలెత్తి చూసేసరికి.. కాస్త తడబడుతూ "నేనెన్నో ప్రాజెక్ట్స్ సంపాదించవచ్చు.. నీకు కెరీర్ లో కూడా ఎదుగుదల ఉంటుంది.. ఏమంటావ్.." ద్వందార్థంగా కళ్ళెగరేశాడు బాస్ తార ముఖంలోముఖం పెడుతూ.

చివాలున లేచి నుల్చుంది తార. "దయచేసి నా చెక్కు నాకిస్తే నేవెళ్లి పోతా. అక్కడ శశాంక్ నాకోసం ఎదురుచూస్తున్నాడు" స్థిరంగా అంది

పకపక నవ్వాడు బాస్ "శశాంక్ పెళ్ళైన తర్వాత కూడా నువ్విలాగే చెబుతావా.. నేను వాడికంటే నిన్ను బాగా చూసుకోగలను.."అంటూ ఆమె చేయి పట్టుకున్నాడు నందన్ చొరవగా. విదిలించుకుని నందన్ చెంప చెళ్ళుమనిపించింది తార. అవాక్కయ్యాడు అపుడే అక్కడకు వచ్చిన శ్రీధరన్.

"నీ దగ్గర డబ్బుంటే... రోడ్డు మీద వెదజల్లుకో.. ఏరుకునే కుక్కలు చాలానే ఉంటాయి.. నాజోలికి ఇంకొక్కసారి వస్తే ప్రాణం తోడేస్తా.... జాగ్రత్త!!" పెదాలు కోపంతో అదురుతుంటే వేలు చూపిస్తూ హెచ్చరించింది తార.

"ఇపుడు సంతకం పెడుతావా లేదా.." ఆజ్ఞాపనగా అడిగింది తార.

ముఖం జేగురుపోయి నిశ్చేష్టుడై చూస్తుండి పోయాడు బాస్.

నందన్ నుండి ఎటువంటి ప్రతిస్పందన లేకపోయేసరికి విసిగిపోయి ఆ పేపర్స్ ని తీసుకుని ముక్కలు ముక్కలుగా చేసి ఎదురుగా వస్తున్న శ్రీధరన్ ముఖం పై విసిరేసి విసవిసా వెళ్ళిపోయింది అక్కడినుండి. విస్తుపోయి ఆమె వైపే చూస్తుండి పోయారిద్దరూ.

* * *

తండ్రి దూరమై యామిని పడే బాధ చూస్తుంటే, తను పడే బాధ చాల చిన్నదనిపించింది తారకి. సరిగా తినడం లేదేమో బాగా చిక్కి పోయింది యామిని. తారను చూసి మరింత ఉద్విగ్నభరితురాలయ్యింది. తన తండ్రి జ్ఞాపకాలను ఒక్కొక్కటిగా తలచుకుంటూ కళ్ళ నీళ్ళ పర్యంతమయ్యింది.

బంధాలుంటే మనిషితోపాటే జ్ఞాపకాలుంటాయి. బంధంపోతే జ్ఞాపకాలు మాత్రమె మిగిలిపోతాయి. దూరమైనా బంధాన్ని గుర్తుచేస్తూ బాధపెడుతాయి. తనకు ఇటువంటి బంధాలు లేవు. ఉన్నదొకటే అమ్మ.. ఆతర్వాత శశాంక్. ఈ రెండిటిలో ఏది దూరమైనా తనిక మిగలదు. తన జ్ఞాపకాలు కూడా ఎవరికీ మిగలవు. అనాథ అయిపోతుందా తను.. తన పరిస్థితి తలచుకొని చిన్నగా నవ్వుకుంది తార.

ఉన్నట్టుండి నవ్వేసరికి ఓ క్షణం తను చెబుతున్నది ఆపి తార వైపు చూసింది యామిని చిత్రంగా. తార తనను తానూ తమాయించుకుని "ఎందుకు మినీ బాధపడుతావ్. నీకేమి దూరమయ్యాయని.. నీతో పాటు నీతండ్రి జ్ఞాపకాలున్నాయి... తండ్రిని మరపించే బాబాయిఉన్నాడు. అంతకు మించి నీకు శశాంక్ ఉన్నాడు. ఇంకెందుకు బాధ.. మరిచిపోవాలన్నీ.. కనీసం మరిచిపోవడానికి ప్రయత్నించాలి...." తార మాట్లాడుతూపోతుంటే అసలు తారేనా మాట్లాడేది అనుకుంటూ నమ్మశక్యంకానట్టుగా చూస్తుండిపోయింది యామిని. "నువ్విలా ఉంటే శశాంక్ ఎంత బాధపడుతున్నాడో తెలుసా నీకు.. మనం ప్రేమించేవాళ్ళు ఎప్పుడూ ఆనందంగా ఉండాలని కోరుకోవాలి. ఎంతకాలమిలా నువ్వు బాధపడుతూ నీ వాళ్ళను బాధపెడుతూ ఉంటావ్. అయ్యిందేదో అయ్యింది. లే యామిని.. నాకు చాలా ఆకలిగా ఉంది. ఏం మీ ఇంటికొస్తే గుప్పెడు మెతుకులు కూడా పెట్టవా నాకు.. ఇలాగే ఆకలి తో పంపేస్తావా...చాలా ఆకలిగా ఉంది మినీ...ప్లీజ్" పొట్ట నిమురుకుంటూ ముఖం బాధగా పెట్టింది తార.

కళ్ళు తుడుచుకుని లేచింది యామిని. డైనింగ్ టేబుల్ వైపు దారి తీశారిద్దరూ... వెళ్తూ వెళ్తూ తార క్రీగంట శశాంక్ ను చూస్తోంది.. యామిని తనకు తానుగా భోజనానికి లేవడంతో వికసించిన శశాంక్ మోముని చూస్తూ తృప్తిగా నవ్వుకుంది.

ఆదికేశవులు పెద్దకర్మ అయ్యేదాకా అడపాదడపా తార వచ్చిపోతూనే ఉంది. తార సాంగత్యంలో యామినిలో చాలా మార్పు గమనిస్తున్నాడు శశాంక్. ఎంతగానో

విచారంలో కూరుకుపోయిన యామిని ఇపుడిపుడే కొంచంకొంచంగా కోలుకుంటోంది. తార అక్కడికి వస్తుందంటేనే యామిని ముఖం వెలిగిపోతోంది. తారకు ఇష్టమైన వంటలు తయారుచేయించి పెడుతోంది. శశాంక్ తో కంటే తారతోనే అలా బయట పొలాలవెంట తిరిగిరావడానికి ఇష్టపడుతోంది.. ఇంతకుముందు మౌనంగా తనలో తానుంటూ పలకరిస్తేగాని పలకని తార, వస్తూవస్తూ వట్టి చేతులతోరాదు.. బోలెడన్ని కబుర్లతో వస్తుంది. తార ఇప్పటి నడవడిక చూస్తుంటే ఒకప్పుడు డ్రగ్స్ తీసుకుందంటే నమ్మలేకున్నాడు శశాంక్. తను వచ్చినపుడు ముగ్గురు కలసి గడిపేదానికే ఎక్కువ ప్రాధాన్యతనిస్తుంది తార. ముగ్గురు కలసి మాట్లడుకుంటున్నపుడు యామిని నవ్వుతోంటే శశాంక్ లో సంతోషం చూస్తూ తార తృప్తిగా నవ్వుకోవడం శశాంక్ గమనిస్తూనే ఉన్నాడు. మెల్లగా రామస్వామి నాయుడిని కూడా లాగారు వాళ్ల మధ్యలోకి. ఆ కుటుంబంలో మెలమెల్లగా మామూలు వాతావరణం నెలకుంటోంది.

ఒకరోజు తార తనకు జాబ్ వచ్చిందన్న ఓ కొత్త కబురుతోవచ్చింది స్వీట్స్ తీసుకుని. తారకు జాబ్ వస్తే తనకే వచ్చినంత సంబరపడింది యామిని. కాకుంటే ఆరోజు ఆమె నోటినుండి వస్తున్న ఆల్కహాల్ వాసనే వాళ్ళను విపరీతంగా కలవరపెట్టింది. తార ఎంతో మారిపోయిందని సంతోషపడ్డ యామిని ఇలా జరగడం జీర్ణించుకోలేకపోయింది. తారను తన తనగదిలోకి తీసుకెళ్ళి తలుపులేసి విసురుగా బెడ్ మీద తోసింది.

కొట్టబోయినంత పనిచేసింది.

"ఏమిటే ఈ పని. ఇంతకాలం బాగున్నావు కాదే.. ఇప్పుడేంటి ఇలా.." కోపాన్ని మునిపంట నొక్కిపెడుతూ చేయెత్తి కొట్టకుండా ఆగిపోయింది యామిని.

"ఆపావేమిటే.. కానీ.... నువ్వు కొడితే చాలా ముద్దుగా ఉంటుంది. కొట్టు.." నవ్వుతూ బెడ్ మీద వాలిపోయింది తార

"ఛ నోర్ముయ్యవే..." అంటూ దూరంగా జరిగింది యామిని కోపంతో

"ఎప్పుడూ ఉండేదేనే ఇది..కాని ఇక్కడికి వచ్చేటపుడు ఇదే మొదటిసారి... ప్రతీ రాత్రి నా మనసును జో కొట్టేది ఇదే... నేడెంత బాధగా ఉన్నా రేపటి కోసం మాయం

చేసేది కూడా ఇదే... ఈ రోజు నేనే... ఇక మీదటా నేనే... ఏదో మైకంలో ఉన్నట్టు చెప్పుకుపోతుంది తార...

అదేంటోనే... ఇప్పుడేదీ నన్ను భయపెట్టట్లేదు. గ్రూప్ డిస్కషన్, ఇంటర్వ్యూ ఎలా ఫేస్ చేశానో నాకే తెలీదు. నా కాన్ఫిడేన్స్ లెవల్ చూసి వెంటనే జాబ్ ఇచ్చేశారు... అందుకే ఆ ఎగ్జైట్మెంట్ లో కాస్త.." తలగడను గుండెల కిందకు లాక్కుంటూ ముగించింది తార.

"నీ బొందే.. నీ బొంద... తాగితేనే ధైర్యమొస్తుందంటే.. అది కేవలం నీ బలహీనతేనే.. పిచ్చిమొహమా.." పళ్ళు కొరుకుతూ అంది యామిని.

"ఏమో అదే ఇపుడు నాకు తోడూ నీడా"

"ధైర్యమంటే మనలోనే రావాలే.. అంతే గాని మనలో లేని దేనివల్లనో రాకూడదు. వస్తే అది ధైర్యం కాదు.. నీ బేల తనం.. బలం ఎంతమాత్రం కాదు"

"నా బలమంతా నువ్వు స్వంతం చేసుకున్నావ్.. నువ్వు బాగుంటేనే శశాంక్ బాగుంటాడు.. అందుకేనే నువ్వంటే నాకు అంత ప్రేమ" బెడ్ మీద వెలికిలా పడుకుని దిండును పక్కకు విసిరేస్తూ చేతులు చాచి కళ్ళు మూసుకుంది తమకంగా తార. ఆ స్థితిలో తారను చూసి యామిని కోపం కాస్తా జాలిగా మారుతోంది. దగ్గరకు తీసుకుంది తారను.. కౌగిలించుకొని మెల్లగా తార వీపు నిమురుతూ..

"అలా మాట్లాడకే.నీకే కాదే... మాకూ ఉంటాయి ఆ ఫీలింగ్స్. నువ్వంటే ఇష్టం ఏర్పడ్డాక ఎందుకే ఇలా మాట్లాడతావు.నువ్విలా ఉంటే నేను మాత్రం ఎలా సంతోషంగా ఉంటానే... ప్లీజ్ మానెయ్యవే.."దాదాపు బ్రతిమిలాడింది యామిని.

"మానేస్తాను కాని.. శశాంక్ ను నాకు ఇచ్చేస్తావా..." అకస్మాత్తుగా అలా అడిగే సరికి ఏం సమాధానం చెప్పాలో తెలీలేదు యామినికి.

"హేయ్.. ఏంటలా... నే ఊరకే అన్నాన్లేవే..నువ్వేం భయపడకు..శశాంక్ కు నువ్వంటేనే ఇష్టం.. నీతోనే శశాంక్ సంతోషంగా ఉంటాడు. శశాంక్ సంతోషమే కావాలి నాకు. నాకేం వద్దులే... కాని నాకిప్పుడు నువ్వు చేసిన రొయ్యల పులుసు కావాలి ...

అర్జంటుగా ఆకలేస్తోంది.. పదపద" అంటూ పైకి లేచి తొందర చేసింది తార. తార వైపు విచ్చిత్రంగా చూడసాగింది యామిని.

* * *

సౌరంగ్ బస్సు స్టాప్ దగ్గర బస్ కోసం ఎదురు చూస్తోంది రేవతి. తను తెచ్చుకున్న సరుకు కొద్దిగానే ఉండడంతో అటోచార్జీలు మిగులుతాయని ఎదురుచూస్తోంది సిటీ బస్సు కోసం. ఆ రూట్ లో బస్ లు చాలా తక్కువ ఉండడంతో రేవతి వచ్చి గంటైనా ఇంకా బస్సు రాలేదు. ఇక లాభం లేదనుకుని అటో కోసం ఎదురు చూస్తుండగా ఓ నల్లని స్కార్పియో ఆమె ముందు వచ్చి ఆగింది. అది ఎవరా అని ఆలోచించుకునే అవకాశం రేవతికి ఇవ్వకుండా విండో అద్దాలు క్రిందికి దిగాయ్.

వీరేశం గౌడ్. క్షణకాలం తత్తరపడింది రేవతి. చాలా మామూలుగా దిగాడు వీరేశం గౌడ్. దిగీ దిగగానే

“నమస్కారం రేవతి గారు!” అంటూ వంకరగా నవ్వాడు

తనూ నమస్కరించింది రేవతి కంగారుపడుతూ..

“మరిచిపోయావా.. చేసిన మేలు.. కనీసం ఫోన్ కూడా ఎత్తాలని అనిపించలేదా.” అంటూ చొరవగా రేవతి చేయి పట్టుకుని బస్ స్టాప్ లో బెంచ్ పై కూర్చున్నాడు ఆమెనూ కూర్చోమని చెబుతూ.

“చూడు రేవతి. నువ్వు చాలా మంచిదానివని నా నమ్మకం. అందుకే అందరిలాగా నిన్ను ట్రీట్ చేయలా..నా అవసరం అలాంటిది.”

“ఫోనూ....” అంటూ రేవతి ఎదో చెప్పబోతుండగా చేయెత్తి ఇక చాలు ఆపు అన్నట్టుగా వారించాడు వీరేశం గౌడ్.

“ఫోన్ లిఫ్ట్ చేయకపోవడానికి నీ కారణాలు నాకనవసరం.. నువ్వు ఫోన్ లిఫ్ట్ చేయకున్నా నీ ప్రతీ అడుగు మా వాళ్ళు గమనిస్తూనే ఉన్నారు... నీ అవసరం తీరింది.. ఇంకా తీర్చాల్సింది ఇంకా ఉంది. నేనుదానికీ కట్టుపడే ఉన్నా.. నేనెంత నమ్మకస్తుడ్నో నీకిప్పటికే తెలిసుంటది.. కానీ నీ ఋణం తీర్చుకోవాల్సిన టైం వచ్చిందని గుర్తు చేయడానికే

వచ్చా.. రేపు రాత్రి ఎనిమిది గంటలకు సహదేవరెడ్డితో అప్పాయింట్మెంట్... నువ్విక్కడికి ఓ గంటముందు వస్తే సరిపోద్ది. తేడా రాదనుకుంటున్నా...ఇంతకూ మీ వాళ్ళందరూ క్షేమమే కదా... క్షేమంగా ఉండాలని కోరుకో.. సరే ఉంటా..” లేచి నమస్కరించి వెనుదిరిగి చూడకుండా స్కోర్పియో ఎక్కాడు వీరేశం గౌడ్. రేవతి తేరుకునే లోపే ఆమె కళ్ళముందు నుండి మాయమయ్యింది నల్లని స్కార్పియో.

పమిట కొంగుతో నుదుటునపట్టిన చెమటను తుడుచుకొంటూ ఆటో కోసం రోడ్డు వైపు చూసి క్షణ కాలం ఉలిక్కిపడింది రేవతి తన ఎదురుగా స్కార్పియో వెళ్ళినవైపే చూస్తున్న తారను చూసి.

* * * * *

19

"ఎవరమ్మా అతను" వెళుతున్న స్కార్పియో వైపు విస్మయంగా చూస్తూ అంది తార.

రేవతి సమాధానం చెప్పేలోపే ఆటో రావడంతో లగేజి లోపలపెట్టుకొని ఇంటికి బయలుదేరారు ఇద్దరూ. ఆటోలో మళ్ళీ అడిగితే, ఇంటికి వెళ్ళిన తర్వాత చెబుతానని చెప్పింది రేవతి.

తనకు తెలిసి ఈ సిటీలో బంధువులెవరూ లేరు. అమ్మకు తెలిసిన వారుకూడా లేరు. కానీ బాగా పలుకుబడి ఉన్న మనిషి అమ్మకు ఎలా పరిచయం. ఆలోచిస్తూ వీరేశం గౌడ్ ని పోల్చుకోవడానికి పెద్దగా కష్టపడలేదు తార. అతన్ని ఇంతకుముందు ఎన్నో ఫ్లెక్సిలలో చూసింది. ఓసారి తన మీద హత్యాప్రయత్నం కేసువిషయమై రేవతి చెబితే విన్నది. అతని మీద పెట్టిన కేసు అలాగే ఉంది. ఇపుడేమైనా బెదిరించడానికి వచ్చాడా. ఇదే విషయం అడిగింది తన తల్లిని తార.

"అదేమీ లేదు లేవే.. నిన్ను డ్రగ్స్ కేసునుండి బయటపడేస్తే, కేసు విత్ డ్రా చేసుకుంటానని చెప్పా. అందు కోసమే వచ్చాడ్లె."మరో మాట మాట్లాడకుండా లగేజి తీసుకుని ఇంట్లోకి వెళ్లిపోయింది రేవతి.రేవతి చెప్పిన సమాధానం సరైనదనిపించలేదు తారకు. మరి కేసు విషయమే అయితే ఎందుకలా చమటలు పడతాయి.. ఏంటో అనుకుంటూ తల విదిల్చి తనూ లోపలి వెళ్లి పోయింది తార.

తనకు జాబ్ వచ్చిన విషయం చెబుతూ తను తీసుకొచ్చిన స్వీట్స్ తల్లికి తినిపించింది తార. రేవతి ఎంతో సంతోషిస్తుందని ఆశపడ్డ తార, రేవతి ఏదో ముక్తసరిగా కంగ్రాట్స్ చెప్పి అన్యమనస్కంగా ఇంటి పనిలో మునిగిపోవడం ఎంతోగానో నిరాశచెందింది.

* * *

కొత్త ఉద్యోగం. ఇదివరకే కొంత అనుభవం ఉండడంతో కొద్ది రోజుల్లోనే మేనేజ్మెంట్ దగ్గర మంచిపేరు తెచ్చుకుంది తార. తారకు వర్క్ విషయంలో ఎంతో సంతృప్తిగా ఉందిపుడు. తన క్రింద పనిచేసే అసోసియేట్ ప్రోగ్రామర్లకు తానో మార్గదర్శి కావడంతో పాటు తన కొలీగ్స్ మధ్య మంచి కోఆర్డినటర్ గా మసలడంతో ఆ కంపెనీ మేనేజ్మెంట్ తననో సీనియర్ ప్రోగ్రామర్ గా ట్రీట్ చేయడం చాలా సంతోషాన్నిస్తోంది.

శశాంక్, యామినీలు మళ్ళీ జాబులో చేరడంతో ఇది వరకటిలా పరిస్థితులు చక్కబడుతున్నాయి మెలమెల్లగా.

ఇదివరకటి కంటే ఇప్పుడు బాగా స్నేహితులయ్యారు తార యామినిలు. ఇక వాళ్లతో శశాంక్ కలిస్తే ఇక ఆరోజంతా ఆహ్లాదమే. ఎంత ఆనందంగా గడిపినా తారకు ఏదో వెలితి. మెలమెల్లగా ఆ వెలితినుండి బయట పడడానికి ప్రయత్నిస్తోంది తార. కానీ సాధ్యపడటం లేదు. తను ఎంతగానో ప్రేమించిన శశాంక్ ఎరోకరి స్వంతమయ్యాడన్న ఆలోచనే ఒంటరి మనసును కలచివేస్తోంది. యామిని శశాంక్ ల పెళ్లి ఇంకో ఆరు నెలల్లోజరుగుతుంది అని తెలిసినప్పటి నుండి ఎంతగానో కలతచెందుతోంది. పైగా అబ్రాడ్లో సెటిల్ అవడానికి ప్రయత్నిస్తోంటే భరించలేకపోతోంది.. ఎవరో తన ప్రాణాన్ని బయటకు తోడివేస్తున్నట్టు అనిపించసాగింది.మళ్ళీ మామూలే..తన మనసును జో కొట్టడానికి తను ఎంచుకున్న మార్గం తప్పని ఎందరు చెబుతున్నా, మందుకు బానిసగా మారడం తప్పనిసరి అన్నట్టుగా ఉంది తార వాలకం. ఇంతకు ముందు ఎపుడో మనసుకు బాధనిపిస్తేనే ఆల్కహాల్ తీసుకునేది. మరపురాని బాధకన్నా మధురమే లేదు అన్నట్టుగా ఇప్పుడా బాధను అలవాటుగా చేసుకొంది. తాగి మరిచిపోవడానికి ప్రయత్నిస్తోంది ప్రతీరాత్రి. ఇక రేవతి పరిస్థితి సరే సరి. కూతుర్ని ఆ స్థితిలో చూడలేక, ఈ విషయం ఎక్కడ బయటకు తెసుస్తుందోననే గుబులుతో నలిగిపోతోంది.

ఈ రోజెందుకో తార చాలా మూడీగా ఉంది. ఇంటికివచ్చినప్పటినుండి ఏమీ మాట్లాడకుండా గది లోపలికెళ్ళి తలుపేసుకుంది. ఎంత తలుపు తట్టినా బదులు లేదు. లోపలేదో మాటలు వినపడేసరికి కిటికీ తలుపు ఓరగా వేసివుంటే చూసింది గది లోపలకి రేవతి. ఏదో క్రొత్త డ్రస్ కొన్నట్టుంది తార. వేసుకుని అద్దంలో చూసుకుంటోంది. ఊపిరి పీల్చుకుంది రేవతి. దీనికోసమా తలుపేసుకోవడం.. కాదు మరేదో ఉంటుంది.. అదేమిటో చూద్దామని మరింత ఆసక్తిగా చూడసాగింది రేవతి. ఎపుడూ లేనిదీ పెదాలకు లిప్స్టిక్

వేసుకుంటోంది. అంతా రెడీ అయ్యాక తృప్తిగా అద్దంలో ఓసారి చూసుకుని, సెల్ ఫోన్ లో చూసుకుంటూ "నీకంటే నేనే బావున్నాను కాదే యామిని.. నీవెలా నచ్చావు ఛా!" అనుకుంటూ చిరాగ్గా సెల్ ఫోన్ ని బెడ్ పై విసిరికొట్టి అంత వరకు వేసుకున్న మేకప్ ను చకచకా తీసేయసాగింది.

"హూ నిజంగా పిచ్చేక్కేసింది దీనికి"అంటూ నిట్టూర్చి అక్కడినుండి వెళ్ళిపోయింది రేవతి. ఆ తర్వాత తార ఏమిచేసిందో రేవతి చూసివుంటే భవిష్యత్తులో జరగబోయే అనర్థాలను ఆపి ఉండేదేమో.

* * *

జాబ్ కెళ్ళే హడావిడిలో ఉంది యామిని. హెడ్ ఆఫీస్ నుండి జి. యం. ఇన్స్పెక్షన్ కు వస్తుండటంతో.. హ్యాండ్ బ్యాగులో లంచ్ సర్దుకుని బయటకు కదలబోతుండగా ఫోన్ రింగైయింది.

తలుపు లాక్ చేసి చెప్పులు వేసుకుంటూ

"హ.. బాబాయి. చెప్పు బాబాయ్"

"సరే బాబాయ్.. నాకు ఆఫీసులో ఇన్స్పెక్షన్ ఉంది. మా జి. యం. వస్తున్నాడు. పనైనా తర్వాత ఫోన్ చేస్తా.... సాయంత్రం ఫోర్ కల్లా ఫ్రీ అయిపోతా... సరే.. అక్కడికే వస్తా.. ఓకే బాబాయి అంటూ" ఫోన్ కట్ చేసి చేతికున్న రిస్ట్ వాచ్ ఓసారి చూసుకుని గబగబా క్రిందికి దిగి స్కూటీని స్టార్ట్ చేసి ముందుకు ఉరికించింది యామిని. యామిని ధ్యాసంతా ఆఫీసు ఇన్స్పెక్షన్ మీదే ఉంది. త్వరగా వెళ్ళాలనే తాపత్రయంతో స్కూటీని కాస్త వేగంగానే నడుపుతోంది. కొంచెం దూరం వెళ్లిందో లేదో, మళ్ళీ ఫోన్ మ్రోగింది. స్కూటీ నడుపుతూనే చూసింది, శశాంక్. ఫోన్ ను అన్ చేసి హెల్మెట్ లో దూర్చి మాట్లాడసాగింది.మాట్లాడుతూ డ్రైవ్ చేస్తుండటంతో బైక్ అదుపుతప్పుతోంది. కాస్త ఇబ్బందిగా ఉండడంతో బైక్ ను దగ్గరలో ఉన్న ఓ బస్టాండ్ దగ్గర ఆపి మాట్లాడటానికి కొంచెం ప్రక్కకు తిప్పింది. వెనుకనుండి వస్తున్న బైక్ హఠాత్తుగా తగలడంతో స్కూటీతో సహా క్రింద పడిపోయింది యామిని. స్కూటి తన కాలిమీద పడడంతో పైకి లేవలేకపోతోంది. వెనుక ట్రాఫిక్ ఆగిపోయింది. జనాలు ఒక్కసారిగా గుమిగూడారక్కడ.

ఒకరు స్కూటిని పైకి లేపి రోడ్ ప్రక్క పెడితే మరొకరు యామినిని పైకి లేపారు. కాలు బాగా ఒత్తుకుపోవడంతో నిలబడడానికి ఇబ్బంది పడుతోంది యామిని. అదృష్టం కొద్దీ పెద్దగా దెబ్బలేమీ తగల్లేదు. కాలు కాస్త బెణికినట్టుంది. స్కూటిని రోడ్డు పక్కన పెట్టి ఆమెను బస్ షెల్టర్లో కూర్చోబెట్టారు.

తలమీదున్న హెల్మెట్ ను తీసి సెల్ ఫోన్ ను చేతిలోకి తీసుకుంది. శశాంక్ ఫోన్ లో అదే పనిగా హలో హలో అంటూ పలుకరిస్తున్నాడు. త్రాగుతున్న వాటర్ బోటిల్ ని పక్కన పెట్టి,

“ఏం జరగలేదులే శశాంక్, నేను మళ్ళీ చేస్తా” అంటూ ఫోన్ కట్ చేసింది.

అప్పటి దాకా ఎంతో ఆదుర్దాగా సాయం చేస్తున్న వాళ్ళంతా, యామిని చేతిలో సెల్ ఫోన్ చూసి ఇప్పుడు క్లాస్ పీకడం మొదలు పెట్టారు. మెల్లగా గుమిగూడిన జనం ఎవరి పాటికి వాళ్ళు వెళ్లిపోసాగారు.

వాళ్ళందరకు థాంక్స్ లు సారీలు చెబుతూ స్కూటీ ఎక్కి ఆఫీసుకు బయలుదేరింది కాలి నొప్పితోనే. కాని ఓ రెండు కళ్ళు తనని వెంబడిస్తున్నాయన్న సంగతి కాస్త కూడా పసిగట్టలేక పోయింది యామిని.

శశాంక్ ఫోన్ మళ్ళీ మళ్ళీ మ్రోగుతూనే ఉంది. ఆఫీసు కెళ్ళే వరకు ఫోన్ లిఫ్ట్ చేయలేదు యామిని. వార్డ్ బాయ్ చేత టాబ్లెట్స్ ను పెయిన్ కిల్లర్ స్ప్రే ని తెప్పించుకుంది. ఇప్పుడు కాస్త నెమ్మదించింది కాలి నొప్పి. ఆక్సిడెంట్ గురించి పదేపదే అడుగుతున్న శశాంక్ తో ఇపుడు నొప్పి కాస్త తగ్గిందని, ఆఫీసులో హడావిడి తగ్గిన తర్వాత ఫోన్ చేస్తానని చెప్పింది యామిని.

* * *

ఇన్స్పెక్షన్ హడావిడి తగ్గిన తర్వాత బాబాయి రామస్వామితో తీరిగ్గా మాట్లాడింది యామిని. ఆదికేశవులు కాంట్రాక్టు విషయంలో కొన్ని పేపర్స్ మీద యామిని సంతకం పెట్టాల్సి ఉంది. ఆదికేశవులు చనిపోయిన హడావిడిలో విషయం గమనించలేదు రామస్వామి. గడువు ముగుస్తుండటంతో యామినిని హడావిడి పెట్టాల్సివస్తోంది. యాక్సిడెంట్ విషయం తెలిసినట్లుంది రామస్వామికి. తనే ఆఫీసుకు వచ్చి సంతకాలు

తీసుకుంటానన్నాడు. కాని యామిని హాస్టల్ కెళ్ళే దారిలోనే రామస్వామి నిర్మిస్తోన్న బిల్డింగ్ ఉండటంతో, తనే వస్తానని చెప్పింది యామిని.

జి.యం. వెళ్ళిపోయినా తర్వాత సైన్ అవుట్ చేసి బయలుదేరింది యామిని. కాలు కొంచెం సలపరం పెడుతోంది. జాగ్రత్తగా అడుగులు వేస్తూ ఎలాగోలా స్కూటీని చేరుకొని బయలుదేరింది తన బాబాయి చెప్పిన చోటికి. స్కూటి పై వెళ్ళుతున్నంతసేపు తెలీడంలేదు కాని, దిగి నడుస్తొంటే మాత్రం కాస్త ఇబ్బందిగానే ఉంది.

నిర్మాణంలో ఉన్న ఆ బిల్డింగ్ దగ్గరకు చేరుకుంది యామిని. ముందే చెప్పినట్టున్నాడు రామస్వామి తన సూపర్వైజర్ తో, యామినిని తాత్కాలికంగా నిర్మాణం కోసం ఏర్పాటు చేసిన లిఫ్ట్ లో రెండో అంతస్తులోకి తీసుకెళ్ళి అక్కడ ఉన్న ఆఫీసు బిల్డింగ్ లో కూర్చోబెట్టాడు.

దాదాపు పది అంతస్తుల పైనే ఉన్న బిల్డింగ్ అది. తన తండ్రి చేస్తున్న వ్యాపారాల్లో ఈ బిల్డింగ్ కాంట్రాక్ట్ ఒకటి. చుట్టూ కలయచూసింది యామిని. వయోభేదం లేకుండా అంతా ఎవరి పనులలో వాళ్ళు తీరిక లేకుండా ఉన్నారు. తన బాబాయికి ఫోన్ చేసింది యామిని. ఇంకో అరగంటలో వస్తానని చెప్పాడు. ఒంటరిగా అక్కడ కూర్చొని కూర్చొని విసుగెత్తి ఓసారి బిల్డింగ్ అంతా కలయతిరుగుదామని లేచింది. కాలు కొంచెం నొప్పిగా ఉన్నా, మెల్లగా అడుగులు వేసుకుంటూ నడుస్తోంది యామిని. చల్లటి గాలి, నిర్మాణపు రణగోణ ధ్వనుల మధ్య కలుషితమైపోతోంది. కాసింత ఊపిరి పీల్చుకుందామని పనివాళ్ళు లేని చోటికి వెళ్ళింది యామిని. కాస్త చల్లగాలికి సేద తీరుతోందిపుడు. మెట్లదాకా వెళ్లి ఇంకో అంతస్తు ఎక్కి చూడాలనే కోరికను అదిమిపెట్టుకుంది కాలు నొప్పిగా ఉండే సరికి. వెనుదిరిగి వెళ్ళడానికి సిద్దమౌతూ, దెబ్బతిన్న కాలును మరచిపోయి ఒక్క ఉదుటున వెనుదిరిగింది. అంతే. కాలు మెలిక పడటం, నిలద్రొక్కుకోలేక అమాంతంగా అక్కడినుండి క్రిందకు పడిపోవడం లిప్త పాటులో జరిగిపోయాయి. పడిపోతున్నపుడు తన పక్కన ఎవరో ఉన్నట్టుమాత్రం లీలగా తెలుస్తోంది. అంతే ఇక స్పృహలేదు యామినికి.

రక్తపు మడుగులో క్రింద పడ్డ యామినిని చూసి ఒక్కసారిగా కేకలు వేసుకుంటూ ఆమె వైపు రాసాగారు అక్కడ పని చేసే వారందరూ.

* * *

అప్పుడపుడు నర్సుల అడుగుల చప్పుడు, ఎప్పుడో ఓసారి హాస్పిటల్ రిసెప్షనిస్ట్ అనౌన్స్మెంట్ లు తప్ప అక్కడ నిశ్శబ్దం రాజ్యమేలుతోంది. ICU ముందు ఉన్న కుర్చీలో జాగిలపడి కూర్చుండిపోయాడు రామస్వామి నిస్సారంగా. అతని ప్రక్కనే కూతురు గీత, యామిని పరిస్థితి తలచుకొనే కొద్దీ ఉబికివస్తున్న కన్నీళ్లను తుడుచుకుంటూ తండ్రిని సముదాయిస్తోంది.

తన చేతులమీదుగా పెరిగిన పిల్ల అలా అచేతనంగా ICU లో పడుంటే చూసి తట్టుకోలేకపోతున్నాడు రామస్వామి. యామినికి తను బాబాయే కాదు, మంచి స్నేహితుడు కూడా. తల్లి లేని లోటు ఎప్పుడూ కనిపించనియ్యలేదు యామినికి. తల్లిలేని యామిని ఎన్నో విషయాలు తనతో చెప్పుకొనేది. యామినికి తల్లి తండ్రి తనే, అంతకు మించి మంచి స్నేహితుడు కూడా తనే. తను పిలిస్తేనే వచ్చింది యామిని. తనే యామిని ఇప్పటి పరిస్థితికి కారణం. అది తలచుకున్నపుడల్లా దుఃఖం ఆగడంలేదు రామస్వామికి. ఇప్పటిదాకా తన స్నేహితులు, బంధువులు వచ్చి ధైర్యం చెప్పి వెళ్లారు. అప్పుడు అంతగా తెలియలేదు కానీ ఇప్పుడీ ఒంటరి తనం బాధను మరింత రెట్టింపు చేస్తోంది.

దూరంగా రామస్వామి భార్య తన మనుమరాలిని సముదాయిస్తోంది. ఓ చెవి తన కూతురివైపు పెడుతూనే మరోవైపు అక్కడికి దూరంగా కుమిలిపోతున్న శశాంక్ ను గమనిస్తోంది రామస్వామి కూతురు గీత. అప్పుడపుడు కళ్ళజోడు తీసి తుడుచుకోవడం, అలా చేసిన ప్రతీసారి పైకిలేచి తన రెండు చేతులను ఫ్యాంట్ జాబుల్లో దూర్చేసి అటూఇటూ తిరగటం శశాంక్ తనను తను ఒదార్చుకోవడానికి అతను పడే అవస్థ చూస్తోంటే గీత మనసంతా కలచివోయింది.

ఎవరీ శశాంక్?... మేమంటే రక్తసంబంధీకులం కాబట్టి భాధ ఉంటుంది. కానీ ఈ శశాంక్ ఎందుకిలా.. ప్రేమంటే ఇదేనా. తమ ప్రాణాల్ని తను ఇష్టపడ్డ వాళ్ళలో దాచుకోవడం. వాళ్ళకేమైనా జరిగితే విలవిలలాడిపోవడం.

శశాంక్ స్నేహితురాలు తార తన పక్కనే ఉన్నా అతని అవస్థను చూస్తూ అలాగే ఉండిపోయింది కానీ, కనీసం అతని దగ్గరకు పోయే సాహసం చేయలేకుంది. ఆలోచిస్తూ ఓ సారి తార వైపు చూసింది గీత. తార శశాంక్ ను తదేకంగా చూస్తూఉంది. రెప్పవేయడం

లేదు. ఆమె కళ్ళల్లో నీళ్ళు అక్కడి రూఫ్ లైటింగ్ లో తొణికిసలాడుతూ మెరుస్తున్నాయ్. రెప్పవేస్తే ఎక్కడ కన్నీళ్లు రాలిపోతాయో అన్నట్టుగా ఊపిరి బిగబట్టినట్టు శశాంక్ నే చూస్తూ ఉంది తార.

ఇక లాభం లేదనుకుని, కళ్ళుమూసుకొని ఆలోచిస్తున్న తన తండ్రిని తట్టి లేపి, శశాంక్ వైపు చూపించింది గీత. అతను పడే అవస్థ గురించి ఆమె చెప్పకనే తెలుసుకున్నాడు రామస్వామి. ఇంతవరకూ తననే ఒంటరిగా వదిలేశారని బాధపడ్డాడు కాని, తాము ఒంటరిగా వదిలేసిన శశాంక్ గురించి తల్చుకుటుంటే తాము ఎంత పొరపాటు చేశామోనని తెలిసొస్తోంది రామస్వామికి. ఇక క్షణం ఆలస్యం చేయలేదు రామస్వామి. కూతురు గీతను తీసుకుని శశాంక్ వైపు నడిచాడు.

మోకాళ్ళపై మోచేతులు ఆన్చి తలను తన రెండు చేతులతో కప్పుకుని కూర్చున్న శశాంక్, తన బుజంమీద చేయిపడేసరికి తలెత్తి చూశాడు. తన వైపే చూస్తూ కనిపించాడు రామస్వామి. తల విదిలిస్తూ పైకిలేచి

"మీరేం భయపడకండి అంకుల్.. యామినికి ఏం కాదు.. ఇక్కడ డాక్టర్ మంచి పేరున్నవాడు.. ఏం కాదు.. ఏం కాదు... యామినికి ఏం కాదు" మనసు చిక్కబెట్టుకొని ధైర్యం చెప్పడానికి విఫలయత్నం చేస్తున్నాడు శశాంక్.

శశాంక్ వీపుమీద చేయివేసి నిమిరాడు రామస్వామి అనునయంగా

ఓ ఆత్మీయ స్పర్శ తనను తాకే సరికి ఇందాక తను తెచ్చి పెట్టుకున్న ధైర్యం మెల్లగా కరుగుతోంది.. కన్నీరుగా మారుతోంది... గుండెలో గూడుకట్టుకున్న బాధ కన్నీరుతో కలసి కనురెప్పల్లోకి వచ్చి చేరుతోంది. అయినా తనను తాను తమాయించుకుంటూ తనవైపే జాలిగా చూస్తున్న రామస్వామి కళ్ళలోకి చూడ్డానికి విఫలయత్నం చేస్తున్నాడు శశాంక్.

"యామినికి..." శశాంక్ గొంతు పూడుకుపోతోంది "ఏమీ కాదు... ఏమన్నా జరిగిఉంటే... యామిని హాస్పిటల్ దాకా.... ఇక రాలేక మాట గొంతు లోపలే ఉండిపోయ కన్నీళ్లను బయటకు నెట్టేసింది.... నా వల్ల కావడం లేదంకుల్.. నా వల్ల కావడంలేదు" శశాంక్ బాధ ఉప్పెనై ఉరికింది.

చూడలేక రామస్వామి శశాంక్ ని మరింత దగ్గరకు తీసుకుని గుండెలకు హత్తుకుంటుంటే ఆ బాధ అవధులు దాటి ఏడ్చేసింది. చిన్న పిల్లాడిలా రామస్వామి భుజం పై వాలి వెక్కివెక్కి ఏడ్వసాగాడు శశాంక్.

ఇంతలో అక్కడికి వార్డ్ బాయ్ వచ్చాడు యామిని పేషంట్ తాలుకూ మీరేనా అంటూ. మౌనంగానే అతన్ని అనుసరించారందరూ.

రామస్వామి చేతికి ఏవో మందుల చీటీ ఇచ్చింది నర్స్ మందులు తీసుకు రమ్మని. ఏవో టెస్ట్ ల కోసం డబ్బులు కట్టి రమ్మంది.

లోపలి వెళ్ళేదానల్లా ఆగి,

"ఇక్కడ ఇంతమంది ఉండకూడదండీ.. ఎవరైనా ఆడవాళ్ళూ ఒకరుండండి. తోడుగా మగవాళ్ళను ఒక్కరిని ఉంచండి.. దయచేసి మిగాతావాళ్ళందరూ బయటకు వెళ్ళండి.. మీరిక్కడుండి చేసేదేమీలేదు. మిగతా పేషంట్ లకు మీవల్ల ఇన్ఫెక్షన్ రావడం తప్ప. కోమా పేషంట్ కదా. వెయిట్ చేయక తప్పదు.. వెళ్ళండి ప్లీజ్" అంటూ లోపలి వెళ్లి పోయింది నర్స్.

ఉసూరుమంటూ కదిలారందరూ అక్కడినుండి.

"నేనుంటాను మీరెళ్ళండి నాన్న" అన్నది గీత

"నువ్వెందుకమ్మా.. పసిబిడ్డ తల్లివి. మీ అమ్మంటుంది లే.నువ్వెళ్ళు" అన్నాడు రామస్వామి

"అమ్మా... భలే చెప్పావులే నాన్న.. ఆమెను చూసుకోవడానికే ఇంకో మనిషి కావాలి.. ఆమె నిక్కడ ఉంచితే ఇంతే" అంది గీత

పక్కనే ఉన్న తార అందుకుంది "మీకు అభ్యంతరం లేక పొతే నేనుంటానంకుల్.. మీరు రూమ్ కెళ్ళి ఫ్రెష్ అప్ అయి రండి"

"ఎందుకు లేమ్మా నీకు శ్రమ .. మీ ఆంటీ ఉంటుందిలే"

"బహుశా నేను మీకేమీ కాకపోవచ్చు. కానీ నాకు యామిని రూమ్మేట్.. అంతకుమించి నాకు తోబుట్టువు లాంటిది.. ప్లీజ్ నన్ను వేరుచేయకండి.. మీరెళ్ళి రండి అంటీ ... మనిషి తోడు లేకుంటే చంటిదానితో ఇంటిదగ్గర ఇబ్బందిగా ఉంటుంది.." అంది తార చంటిదాన్ని చేతుల్లోకి తీసుకుని ముద్దాడుతూ. మిగిలినవాళ్ళంతా వెళ్లిపోయి రామస్వామి, శశాంక్ నిలబడిపోయారక్కడ.

* * * * *

20

"అంకుల్! ఇక మీరెళ్ళండి నేనుంటాను" శశాంక్ మాటతో రామస్వామి నిట్టుర్చుతూ పైకి లేచాడు.

వారం గడిచింది. యామిని కళ్ళు తెరిచింది అన్న హోప్ తప్ప ఇప్పటిదాకా యామిని ఆరోగ్యంలో ఎటువంటి ఇంప్రూవ్ మెంట్ లేదు. కనీసం కదలికలు కూడాలేవు.మనిషిని గుర్తుపడుతుందంటే అదీ లేదు.యామినిని ఇలా చూస్తోంటే కడుపుతరుక్కుపోతోంది శశాంక్.... ఇంకేదైనా మంచి హాస్పిటల్ లో చేర్చుదామా!" శశాంక్ కళ్ళలోకి చూస్తూ అన్నాడు రామస్వామి.

"వద్దు అంకుల్. ఈ టైంలో యామినిని కదపడం అంత మంచిది కాదు. తగిలిన గాయాలు ఇప్పుడిప్పుడే మానుతున్నై. పూర్తిగా తగ్గిన తర్వాత చూద్దాం. సరే మీరెళ్ళండి నేనుంటాను."

"ఏమైనా తిన్నావా శశాంక్."

"అ.. వచ్చేటపుడు టిఫిన్ చేసొచ్చాను...మీకేమైనా తెమ్మంటారా?.."

"లేదులేదు నేను రూమ్ కెళ్ళిన తర్వాత చేస్తానులే.. జాగ్రత్త" అంటూ అక్కడినుండి వెళ్ళిపోయాడు రామస్వామి.

యామిని గదిలోకి వెళ్ళడానికి శశాంక్ కు మనసురావడం లేదు. యామినిని అలా బెడ్ పై అచేతనంగా చూస్తోంటే అప్రయత్నంగా గుండెలోని బాధ కన్నీళ్లుగా తన్నుకొస్తోంది. క్షణక్షణానికి ఏదైనా అద్భుతం జరుగుతుందేమోనన్న ఆశతప్ప డాక్టర్ చేసే ప్రయత్నాలేవీ నమ్మకాన్ని కలిగించట్లేదు.

డాక్టర్ లే యామిని ఎప్పుడు కోమాలోంచి బయటకు వస్తుందో చెప్పలేకపోవడం, కేవలం ఆమె గాయాలు మాన్పడానికి, బాడీ కి డైట్ ఇవ్వడంతోనే సరిపుచ్చుతుంటే రోజురోజుకి ఆశలు సన్నగిల్లుతున్నై.

యామిని రూమ్ డోర్ లాక్ చేసుంది. శశాంక్ మెల్లగా తట్టాడు తలపును. తలుపు వారగాతీసి

“శశాంక్, యామిని కి బట్టలు మారుస్తున్నా.. కాస్త ఆగు” అన్నది తార.

యామిని కి ఆక్సిడెంట్ అయినప్పటి నుండి తార యామినిని కనిపెట్టుకునే ఉంది. ఎప్పుడో తార ఇంటికి వెళ్ళిన టైంలో మాత్రమే యామిని అక్క ఉంటోంది.యామిని కోసం జాబ్ కి లీవ్ పెట్టేసింది తార. లీవ్ అయిపోయిన తర్వాత ఆమెకు జాబు ఉంటుందో లేదో తెలీదు. అదేమీ తార ముఖంలో కనిపించడం లేదు. శశాంక్ తను ఇంతకూ ముందు చూసిన తారకు ఇప్పుడు తను చూస్తున్న తారకు అస్సలు పోలికలే లేవు. ఎంత ఆత్మవిశ్వాసం ఆమె ముఖంలో.. ఎంత పరిణితి ఆమె ప్రవర్తనలో.. కానీ ఈ అల్కహాలిక్ గా మారడమే కాస్త మింగుడుపడకుంది.

డోర్ తెరుచుకుంది. తెరుచుకున్నదే తడవుగా లోపలివెళ్ళాడు శశాంక్. బెడ్ పై ఎక్కడో శూన్యంలోకి చూస్తూఉంది యామిని. దగ్గరకు వెళ్ళాడు శశాంక్. ఆమె కళ్ళలోకి కళ్ళుపెట్టి చూస్తూ యామిని చెంపమీద సుతారంగా తడుతూ పలకరించాడు. యామినిలో ఎటువంటి ప్రతిస్పందన లేదు. కనురెప్పపడడం లేదు. ఎవరికోసమో తీక్షణంగా ఎదురుచూస్తున్నట్టుంది ఆమె వాలకం. ఆమెను ఆపాదమస్తకం చూశాడు. ఎంతో చక్కగా ముస్తాబు చేసింది తార యామినిని. తనను మైమరపించిన ఆమె సౌందర్యం జీవంలేని కళ్ళతో వెలవెలపోతోంది ఇపుడు. తదేకంగా ఆమెనే చూస్తూ మునుపటి ముఖాన్ని గుర్తుకు తెచ్చుకుంటున్నాడు శశాంక్. తనను తన నవ్వులతో వికసింపచేసిన ఆమె ముఖాన్ని గుర్తుకు తెచ్చుకొనే కొద్దీ వాస్తవాన్ని చూపించడం ఇష్టం లేకనేమో శశాంక్ కళ్ళకు నీటిపొర అడ్డొస్తోంది. ఆమె ముఖాన్ని తన చేతులలోనికి తీసుకుని సరిపోల్చుకోవడానికి ప్రయత్నిస్తున్నాడు శశాంక్. అతను పడే ఆత్రం యామిని కనుపాపల్లో ఐరిస్ ప్రోగుల్లా విచ్చుకుంటూఉందని శశాంక్ కు తెలీడం లేదు. శశాంక్ పడే తపనకు ఇప్పటికిప్పుడు అతనిని చుట్టేయాలనిపిస్తోంది యామినికి. అతని మాట, అతని రూపం, అతని స్పర్శ యామినిలో స్పందనలు సృష్టిస్తోంది.. ఎందుకో ఆమె అవి మెదడు దాటి రావడం లేదు.

అపుడే బాత్రూమ్ నుండి ముఖం తుడుచుకుంటూ వచ్చింది తార. పులుకడిగిన ముత్యంలా మెరుస్తూ మెల్లగా శశాంక్ ను చేరుకుంది. మెల్లగా చేరుకున్న తార వెచ్చని శ్వాస తుఫానులా శశాంక్ ను చుట్టుముట్టేసింది.

ఉన్నట్టుంది, నిశ్చలంగా ఉన్న నీటి మడుగుని తాకి పైకి లేచిన చినుకులా ముడుచుకున్న తార పెదవులు శశాంక్ ను తాకాయి. శశాంక్ కు ఇచ్చిన చుంబన అలజడికి కల్లోలమైయింది యామిని మనసు. మనసును దాటిన ప్రకంపనలతో అల్లాడిపోయింది ఆమె గుండె. తట్టుకోలేక ఉవ్వెత్తున ఎగసిపడింది ఆమె రక్తం. కసితీరా కొట్టాలని పైకి లేచింది ఆమె చేయి.

ఉన్నట్టుండి తార చేసిన పనికి శశాంక్ లో రగిలిన కోపం యామిని చేయి విసురుగా తార చెంపను తాకేసరికి సంభ్రమాశ్చర్యాలలో క్షణాల్లోనే ఆరిపోయింది.

కళ్ళు తుడుచుకుంటూ తారవైపు చూశాడు శశాంక్ కృతజ్ఞతగా. ఉబికిన ఆనందం ఆమె కళ్ళల్లో స్పష్టంగా కనిపిస్తోంది. శశాంక్ తార దగ్గరకు చేరుకుంటుంటే, యామిని కళ్ళు తెగించి రెప్పవేసాయి. తలతిప్పి మరీ చూడసాగాయి వాళ్ళని.

యామినిలో ఈ స్పందన చూసి డాక్టర్ డాక్టర్ అంటూ ఎంతో ఆదుర్దాగా అంటూ అక్కడి నుండి బయటకు పరుగుతీసింది తార.

* * *

తానున్న బస్తీలో ఆటోలోంచి దిగింది యామిని. రాత్రంతా హాస్పిటల్లో ఉంది. నిద్రలేమితో ఉన్న అలసట ఆమె ముఖంలో స్పష్టంగా కనిపిస్తోంది.అయినా ఆమె అడుగులు ఎదో సాధించిన దానిలా హుషారుగా ముందుకు పడుతున్నై. యామిని కోమానుండి బయటకు వచ్చినపుడు, శశాంక్ తనవైపు చూసిన చూపే మరింత శక్తినిస్తోంది. ఆనందంగా ఇల్లు చేరుకుంది తార.

చెప్పులు బయటవిడిచి లోపలి వెళుతూ, లోపల కూర్చున్న వాళ్ళను చూసి క్షణకాలం ఆగింది. రేవతి నవ్వుతూ వచ్చి తార హ్యాండ్ బాగ్ అందుకుంది.అక్కడ కూర్చున్న వాళ్ళకు పరిచయం చేస్తూ తారను లోపలి తీసుకెళ్ళింది.

"తార! త్వరగా రెడీ ఆవు" అంటూ తార చేతికి టవల్ అందించింది రేవతి.

"ఏమ్మా.. ఎవరు వాళ్ళు"

"నిన్ను చూడ్డానికి వచ్చారే. మన దూరపు బంధువులే "

"అమ్మా.. నాకు చెప్పా పెట్టకుండా ఏంటిది?.."చిరాకుగా ముఖంపెట్టి మునిపంట నొక్కిపెట్టింది కోపాన్ని తార.

"తారా.. ప్లీజ్.. నామాట వినవే. అబ్బాయి చాలా మంచివాడు. మంచి ఉద్యోగం.."

"ఎవరైనా సరే నాకు వద్దన్నానా"

"ఒక్కసారి అబ్బాయితో మాట్లాడిచూడవే.. నీకు నచ్చకుంటే నీఇష్టం"

"అమ్మా.." అంటూ కోపంగా పెద్దగా అరవలేక అరుస్తోంది లోగొంతుకతో తార

"నీకు దండం పెడతాను పోవే" అంటూ తారను బాత్ రూమ్ లోకి నెట్టేసి తలుపెసింది రేవతి.

* * *

అక్కడకు వచ్చిన వాళ్లకు తార బాగా నచ్చింది. అది వాళ్ళ కళ్ళలోనే కనిపిస్తోంది. రేవతి మనసులోనే కోటి దేవుళ్ళకు మ్రొక్కుకుంటోంది ఈ సంభంధం కుదరాలని. వాళ్ళేదో అడుగుతున్నారు తారను. విసుగు బయటకు కనిపించకుండా సమాధానమిస్తోంది తార. వాళ్ళ మాటల్ని మధ్యలో ఆపేస్తూ" నేను అతనితో మాట్లాడాలి" అంది ఉన్నట్టుండి.

క్షణకాలం వాళ్ళు విస్తుపోయినా.. ఈ రోజుల్లో ఇది కామనే కాబట్టి, నవ్వేసి బయటకు వెళ్లడానికి ఉద్యుక్తులయినారు.

"పర్లేదు ఆంటీ.. మీరిక్కడే ఉండండి.. మేము పెరట్లోకి వెళతాం." ఎటువంటి బెరుకులేకుండా చెప్పేసింది తార నువ్వేమంటావ్ అన్నట్టుగా చూస్తూ అబ్బాయి వైపు.

అతను నవ్వుతూ తారను అనుసరిస్తోంటే, బిక్కముఖం వేసుకుని అటువైపే చూస్తుండిపోయింది రేవతి.

అబ్బాయి చాల హోమ్లీగా ఉన్నాడు. మంచి రూపం. దేన్నైనా ఎదుర్కోగలననే ఆత్మవిశ్వాసం అతని బాడీ లాంగ్వేజ్ లో ఇట్టే తెలిసిపోతుంది. నిశితంగా అతన్నే చూస్తున్న తార వాలకానికి కాస్త ఇబ్బందిగా ఫీలైయ్యాడతను. ఏదో మాట్లాడాలని అతను నోరు తెరిచే లోపే

"నేను రాత్రంతా ఎక్కడున్నానో చెప్పిందా మా అమ్మ?." సూటిగా అడిగే సరికి ఏమి సమాధానం చెప్పాలో తెలీక దిక్కులు చూడసాగాడతను. తమాయించుకుని

"తెలీదు. మీ అమ్మా చెప్పలేదు. తెలుసుకునే ఆసక్తి లేదు" ఏదో దాస్తున్నట్టు వేడుకగా నవ్వుతూ అన్నాడతను.

"కానీ చెప్పాల్సిన అవసరం నాకుంది. నేను నా శశాంక్ తో ఉన్నా"

"ఆహ్"

"శశాంక్ అంటే నాకు ప్రాణం. అతని తోనే ఉన్నా రాత్రంతా"

"హాస్పిటల్ లోనా... మీ ఫ్రెండ్ కి ఎవరికో హెల్త్ బాగాలేదని.. చెప్పిందే రేవతి అంటీ"

విస్తూపోయి చూసింది తార.

"మిస్ తార.. నాకు అన్నీ తెలుసు..రేవతి ఆంటీ అన్నీ చెప్పింది. ఆమె నాకు చిన్నతనం నుంచి తెలుసు. ఆమె మా నాన్న క్లాస్ మెట్....ఇంత సేపు మీతో ఉన్నా కనీసం నాపేరు కూడా మీరు అడగలేదంటే.. ఆమె చెప్పింది నిజమే ననిపిస్తోంది."

"ఏం చెప్పింది"

"ప్రేమిస్తే నీఅంతగా ప్రేమించేవాళ్ళు ఎవరూ ఉండరని."

చిత్రంగా చూడసాగింది తార.

"అవును తార గారు. మీరు ఎంత గొప్పగా ప్రేమించగలరో మీ మాటల్లోనే తెలుస్తోంది... మీ ప్రేమను అందుకున్నవాళ్ళు అదృష్టవంతులు....

"".. మా అమ్మా నాన్న నా చిన్నతనం లోనేపోయారు. అప్పటినుండి మా మామగారి దగ్గరే పెరిగా. చదువుకున్నా... మంచి ఉద్యోగం...చిన్నప్పటి నుండి కలసి తిరిగిన నా మరదలుని నేను చేసుకోలేను అని చెప్పినపుడు తెలిసింది నాకు.. నాపట్ల మా అత్త మామ చూపించిన ప్రేమ ఎలాంటిదో.. శశాంక్ పట్ల నీకున్న ప్రేమంత గొప్పది కాదుకదా వాళ్ళ ప్రేమ.." కళ్ళెగరేస్తూ చూశాడు తార వైపు.

ఏం చెప్పాలో తెలీక నేల చూపులు చూడసాగింది తార.

"బై ది బై తార. నాపేరు సుదర్శన్...మీరు నాకు బాగా నచ్చారు. మీ ప్రేమ కూడా.."

ఇందాకటిలా ధైర్యంగా చూడలేకుంది తార. చెట్టుకొమ్మను గిల్లుతూ ఉండిపోయింది ఏమి చేయాలో పాలుపోక.

"కాలం లాగే జీవితం కూడా ఎపుడూ ఒకేలా ఉండదు.నీలో బోలెడంత ప్రేముంది. అది అందుకునే అదృష్టం కోసం ఎదురు చూస్తుంటా... బై"అంటూ తార చేతిలో తన విజిటింగ్ కార్డ్ పెట్టి లోపలి వెళ్ళిపోయాడు సుదర్శన్.

మౌనంగా ఆ విజిటింగ్ కార్డ్ ను వేళ్ళమధ్య తిప్పుతూ పక్కకు గిరాటేసింది తార.

ప్రక్కనే ఉన్న నీటి తొట్టెలో తేలుతూ తడుస్తూ ఉన్నాయ్ "కాకర్ల సుదర్శన్. AGM నెట్యులా సోలుషన్స్, ముంబాయి" అన్న అక్షరాలు.

* * * * *

21

"తారా!.. నిజం చెప్పవే.. నువ్వు సెలవు పెట్టావా?.. లేక ఉద్యోగం మానేశావా.. ఎన్ని రోజులిలా.. ఇప్పుడంతా బాగానే ఉందికదా." హాస్పిటల్ రూమ్ బయటవేసినున్న కుర్చీలో కూర్చొని అడుగుతోంది రేవతి.

"లేదమ్మా.. సెలవే పెట్టా.. ఇంకెన్ని రోజులు..ఇపుడు యామిని లేచి బాగా తిరిగేస్తుంది. తన పనులు తానూ చేసుకునేదాక.. ఇంక కొద్దిరోజులే... ఓపిక పట్టమ్మా.."

"ఈ లోపల నీ ఉద్యోగం కాస్తా ఊడుతుంది.అయినా వాళ్ళు నీకేమవుతారేనే ఈ లేనిపోని తాపత్రయం?."

"ఎవరనేది అనవసరం. యామిని సంతోషంగా ఉంటేనే శశాంక్ సంతోషంగా ఉంటాడు. అంతే!! పైగా ఇప్పుడే నేను యామినికి తోడుగా ఉండాలి. ఎందుకంటే మనం ఇంతకాలం అనుకున్నట్టు యామినిది ప్రమాదం కాదు."

"మరి??" ఆసక్తిగా అడిగింది రేవతి.

"తనను ఎవరో తోశారని చెబుతోంది యామిని. అమెనిల్చున్న మెట్లకు పోర్టికోకు చాలా దూరముంది. ఒకవేళ కాలు స్లిప్ అయినా అక్కడ నుండి క్రిందకు పడిపోయే ఆస్కారమే లేదు.దీన్ని బట్టి చూస్తుంటే యామిని చెప్పింది నిజమనిపిస్తోంది. ఇంతకుముందే CI వచ్చిపోయాడు.మొన్న చూస్తే తండ్రి. ఈరోజు కూతురు. ఏమయిందో ఏమో. ఎవరో ఈ కుటుంబం మీద పగ పట్టినట్టున్నారు" నిట్టూర్చింది తార.

"ఇంకెవరు.. ఆ వీరేశం గౌడ్ అయుంటాడు.. అయినా మనం కేసు వాపసు తీసుకున్నాము కదా. ఇంకా ఎందుకు..." అంటూ ఎదో స్ఫురించిన దానిలా "కొంపదీసి వాడు చెప్పింది చేసేశాడా.." అన్నది రేవతి

"ఏమిటీ.. ఏంటమ్మా అది. అయినా కేసుపెట్టింది శశాంక్ అయితే ... వీళ్ళనెందుకు సాధిస్తాడు.. లేని పోనీ మాటలూ నువ్వునూ."

"అది కాదే.. వాడు మొన్న నీ విషయంలో సాయం చేస్తానన్నాడు కదా.. మనం కేసు వాపసు తీసుకుంటే.. అప్పుడే నాతో ఓ మాటన్నాడు. అదీ శశాంక్ ను నీకు అల్లుడిని చేస్తానని... అప్పుడు నేనేదో క్యాజువల్ గా తీసుకున్నా.. వాడు అన్నంత పని చేశాడన్నమాట.." ఆశ్చర్యపోతూ తలెత్తి చూసింది రేవతి.

ఎదురుగా తన వైపే కోపంగా చూస్తున్న శశాంక్ ను చూసి క్షణకాలం ఉలిక్కిపడింది. శశాంక్ చూపుకి ఆమెలో భయం మెల్లగా మొదలయ్యింది. వణుకుతూనే పైకి లేచి నిల్చొంది.

"ఎందుకు భయపడుతున్నావ్. చేసిన పనికి సిగ్గుపడాల్సింది పోయి, ఇలా బరితెగించి మరీ భయం నటిస్తున్నవా.. ఛీ అసలు మీరు మనుషులేనా?." ముఖం ప్రక్కకు తిప్పుకుంటూ అసహ్యించుకున్నాడు శశాంక్.

చేయనితప్పుకి శశాంక్ తూలనాడేసరికి భరించలేక బాధతో గొంతు పూడుకుపోతోంటే "కాదు బాబు.. కాదు..కేవలం వాడు తార డ్రగ్ కేసునుండి తప్పిస్తాడనికున్నా.. కానీ ఇలాంటి పని చేస్తాడనుకోలేదు. నన్ను నమ్మండి బాబు.. మేము నువ్వనుకున్నంత నీచులం కాదు.. ప్లీజ్ నన్ను నమ్మండి." వేడుకొంది రేవతి రెండు చేతులెత్తి మ్రొక్కుతూ..

"ఛ!!.. ఇక ఆపండి నాటకాలు.మిమ్మల్ని డ్రగ్ కేసు నుండి తప్పించిన దానికే మీరు కేసు వాపసు తీసుకున్నారంటే నన్ను నమ్మమంటావా?.. కేసు వాపసు తీసుకోవడం వాడికి ఎంత ఇంపార్టెంటో నాకు తెలుసు...అనుకున్నా ఇంకేదో పేద్ద డీల్ ఉంటుందని.. నా ఊహ నిజమైంది.. మీరు మనుషులు కాదే.. రాక్షసులు.." కోపంతో ఊగిపోతున్నాడు శశాంక్.

"నిజం నన్ను నమ్మండి బాబు. వాడికి స్టేషన్ లో కేసులుంటే MLAగా పోటీ చేయడం కుదరదని నాకీ సాయం చేశాడు అంతే." నచ్చ చెప్పబోయింది రేవతి.

రేవతి వంక, శశాంక్ వంక విస్తుపోయి చూస్తుండిపోయింది తార ఏమి చేయాలో పాలుపోక.

“అయితే వాడు ఎలా పోటీ చేస్తాడో నేనూ చూస్తా...”అంటూ తన ఫ్రెండ్ కిరణ్ కు ఫోన్ చేయసాగాడు.

* * *

“సార్! మీరు కాస్త చెవిలో తిప్పుకోవడం పక్కన పెట్టి మామాట కాస్త ఆలకిస్తారా.” తాము వచ్చి అరగంటైనా SI నుండి కనీస ప్రతిస్పందన లేకపోయేసరికి విసుగెత్తిన కోపంతో కాస్త గట్టిగానే అన్నాడు శశాంక్. చెవిలోని ఇయర్ బడ్ ని తిప్పడం ఆపి శశాంక్ వంక తీక్షణంగా చూశాడు సబ్ ఇన్స్పెక్టర్ గోవిందరాజులు.

చేతిలోని ఇయర్ బడ్ ని డస్ట్ బిన్లో పడేసి “రేయ్ ఓ స్ట్రాంగ్ టీ పట్రాండిరా” అంటూ కుర్చీలో జారగిలపడి రిలాక్సుడు గా కూర్చున్నాడు SI గోవిందరాజులు.

“సార్ దయచేసి, మా కంప్లైంట్ తీసుకోండి.” అభ్యర్ధించాడు కిరణ్.

“ఏం కంప్లైంటు” మళ్ళీ మొదటి కొచ్చాడు గోవింద రాజులు.

అసహనంగా శశాంక్ ఏదో అనబోతుండగా..మెల్లగా లోగొంతుకతో “రేయ్ నువ్వూరుకో. నేన్నీకు ముందే చెప్పాను కదా. వీడో పేద్ద మెంటల్ కేసని. నువ్వూరుకో నేను మాట్లాడుతా” సముదాయిస్తూ అన్నాడు కిరణ్.

“సార్..మీకు తెలుసు కదా.. అదికేశవులునాయుడి మర్డర్ కేసు... ఆమె కూతురి మీద కూడా ఓ పది రోజుల క్రితం హత్యాయత్నం జరిగింది.. ఇదుగో ఈమే సాక్ష్యం” అంటూ రేవతిని చూపించాడు కిరణ్.

తల ఊపుతూ నమస్కరించింది రేవతి. జరిగినదంతా చెప్పుకొచ్చాడు కిరణ్. ఇంతలో టీ రావడంతో, దాన్ని ఆస్వాదించే పనిలో పడ్డాడు గోవిందరాజులు.

“అంటే వీరేశం గౌడ్ ని అనుమానిస్తున్నారన్న మాట.. ఒకవేళ వాడే గనక అయితే.. వాడిని పట్టుకొచ్చి మీకు అప్పచెబితే... మీరేం చేస్తారు.. అః.. ఊరుకనే అడుగుతున్నా.. మీకేమన్నా ఐడియా ఉంటాదేమోనని.”అంటూ చివరి టీ చుక్కను చప్పరించాడు గోవిందరాజులు.

కోపాన్ని అదిమి పెట్టుకుంటూ "వాడికి ఉరిశిక్ష పడాలి, అటువంటి దుర్మార్గుడు ఈ భూమి మీద బ్రతకడానికి వీల్లేదు.." అన్నాడు కిరణ్.

"నిజంగానా..లేకపోతే..... వాడు MLA గా పోటీ చేయడం ఇష్టంలేకనా.అః మనకో ఐడియా ఉంటది కదా." తలెగరేస్తూ అన్నాడు గోవిందరాజులు.

"నాకైతే.. వాడు దొరికితే ఇప్పటికిప్పుడే షూట్ చేసెయ్యాలనిపిస్తుంది" కోపాన్ని విసుగును దాచుకోలేక అనేశాడు శశాంక్.

"శబ్బాష్.. ఇది.. ఇదే కరెక్టు మాటంటే.. అంటూ ఆ స్టేషన్ లో దెబ్బలు తిని ఓ మూల కూర్చున్న వాళ్ళ వంక చూపిస్తూ చాలా క్యాజువల్ గా "ఇదిగో.. వాళ్ళ నడగండి.. మీకు వాడ్ని తెచ్చిస్తారు.. వాళ్ళకు బాగా తెలుసు. ఓ నెలరోజుల నుండి కష్టపడుతున్నాం.. జాలిలేదు నా కొడుకులికి...మీకేమైనా చెబుతారేమో...వీరేశం గౌడ్ ని తెచ్చుకోండి.. మీఇష్టం వచ్చినట్టు చేసుకోండి." అంటూ కుర్చీలోనుండి లేచి టేబుల్ పైనున్న టోపీని తీసుకుని తలపై సర్దుకుంటూ, లాఠీ తీసుకుని నిర్లక్ష్యంగా వెళ్లబోతుంటే ఒళ్ళు మండిపోయింది కిరణ్ కి.

"సార్ మీరు చాలా తప్పు చేస్తున్నారు.. మీరు కంప్లైంట్ తీస్కో కుంటే మేము యస్పి దగ్గరకు వెళ్ళాల్సి ఉంటుంది."హెచ్చరికగా అన్నాడు కిరణ్.

చివ్వున వెనుదిరిగాడు గోవిందరాజులు కోపంతో పళ్ళు పటపట కొరుకుతూ "వెళ్ళండ్రా.. వెళ్ళండి.. దొబ్బేస్తున్నారు కదరా కిందనుండి పైదాకా... చెప్పండి. మీ SP దొరగారికి..ఓ రెండు నెలలుగా వీరేశం గౌడ్ మిస్సింగ్ కేసులో ఇక్కడ మేము నా నా చంకలు నాకుతుంటే. మీ వాళ్ళను చంపడానికి వాడు పనికట్టుకొని వచ్చాడని.. చెప్పండి.. కంప్లైంట్ ఇవ్వడానికైనా కాసింత..." బుద్ధి ఉండాలంటూ తన కణతలను విసుగ్గా చూపిస్తూ మీకు బుద్ధుందా అన్నట్టుగా సైగలు చేస్తూ అక్కడినుండి విసవిసా వెళ్ళిపోయాడు గోవిందరాజులు.

చేతలుడిగి SI వెళుతున్న వైపే చూస్తుండిపోయారు కిరణ్, శశాంక్ రేవతిలు.

* * *

ఇప్పటికిది ఎన్నోసారో తెలీదు, సుదర్శన్ ఫోన్ కట్ చేసి. విసుగెత్తి ఫోన్ లిఫ్ట్ చేసింది తార.

"ఏం కావాలి మీకు." కోపంగా అరిచినంత పని చేసింది తార.

"తార గారు.. ప్లీజ్ నేను చెప్పేదినండి.నేను వచ్చే వారం అక్కడికి వస్తున్నాను..... అదే... మీ నిర్ణయం.. మరి ఇంకోవిషయం.. రేవతి ఆంటీ చెప్పింది. ఇక్కడ మా కంపెనీలోనే మంచి జాబ్ చూస్తాను.. మీ రెజ్యుం పంపిస్తే.. మీకు నా మెయిల్ అడ్రస్ SMS పెడుతాను.. త్వరగా పంపండి." చెప్పుకుపోతున్న సుదర్శన్ కు అడ్డుచెబుతూ

"సుదర్శన్ గారు... నా జాబ్ ఎక్కడికీ పోలేదు.. నేనిప్పుడు అక్కడికే వెళుతున్నా.. ఏదైనా కావాలంటే మా అమ్మకే చూడండి. మెయిన్ గా మీరు అర్థం చేసుకోవాల్సింది ఏంటంటే నా నిర్ణయంలో ఎప్పటికీ మార్పుండదు. దయచేసి ఇంకెపుడూ కాల్ చేయకండి." లోలోపలే తిట్టుకుంటూ కాల్ కట్ చేసి సెల్ ను బ్యాగ్ లో పెట్టేసి లిఫ్ట్ ఎక్కింది తార.

ఆఫీసులో ఎటువంటి మార్పులూలేవు. అవే ముఖాలు, అవే పలకరింపులు. అయినా ఓ పదిహేను రోజులు తాను లీవ్ పెడితే, ఆఫీసేమైనా తలక్రిందులవుతుందా.. తన ఊహకే నవ్వొచ్చింది తారకు. ఎప్పటిలాగేవెళ్లి తన ఛాంబర్లో కూర్చుంది తార. తార కూర్చోగానే అసోసియేట్ ప్రోగ్రామర్ శ్రావ్య వచ్చింది లోపలికి.

"ఏం మేడం ఏదైనా విశేషమా... ఇన్ని రోజులు సెలవు పెట్టారు." అన్నది శ్రావ్య సరదాగా నవ్వుతూ.

"అదేమీ లేదే.. మాకు తెలిసిన వాళ్ళకి ఒంట్లో బగాలేకుంటే.. వెళ్ళొచ్చా..ఏంటి విశేషాలు.."త్రాగుతున్న నీళ్ళ బొటిల్ పక్కన పెడుతూ అంది తార.

"ఏమీ లేదు.. నీకెన్ని సార్లు ఫోన్ చేసినా లిఫ్ట్ చేయటోయేసరికి.. ఏదైనా మ్యాచ్ కుదిరిందేమోననుకున్నా. నువ్వు మళ్ళీ వస్తావని అనుకోలేదు తెలుసా.... ఇంతకీ నేరుగా ఛాంబర్ కి వచ్చేసావ్, మన కొత్త బాస్ ను కలిశావా"

"ఏంటీ కొత్త బాసా?.. ఎవరు?"

"నీకీ విషయమే చెబుదామని కాల్ చేస్తే.. నువ్వెత్తితేనా?!!.. మన కంపెనీని హోల్ సేల్ గా అమ్మేశాడు మన ఓనర్." అన్నది శ్రావ్య చేతులేగరేస్తూ.

విస్మయంగా చూసింది తార.

"నేను HR హెడ్ తో మాట్లాడానే.. ఆయనా చెప్పలేదు...సరే నేను మన కొత్త బాస్ ను కలిసొస్తా.." అంటూ పైకి లేచింది తార. వడివడిగా అడుగులేస్తూ బాస్ చాంబర్ ని చేరుకుంది

రిసెప్షనిస్ట్ ఓ నిమిషం ఆగమని, లోపలి మనిషి బయటకు వచ్చిన తర్వాత తారను లోపలి వెళ్లమంది.

లోపల బాస్ తన కుడివైపునున్న తన పర్సనల్ కంప్యూటర్లో వర్క్ చేస్తూ వర్క్ లో మునిగి పోయినట్టున్నాడు. తార తను వచ్చిన సంగతి గుర్తు చేద్దామనే ఉద్దేశ్యంతో

"ఎక్స్క్యూజ్ మీ సార్!" అంటూ పలుకరించింది.

అతను తార వైపు తిరగకుండానే.. ఎస్ ప్లీజ్ అంటూ తన పనిలో తాను మునిగిపోయాడు. అలానే నిల్చుండిపోయింది తార.. ఆ గొంతు ఎక్కడో విన్నట్టుంది.. బాగా పరిచయం ఉన్న గొంతు.. పోల్చుకోవడానికి పెద్దగా కష్టపడక ముందే

"మిస్ తారా దేవి. ప్లీజ్ బి సీ టెడ్" అంటూ తారవైపు తిరిగాడు అతగాడు.

"నందన్!.." అప్రయత్నంగా ఉచ్చారించాయి ఆమె పెదవులు ఆశ్చర్యంతో వణుకుతూ మెల్లగా

"ఎస్. తార! ... నేనే. మీ మాజీ నందూ సాఫ్ట్వేర్ సొల్యూషన్ బాస్ ని" విలాసంగా నవ్వుతూ సీట్లో వెనక్కువాలుతూ అన్నాడు నియోపేర్ బాస్ నందన్.

ఓక్షణకాలం తన కాళ్ళ క్రింద నేల కంపించినట్టై స్థాణువై నిలబడిపోయింది తార.

* * *

తడబడుతూ విసవిసా వచ్చి తన రూంలో బెడ్ పై వాలిపోయింది తార. రేవతికి ఇది మామూలు విషయమై పోయింది రోజు. ఇది ఇంతేననుకుంటూ తన పనుల్లో తాను నిమగ్నమై పోయింది.

ఉన్నట్టుండి ఎదో వాసన గుప్పుమని తన ముక్కు పుటాల్ని తాకేసరికి, తార గదిలోకి వెళ్లి చూసింది. తార చేస్తున్న పని చూసి అవాక్కైయింది.

తార బయట త్రాగేసి వచ్చింది కాక, ఏకంగా ఇపుడు ఇంట్లోనే త్రాగడం మొదలుపెట్టింది. మగరాయుడిలా ఆ సిగరెట్టూ...అది చూసి రేవతి కోపం కట్టలు తెంచుకుంది. విసురుగా వచ్చి తార త్రాగుతున్న మద్యం గ్లాస్ ను తీసి దూరంగా విసిరిపారేసింది. చేతిలోని సిగరెట్ట్ ను క్రింద పడేసి తార చెంపలను ఇష్టమొచ్చినట్టుగా వాయించిపడేసింది. ఉవ్వెత్తున ఎగసిన కోపమూ బాధా తనను వెక్కిరిస్తోంటే విసిగిపోయి తారను అవతలకు నెట్టేస్తూ ఏమీ చేయలేక పెద్దగా ఏడ్చేసింది రేవతి నేలపై కూలబడిపోతూ. క్రింద పడిన తార లేవడానికి విఫలయత్నం చేస్తోంది.

రేవతి పూనకం వచ్చిన దానిలాపైకి లేచి, టీపాయ్ మీదున్న మందు బాటిల్ ను తీసుకుని విసురుగా బయటకు వెళ్ళబోయింది. ఎలా లేచిందో ఏమో తార రేవతి కాళ్ళను చుట్టుముట్టేసింది.మందు బాటిల్ ను నేలకేసి విసిరేయబోయింది రేవతి. రేవతి కాళ్ళు పట్టుకుని పైకి లేచింది తార, జోగుతున్న కళ్ళతో మత్తుగా మూల్గుతున్న గొంతులో బాధను మిళితం చేస్తూ

"మా ప్లీజ్ మా.. దాన్నేం చేయబాకుమా.. ప్లీజ్.. నువ్వది పగలగొడితే నే చచ్చిపోతామా,,, ప్లీజ్" వేడుకొంటుంది తార. రేవతి తడి కళ్ళు పెద్దవయ్యాయి..

"లేదే...నన్ను ఒక్కసారిగా చంపేయి..నీకు పట్టిన పీడ వదులుద్ది. ఎందుకే నన్నిట్ట చంపుతున్నావ్ రోజు.." అడ్డు తొలగమన్నట్టుగా తార చేతుల్ని తన కాళ్ళతోనే విదిలించింది రేవతి కోపంగా.

"నాకది లేకపోతే చచ్చిపోదామనిపిస్తుందే.. కాస్తైనా కుదుట పడనీవే నన్ను. మనసు పడ్డదేదీ నాకు దక్కట్లేదే.. నువ్వు చేసిన పనికి నా శశాంక్ నన్నో పురుగును చూసినట్టు చూస్తున్నాడు.. ఇటు ఆఫీసులో చూస్తే ఆ కామపిశాచి మళ్ళీ దాపురించాడు.. ఇపుడెవరున్నారే నాకు.. నువ్వు ...ఈ మందు తప్ప.. ప్లీజ్ ఇటివ్వవే." రేవతి చేతిలోని బాటిల్ ను అందుకోవడానికి శతవిధాలా ప్రయత్నిస్తోంది తార.

క్షణక్షణానికి రేవతిలో కోపం పెరిగిపోతుంది.. మద్యం బాటిల్ ను విసుగ్గా తార చేతిలోపెడుతూ" ఉంచుకోవే.. ఉంచుకో.. నీకిదే కావాలనుకుంటే మీ అమ్మను మర్చిపో.. అంటూ అక్కడి నుండి వడివడిగా హాల్లోకి వెళ్ళిపోయింది రేవతి.

ఆమె వాలకం చూసి తారకు అంత మత్తులోనూ భయమేసింది. పడుతూ లేస్తూ రేవతిని వెంబడించింది. హాల్లో రేవతి ఎక్కడా కనపడకపోయేసరికి ఓసారి సీలింగ్ ఫ్యాన్ కిందకు వచ్చి తల పైకెత్తి చూడసాగింది. సీలింగ్ ఫ్యాన్ రెక్కలు గిరగిరా తిరుగుతున్నాయి. రేవతి కోసం వెదుకుతున్న తార కళ్ళు ఫ్యాను రెక్కలకు చిక్కుకుని వాటితోపాటు తిరగసాగాయ్. తూలి క్రిందపడిపోతున్న తారను ఒక్క ఉదుటున రేవతి వచ్చి పట్టుకుంది. తన ఒడిలో పడిపోయిన తార చెంపలను తడుతూ ఏమైందోనని ఆదుర్దాపడుతోంది రేవతి.

మెల్లగా కళ్ళు తెరిచింది తార.ఆందోళన నుండి తేరుకుంది రేవతి

"నేను చావనే.. ఎందుకు చస్తానే.. నేను చచ్చి నిన్ను చంపుకోలేనే.."తార ముఖాన్ని దగ్గరకు లాక్కుంటూ ఏడుస్తోంది రేవతి.

"సారీ మా..మరచిపోవాలని ఎంతగా అనుకున్నా నావల్ల కావడం లేదమ్మా.. ఏం చేయమంటావ్ చెప్పు....ప్లీజ్ మా.... ఏదో ఒకటి చేయిమా..ప్లీజ్.. నాకూ ఈ తాగుడు ఇష్టం లేదే.. కంపు కొడుతోంది.. ఇప్పుడు శశాంక్ ను మరిచిపోవడానికి విషమైనా తాగాలనిపిస్తోంది.. ప్లీజ్ మా ఏదైనా చేయిమా... ప్లీజ్" తల్లి చుబుకాన్ని పట్టుకుని. చెంపలు నిమురుతూ బ్రతిమిలాడుతోంది తార.

"నీకు విషమిచ్చి ఎలా చంపుకుంటాననుకున్నావ్ చిట్టి తల్లీ... లేదమ్మా ఇక ఈ ఊరిలో మనముండొద్దు. వెళ్లిపోదాం ఎక్కడికైనా.. నువ్వా సుదర్శన్ ని పెళ్లి చేసుకోమని అడగను.. సరేనా...." కళ్ళు తుడుచుకుంటూ తార కళ్ళు కూడా తుడిచింది రేవతి.

"మరి జాబ్"

"మానేయ్. ప్రపంచంలో ఉన్నది అదొక్క కంపెనీయే కాదు ఎన్నో ఉన్నాయ్. అలాంటి కామపిశాచాలు ఎక్కడైనా ఉంటాయని మనం సర్దుకుపోనవసరం లేదు. మనకు ఇష్టమున్న చోటే పనిచేసుకుందాం.. వీలయితే ఏదైనా స్వంతంగా పనిచేసుకు

బ్రతుకుదాం.. ఇప్పుడు నేను చేస్తున్న చీరల వ్యాపారం చాలకుంటే దాని కంటే పెద్ద వ్యాపారం చేసుకుందాం..ఏ కిరాణా కొట్టో, ఏ ఫ్యాన్సీస్టోరో.ఇంకేదైనా... కానీ నువ్వు మునుపటిలాగా ఆనందంగా ఉండటమే కావాలే నాకు. మనకు అందిరాని వాళ్ళ కోసం, మనకు అందివచ్చే బంగారం లాంటి భవిష్యత్తునెందుకే పాడుచేసుకోవడం. ఎప్పటికైనా నిన్నర్థం చేసుకునేవాడు దొరకకపోడు. అతడు నిన్ను శశాంక్ తో ఉన్నప్పటి కంటే ఆనందంగా ఉండేలా చూసుకుంటాడు.... నువ్వే చెబుతుంటావ్ కదా మనం ప్రేమించిన వాళ్ళు ఆనందంగా ఉండాలని... నేనూ అంతేనే.. నాప్రేమనేందుకే అర్థం చేసుకోవూ.. ఇప్పుడు నువ్వు ఎదురుపడక పోవడమే శశాంక్ కి ఆనందం. సరేనా.

లే.. లేచి ఎదైనా ఎంగిలి పడు.. నీకిష్టమని దోసకాయ పప్పు చేశా...లే! లేమ్మా!.." ఎంతో గారంగా అంది రేవతి

తదేకంగా తన తల్లినే చూస్తూ "సరే మా నువ్వన్నట్టు గానే... నన్ను నేను బాధపెట్టుకుంటూ నిన్ను ఆనందంగా చూడాలనుకోవడం ఎంత వెర్రితనమో.. తెలిచోస్తోంది నాకు.. అలాగే చేద్దాం" అంటూ

ఆమె గుండెలకు గట్టిగా హత్తుకు పోయింది తార..

* * * * *

22

"హా.. సుదర్శన్. చెప్పు బాబు... ఇందాక వంటింట్లో ఉండి ఫోన్ గమనించలే.." రేవతి ఫోన్ లో మాట్లాడుతూ తీరిగ్గా పెరట్లో నాపరాయి బెంచి మీద కూర్చుండి పోయింది. సుదర్శన్ ఫోన్ కోసమే ఎదురు చూస్తుంది తను. కానీ పని ధ్యాసలో పడి గమనించలేదు. రేవతికి ఇప్పుడున్న ఏకైక ఆశాకిరణం సుదర్శ నే. తార కూడా సిటీని వదిలేయడానికి ఒప్పుకోవడంతో మనసు తేలికపడి వెయ్యేనుగుల బలం వచ్చినట్టుంది. సుదర్శన్ రేవతికి చిన్నప్పటి నుండి తెలుసు. తను కష్టకాలంలో ఉన్నప్పుడు సుదర్శన్ నాన్న ఎంతగానో ఆదుకున్నాడు. ఇపుడు సుదర్శన్.

ఫోన్ లో కుశల సమచారాలైపోయాక, తార గురించి అడిగాడు సుదర్శన్.

"ప్రాజెక్ట్ స్టేటస్ సబ్మిట్ చేసి, అలాగే రెజిగ్నేషన్ లెటర్ ఇచ్చి వస్తానని పోయింది.." బదులిచ్చింది రేవతి

"ఏంటి.. ఇంత ప్రొద్దుపోయిందాకనా"

"లేదు బాబు, కాస్త లేటవుతుందని చెప్పింది. వచ్చేస్తుంది లే" నిబ్బరంగా చెప్పింది రేవతి

"ఆంటీ.. తార వస్తే రెజ్యుం గురించి గుర్తు చేయండి. ఇక్కడ నాకు తెలిసిన వాళ్ళకు చెప్పిఉంచా. మీరు రెజ్యుం ఇవ్వడమే ఆలస్యం"

"అలాగే బాబు.. తార రాగానే పెట్టిస్తా.. థ్యాంకు." ఫోన్ పెట్టేసింది రేవతి తారకోసం ఫోన్ చేయడానికి.

తారకు ఎన్నిసార్లు ఫోన్ చేసినా రింగ్ అవుతుందేగాని లిఫ్ట్ చేయడంలేదు. రేవతికి విసుగెత్తింది. "ఇదెప్పుడూ ఇంతే.. పద్ధతీపాడు లేదు.. కనీసం ఫోన్ చేద్దామన్న ఇంగితం కూడా లేదు.. ఇంత ప్రొద్దు పోయిందే... ఇంట్లోవాళ్ళు గాబరా పడుతుంటారనే

జ్ఞానం కూడా లేదు దీనికి... చి! చి!!.. ఏ బార్లో పడి చచ్చిందో ఏమో.." కసిగా బయటకు తిట్టేసింది రేవతి.

* * *

"సార్! మీరన్నది నిజమే సార్. మనం డ్రంక్ అండ్ డ్రైవ్ లో ఇప్పటిదాకా ఈగలెందుకు తోలుకుంటూన్నామో అర్థమౌతోంది.. ఈ ఎదవలందరూ రూట్ మార్చేశారు.. అయినా మీకెలాగొచ్చింది సార్ డౌటు.." మెచ్చుకోలుగా ఆకాశానికి ఎత్తేస్తున్నాడు కానిస్టేబుల్ సారంగపాణి.

ప్రతీ వీక్ ఎండ్ లో త్రాగి ఊగుతూ డ్రైవ్ చేసేవాళ్ళను పట్టుకోవడం డ్యూటీగా కంటే ఎంతో సరదాగా ఎంజాయ్ చేస్తాడు సారంగపాణి.. కానీ కొద్ది వారాలనుండి కేసులు బాగా తగ్గిపోయాయ్. పోలీసులకు భయపడి డ్రైవ్ చేయడం లేదేమోననుకున్నాడు. కాని మందు బాబులందరూ రింగ్ రోడ్డు వేసేటపుడు వేసిన తాత్కాలిక మెటల్ రోడ్డు బాటపట్టారని తెలీదు. ఈరోజు సరిగ్గా అక్కడే కాపు కాసింది పెట్రోలింగ్ టీం.

"బార్లేమో ఫుల్.. కేసులేమో నిల్.. డౌట్ రాదా మరి." సారంగపాణిని ఓ వెర్రివాడ్ని చూసినట్టు చూశాడు DSP సులేమాన్. సులేమాన్ ఛార్జ్ తీసుకుని నెలకూడా కాలేదు. ఈ కొద్ది రోజుల్లోనే లా అండ్ ఆర్డర్ని ఓ ట్రాక్ లో పెట్టడంలో బాగా సక్సెస్ అయాడు. సులేమాన్ ట్రాక్ రికార్డులో అతను చేపట్టిన కేసుల కంటే ట్రాన్స్ఫర్లే ఎక్కువుంటాయి. సులేమాన్ కి ఇది ఎన్నో ట్రాన్స్ఫరో తెలీదు. మొండి మనిషి, మొరటోడనే గొప్ప బిరుదులున్నై సులేమాన్ కి.

అనుకోకుండా ఆ రూట్లో పోలీసులు బీట్ వేయడంతో అవాక్కైన మందుబాబులలో, బ్లడ్ అల్కహాల్ కాన్సంట్రేషన్ లెవెల్ పడిపోతోంది. బ్రీత్ అనలైజర్ లో రికార్డు స్థాయిలో BAC లు లేకపోవడంతో, ఇటు మందుబాబులు అటు ట్రాఫిక్ పోలీసులు తెగ ఇబ్బందిపడిపోతున్నారు. నల్లని రోడ్డు మీద చీకట్లో మిణుగురు పురుగుల్లా అక్కడకు వచ్చి వాలిపోతున్నారు త్రాగుబోతు చోదకులు. పట్టుకుంటుంటే పరుగెత్తుకొచ్చిన వీధికుక్కలు మున్సిపాలిటీ బోనులో ఎంత బుద్ధిగా ఉంటాయో, అంతగా అక్కడకు వచ్చిన మందు బాబులు టెస్ట్ లు చేయించుకుని ఓవైపు నిలబడిపోతున్నారు ట్రాఫిక్ పోలీసుల ట్రీట్మెంట్ కోసం.

"ఛ!" అనుకుంటూ ఆపాడు శ్రీధరన్ దొరికిపోయినవాడిలాగా. ఎంతో వినయంగా వచ్చి ధైర్యంగా టెస్ట్ చేయించుకున్నాడు. డ్రగ్స్ తీసుకునేవాడు బ్రీథ్ ఎనలైజర్ కి దొరకడం కష్టం.. అయినా ఎందుకో అనుమానం వస్తోంది సులేమాన్ కి అతని ప్రవర్తన చూస్తుంటే. తూలుతూ నడుస్తోంటే గట్టిగా పట్టుకుని బ్లడ్ శాంపిల్ తీయమన్నట్టుగా సైగ చేశాడు సులేమాన్. వెనుకంజ వేశాడు శ్రీధరన్. "ఒక్క నిమిషం" అంటూ ఫోన్ లో ఎవరితోనో మాట్లాడాడు శ్రీధరన్. ఓ చేత్తో శ్రీధరన్ ను పట్టుకుని అప్పుడే అక్కడకు వచ్చిన వేరే కేసును పరిశీలిస్తున్నాడు సులేమాన్.

నింపాదిగా ఫోన్ ను సులేమాన్ కి ఇచ్చాడు శ్రీధరన్ మాట్లాడమంటూ. సులేమాన్ కి చిర్రెత్తు కొచ్చింది.వెంటనే ఫోన్ తీసుకుని క్రిందికి విసిరేయబోతుంటే, "సార్! అది మినిస్టర్ సార్ ది.. వాళ్ళబ్బాయి నేను చాలా క్లోజ్ ఫ్రెండ్స్.. ఎందుకు సార్! సమస్యలు కొని తెచ్చుకుంటారు" హెచ్చరించాడు శ్రీధరన్. సులేమాన్ ఫోన్ తీసుకుని మాట్లాడబోతుంటే, కదులుతున్న శ్రీధరన్ కారును చూపిస్తూ సులేమాన్ కి సైగ చేశాడు సారంగపాణి. అదేదో చూడమన్నట్టుగా సైగ చేశాడు సులేమాన్ ఫోన్ లో మంత్రిగారి కాల్ ను కట్ చేసి తనూ ముందుకు కదిలాడు.

సారంగపాణి కారు వెనుక డోర్ తీయబోయేంతలో, ఓ రెండు కాళ్ళు డోర్ గ్లాస్ ను పగులగొట్టుకుంటూ బయటకు తన్నుకొచ్చాయి, ఊహించని ఈ హఠాత్ పరిణామానికి ఓ క్షణం దిమ్మెరపోయి వెనుకకు పడిపోయాడు సారంగపాణి. పగిలిన గ్లాస్ డోర్ లోనుండి కట్టిన తాళ్ళను విప్పుకోవడానికి ఓడుతున్న నెత్తురుని సైతం లెక్క చేయకుండా పెనుగులాడుతున్నై ఆమె కాళ్ళు. పారిపోబోతున్న శ్రీధరన్ ను తన పోలీస్ స్టైల్లో మెడమీద వేశాడో దెబ్బ సులేమాన్..వెళ్ళుతున్నవాడల్లా ధభేల్ మంటూ క్రింద పడిపోయాడు శ్రీధరన్. చేతులు వెనుకకు విరిచి సంకెళ్ళు వేసేశారు అక్కడున్న సిబ్బంది.

కార్ డోర్ ను తీసిన సారంగపాణి మమ్మీలా ప్లాస్టిక్ టేప్ తో చుట్టిపడేసున్న ఆమెను చూసి అవాక్కయ్యాడు. ఏం జరిగిందో తెలీక తూలుతూ కార్ డోర్ తీశాడు సందన్. చుట్టూ మూగిన మీడియా ఫ్లాష్ లైట్ ధాటికి తట్టుకోలేక చేతులు అడ్డుపెట్టుకొంటూ, పారిపోయే వీలులేక పోలీసులతో సంకెళ్ళు వేయించుకున్నాడు.

వెంటనే అంబులెన్సులో ఆసుపత్రికి తరలించాడు ఆమెను సులేమాన్. అప్పటిదాకా శ్రీధరన్, నందన్ లను కవర్ చేస్తున్న మీడియాను ప్రోత్సహించిన సులేమాన్ అంబులెన్సు లోకి తరలిస్తున్న ఆమె వైపు వాళ్ళ దృష్టి పడేసరికి ఉగ్రుడయ్యాడు. మీడియా నా!... తొక్కా!! అంటూ తన సిబ్బంది చేత లాఠీలకు పని చెప్పించాడు. గుంపును చెదరగొట్టిన తర్వాత సద్దుమణిగిన గోలను గుర్తుచేస్తూ మ్రోగింది శ్రీధరన్ అక్కడ పారేసుకున్న సెల్ ఫోన్. లిఫ్ట్ చేశాడు సులేమాన్.ఇందాకటి మినిస్టర్ ఫోన్. ఎంత ప్రేమో శ్రీధరన్ మీద అనుకుంటూ లిఫ్ట్ చేశాడు. "మళ్ళీ ఓసారి ఆ పోలీసోడికివ్వు" అంటున్న మినిస్టర్ తో

"సార్ నమస్తే. ఆ పోలీసోడ్ని నేనేసార్.. చెప్పండి"అంటూ నొసలు చిట్లించాడు సులేమాన్

"ఇదిగో DSP! వాడు మనోడే.. వదిలేయ్ వాడిని.వదిలేసిన తర్వాత వాడితో మాట్లాడించు." అన్నాడు అవతల ఫోన్ లో మినిస్టర్.

"హలో! హలో!! సార్ మీ వాయిస్ మీడియాకు సరిగా వినపడటం లేదంటా.. ప్లీజ్ సార్ స్పీకర్ పెడతా.. మాట్లాడరా ప్లీజ్" అంటూ సెల్ ఫోన్ ని స్పీకర్ ఆన్ చేసి మీడియా ముందుంచాడు సులేమాన్. టక్కున కట్ చేశాడు మినిస్టర్.

డర్టీ రోగ్ అంటూ కసితీరా తిడుతూ మీడియా నుద్దేశించి "బై ఫ్రెండ్స్.. మినిస్టర్ పేరు నాగలింగం.. ఇక హోరెత్తిచ్చండి టీవీలను. హవ్ ఎ నైస్ బ్రేకింగ్ న్యూస్" అంటూ శ్రీధరన్, నందన్ లను జీప్ లోపలి త్రోసి, జీప్ ఎక్కి అంబులెన్స్ ను అనుసరించాడు సులేమాన్.

* * *

తార కోసం ఎదురుచూస్తున్న రేవతికి ఇంటి ముందుకు పోలీసులు వచ్చేసరికి గుండె ఓ సారి ఆగి గబగబా కొట్టుకోవడం ఆరంభించింది.పోలీసులు చెప్పిన విషయం విన్నాక ఆమె కాళ్ళు అప్రయత్నంగానే వాళ్ళను అనుసరించాయి.

SI కి ఎదురుగా కూర్చున్న తారకు రేవతి రాకతో ఒక్కసారిగా దుఖం ముంచుకొచ్చింది.ఒక్క ఉదుటున లేచి రేవతిని అల్లుకుపోయి భోరుమంటూ ఏడుస్తూ కన్నీళ్ళ పర్యంతమైంది. కాళ్ళకు తగిలిన దెబ్బలకు ఓర్వలేక నిలబడలేకుంది తార.

పడిపోబోతున్న తారను ఓ బెంచి పై కూర్చోబెట్టింది రేవతి. షాక్ నుండి ఇంకా తేరుకోలేదు రేవతి. వెర్రిగా చూస్తూ రేవతిని ఆపాదమస్తకం తడిమేస్తోంది. గమనించాడు సులేమాన్.

“డోంట్ వర్రీ అమ్మా. పేద్ద ప్రమాదం తప్పింది నీ కూతురికి. ఏమీ కాలేదు. కొంచం పెనుగులాటలో కాళ్ళకు గాయాలైయ్యాయి అంతే.” రేవతిని చేరుకుంటూ అన్నాడు సులేమాన్

కృతజ్ఞతతో రేవతి కళ్ళలో నీళ్ళు నిండుకుంటుంటే పైకి లేచి రెండు చేతులెత్తి మ్రొక్కింది. అది మా డ్యూటీ అన్నట్టుగా నవ్వాడు సులేమాన్. తారను బుజం పట్టుకుని లేపి బయటకు తీసుకెళ్ళడానికి వెళ్తూ మరొక్కసారి స్టేషన్ అంతా కలయ చూస్తూ కృతజ్ఞతలు చెప్పింది రేవతి.

“అమ్మా. తారతో కొంచం ఫార్మాలిటీస్ ఉన్నాయ్. పూర్తైన తర్వాత నేనే మిమ్మల్ని ఇంటికాడ దించుతాను.. కాసేపు ఆగండి” వెళ్ళబోతున్న ఆమెను ఆపాడు సులేమాన్.

“ఫార్మాలిటీస్ ఏంటండీ... ప్లీజ్ అవేమొద్దు.. పిల్ల బ్రతుకు అల్లరవుతుంది. ప్లీజ్ వదిలేయండి” గొంతు బాధతో జీరపోతుండగా వేడికోలుగా అంది రేవతి.

“నాకు తెలుసు అమ్మా. అందుకే మీడియా కళ్ళలో పడకుండా తీసుకొచ్చాను. కాని ఈ బద్మాష్ గాళ్ళకు కఠినమైన శిక్ష పడాలంటే తప్పదు... మీ అమ్మాయి పేరు కూడా బయటకి రాదు. నన్ను నమ్మండి. లేదు అంటే ఆ వెధవలు చెప్పినట్టు రాయాల్సి వస్తుంది. మీ ఇష్టం” అన్నాడు సులేమాన్

“ఏం చెప్పారు?” విస్మయంగా చూసింది రేవతి

“వాళ్ళు మీ అమ్మాయిని బుక్ చేసుకున్నామని” సులేమాన్ నోటినుండి ఆ మాటలు వచ్చీరాగానే ఒళ్ళంతా చీమలు జెర్రులు ప్రాకినట్టైయింది రేవతికి.. ఆవేశంతో “ఎక్కడ ఆ నా కొడుకులు”అంటూ పళ్ళు పటపట కొరుకుతూ ఓ కానిస్టేబుల్ చేతిలోని లాఠీని తీసుకునీ వాళ్ళ కోసం చుట్టుప్రక్కల చూడసాగింది. సెల్ వైపు వెళ్ళబోతున్న ఆమెను వారిస్తూ “దానికి మేమున్నాం.. మీ అమ్మాయిని ఓ సంతకం పడేయమని చెప్పండి.. ఆ వెధవల సంగతి మేం చూసుకుంటాం” చేతిలోని లాఠీని కసిగా పిసికేస్తూ అన్నాడు సులేమాన్.

కోపంగా చూస్తూ తారకు సైగ చేసింది సంతకం పెట్టమన్నట్టుగా. ఇక వీళ్ళను ఎవరూ రక్షించలేరన్నట్టుగా చూస్తున్నె అక్కడి పోలీసు సిబ్బంది కళ్ళు. కాపాడే వాడి కోసం బేలగా చూస్తున్నారు నందన్, శ్రీధరన్ లు.

* * *

సహదేవరెడ్డి. అధికార పార్టీ రాష్ట్ర అద్యక్షుడు. రాబోయే ఎలక్షన్స్ లో సీట్ల పంపకంలో తలమునకలై ఉన్నాడు. పార్టీ ఆఫీసుకు వెళ్ళే తీరిక కూడా లేక ఇంటివద్దనే అన్ని పనులు చక్కబెడుతున్నాడు. ఈ రోజు ప్రెస్ మీట్ తన ఇంటివద్దనే ఏర్పాటు చేశాడు. ఎదురుగా కూర్చున్న విలేఖరుల కంటే, ఆత్రంగా ఎదురు చూస్తున్నె వేదికపై మోకరిల్లిన మీడియా మైక్ లు..ఎదపై కండువా సవరించుకుంటూ అందరివంకా చూస్తూ ఓ పొలిటికల్ నవ్వుతో వచ్చి కూర్చున్నాడు అధికార పార్టీ అధ్యక్షుడు సహదేవరెడ్డి.

తన పార్టీ చేప్పట్టిన అభిరుద్ధికార్యక్రమాల గురించి, పేదల సంక్షేమ కార్యక్రమాల గురించి ఊకదంపుడు ఉపన్యాసం అందుకున్నాడు సహదేవరెడ్డి. తన ప్రతీ విజయం వెనుక తన అధిష్టానం పాత్ర గురించి గొప్పగా చెబుతూ వాళ్ళను ఆకాశానికి ఎత్తేస్తూ రాష్ట్రంలో తన స్థానాన్ని మరింత సుస్థిరం చేసుకోవడానికి తన శాయశక్తుల ప్రయత్నం చేస్తున్నాడు. ప్రతి పక్షనాయకుని ఆరోపణలను. విమర్శలను దుయ్యబట్టాడు కాసేపు. ఇక ఎలక్షన్ల మీదకు వెళ్ళింది అతని ప్రసంగం. ప్రజలు మెచ్చిన నాయకుడినే ఈ ఎలక్షన్లలో నిలబెడుతున్నట్టు, ఈ సారికూడా తన పార్టీ గెలుపు తథ్యమన్నట్టు చెప్పుకు పోతున్నాడు.

ఓ ఉంపుడుకత్తే మీడియా విలేఖరి అడిగాడు "సార్.. ఈసారి CM పదవికి మీ అభ్యర్ధిత్వం ఖరారయినట్టేనా"

"మా అధిష్టానం ప్రజలు మెచ్చిన నాయకుడినే నిలబెడుతుంది.. అది మా అధిష్టానాన్ని అడగాల్సిన ప్రశ్న.. ఈ ఎలక్షన్లలో మా పార్టీని గెలిపించడమే నా కర్తవ్యం."

"ప్రస్తుత రాజకీయాల్లో ప్రజాకర్షణ ఉన్న నాయకుడు మీరేకదా.. మిమ్మల్ని ఎక్స్పెట్ చేయొచ్చా" అడిగాడో విలేఖరి.

"అయ్యా. అడిగిన ప్రశ్నలే మళ్ళీమళ్ళీ అడుగుతారెందుకు.. ప్రజలు కోరుకుంటే మీరనుకున్నట్టుగానే జరుగుతుంది. ఈ పదవి నా అధిష్టానం కట్టబెట్టింది. ఈ నాయకత్వం ప్రజలు నిలబెట్టింది" ప్రసన్నంగా ముగించాడు సహదేవరెడ్డి. తన PA వచ్చి అతని చెవిలో ఏదో చెప్పడంతో ఇక సెలవ్ అంటూ వెళ్ళబోతున్న అతన్ని ఆపుతూ విలేఖర్ల లోంచి దూసుకొచ్చింది ఓ ప్రశ్న.

"సార్.. వీరేశం గౌడ్ అదృశ్యం వెనుక మీ హస్తముందని అందరూ అనుకుంటున్నారు.. దీనికి మీ సమాధానం" అది ఇప్పుడిపుడే పురుడు పోసుకుంటున్న ఓ అనామక పత్రిక తన ఉనికి కోసం విప్పిన గొంతు.

తన్ను కోస్తున్న కోపాన్ని అదిమి పెట్టుకుంటూ "అయ్యా.. వీరేశం గౌడ్ ఓ కార్మిక నాయకుడు.. జనం నాడి బాగా తెలిసినవాడు. అటువంటి నాయకుడు మా పార్టీ తరఫున పోటీ చేస్తే మా ప్రతిష్టే పెరుగుతుంది. ఇది ఓర్వలేని ప్రతిపక్షాలను అడగండి ఈ ప్రశ్న. సమాధానం వాళ్ళ దగ్గర దొరుకుతుంది." అన్నాడు సహదేవరెడ్డి.

"అదికాదు.. సార్. మీరు పారిశ్రామికవేత్త జగన్నాధంతో కమిట్ అయి వీరేశం గౌడ్ ని పక్కన పెట్టారన్న విమర్శ ఉంది. మీరు ఇవ్వననే సరికి రెబల్ గా మారి మిమ్మల్ని బెదిరించినట్టు వార్తలొస్తున్నై.. దీనికి మీరేమంటారు??.." అనుభంద ప్రశ్న వేశాడా విలేఖరి.

"మీకు సినీ రైటర్ గా మంచి భవిష్యత్తు ఉంది.. నాకు తెలిసిన వాళ్ళు సినీ పరిశ్రమలో చాలామంది ఉన్నారు. మీకు నేను తప్పక సాయం చేస్తాను...ఇక సెలవ్" అంటూ విసావిసా లోపలి వెళ్ళిపోయాడు సహదేవరెడ్డి.

* * *

తన ఛాంబర్లోకి వెళుతూ లోపల తన కోసం ఎదురుచూస్తూ కూర్చునివున్న CBI ఆఫీసర్ లకు వినమ్రంగా నమస్కరించి తన సీట్ లో కూర్చున్నాడు సహదేవరెడ్డి.

తనతో పాటు వచ్చిన తన అనుచరులను ఓ చిన్న కనుసైగతో బయటకు పంపేశాడు సహదేవరెడ్డి. ఇక విషయానికి రమ్మన్నట్టుగా చూశాడు సిబిఐ వాళ్ళ వైపు.

"వీరేశం గౌడ్ మిస్సింగ్ విషయంలో మిమ్మల్ని విచారించడానికి వచ్చాం.. జస్ట్ మీమీద అనుమానంతోనే.. మేమడిగిన కొన్ని ప్రశ్నలకు మీరు సమాధానమిస్తే సరిపోతుంది.. ఏదైనా మాకు రికార్డెడ్ గా ఉండాలికదా.."

అడగండి అన్నట్టుగా ముందుకు వాలి టేబుల్ మీద చేతులు అన్చాడు సహదేవరెడ్డి వాళ్ళ వైపు ఆసక్తిగా చూస్తూ.

"సహదేవరెడ్డి గారు.. మీ పార్టీ వ్యవహారం మీ ఇష్టం. వీరేశం గౌడ్ కి టికెట్ వ్యవహారంలో మీ నిర్ణయాన్ని మీము తప్పు పట్టడం లేదు.. అతను మీకు రెబల్ గా మారినపుడు మీ కార్యకర్తను మీరు అదుపులో ఉంచుకోవడం గురించి కూడా మేము మిమ్మల్ని ప్రశ్నించలేం. కానీ అతను మీ పర్సనల్ విషయాన్నీ అడ్డం పెట్టుకుని మిమ్మల్ని బ్లాక్ మెయిల్ చేసినట్టు, మాదగ్గర ఆధారాలున్నై. అందులో ఈ ఫోటోలో ఉన్న వ్యక్తి ఒకరు. ఈవిడకు మీకు ఏం సంభందమో మీరు చెప్పగలికితే మీ మీదున్న అనుమానాలన్నీ చెరిగిపోతాయ్. మీ రాజకీయ జీవితానికి ఎటువంటి ఆటంకమూరాదు. పైగా మీరిపుడు CM రేసులో ఉన్నారు..." అర్ధోక్తిగా ముగించాడు సిబిఐ ఆఫీసర్ మనోజ్ కుమార్ శర్మ.

మనసులోని భావాన్ని తొక్కిపెట్టడంలో దిట్ట సహదేవరెడ్డి. చాలా మామూలుగా చేతిలోకి తీసుకున్నాడు ఫోటోని. ఫోటో లో రేవతిని చూసి బెదిరిన కళ్ళను కళ్ళజోడు వెనుక, గుండెలోని అలజడిని తన ఖద్దరు కండువా వెనుక దాచి నొసలు చిట్లిస్తూ.."సారీ ఈమెవరో నాకు తెలీదు.." అంటూ తిరిగి ఇచ్చేశాడు సహదేవరేడ్డి.

"మరి ఈమెను వీరేశం గౌడ్ మీదగ్గరకు తీసుకువచ్చినట్టు మాకు సమాచారం. మీ CC టీవీ ఫుటేజేస్ లో చూశాం." దీని విషయమేమిటన్నట్టుగా చూశాడు మనోజ్ కుమార్ శర్మ.

"చూడండి సార్.. నన్ను కలవడానికి నా ప్రజలు రోజు ఎందఱో వస్తుంటారు. వచ్చిన ప్రతీ ఒక్కరూ మీకు తెలుసా అని మీరడిగితే నేనేం చెప్పను." నింపాదిగా సమాధానమిచ్చాడు సహదేవరెడ్డి.

సాలోచనగా పైకి లేచారు సిబిఐ వాళ్ళు ఇక వెళతామన్నట్టుగా.

"సారి సహదేవరెడ్డి గారు.. మాకొచ్చిన కంప్లైంట్ లో భాగంగా మిమ్మల్ని ప్రశ్నించాల్సివచ్చింది.. ఇట్స్ అవర్ డ్యూటీ" అన్నాడు మనోజ్ కుమార్ శర్మ.

"ఇట్స్ ఓకే" అన్న సహదేవరెడ్డితో కరచాలనం చేసి వెనుదిరిగిన మనోజ్ కుమార్ శర్మ గోడపై దండవేసిఉన్న ఓ ఆవిడ ఫోటో చూసి చివాలున వెనుదిరిగాడు.

"సార్ ఆ ఫోటో ఎవరిదీ??" చాలా ఆసక్తిగా అడిగాడు మనోజ్ కుమార్ శర్మ.

"అది నా మొదటి భార్యది.. ఎందుకలా అడుగుతున్నారు?" విస్మయంగా చూశాడు సహదేవరెడ్డి

మనోజ్ కుమార్ శర్మ తన భ్రుకుటి ముడి విప్పకుండానే "అః ఏమీ లేదు.ఇందాక నేను చూపించిన ఫోటలో ఉన్న ఆవిడ దగ్గర అచ్చు ఇలాంటి పోలికలున్న అమ్మాయిని చూశాను. అందుకే.. మరేం లేదు." అంటూ అక్కడినుండి వెళ్ళిపోయాడు మనోజ్ కుమార్ శర్మ ఎదో విషయాన్ని పట్టేసినట్టుగా.

తన భార్య లాగా ఓ అమ్మాయి ఉండటమేమిటి.. అదీ రేవతి దగ్గర..కొంపదీసి పురిట్లోనే మాయమయిన తన కూతురు కాదుకదా... ఆ ఆలోచన రాగానే సహదేవరెడ్డి ఒళ్ళంతా చమటలు పట్టేసాయి. కడువాతో చమటను తుడుచుకుంటూ కూలబడిపోయాడు కుర్చీలో..

పొత్తిళ్ళలో ఉన్న తన కూతురు మాయమవడం భరించలేకే, వేదన పడీపడీ నీరసించి చనిపోయింది తన భార్య. అంటే?!!... తన కూతురిని రేవతే తీసుకెళ్ళిందా?.. ఆ ఊహకే జలదరించింది సహదేవరెడ్డి ఒళ్ళు. తను ఆమెకు చేసిన ద్రోహానికి ఈ విధంగా పగ తీర్చుకుందా.. తలచుకుంటేనే మైండ్ బ్లాంక్ అయిపోతోంది. రేవతి చేసిన పని తలచుకుంటుంటే ఊపిరాడటంలేదు.. కాళ్ళ క్రింద నేల కదిలిపోతుంటే.. రక్తపోటు పెరిగిపోతోంది.

గబగబా గ్లాసులో నీళ్ళు ఓంపుకుని టాబ్లెట్ వేసుకున్నాడు సహదేవరెడ్డి దిమ్మెరబోయి.

* * * * *

23

"ఉమా.. బాగున్నానే.. అంతా ఒకే.. ఎందుకే ఒకేసారి పెళ్ళైన తర్వాత అబ్రోడ్ కెళ్ళిపోతాం. ఇక అక్కడే సెటిల్ అవుదామనుకుంటున్నా......" టీవీ చూస్తూ తన ఫ్రెండ్ ఉమా మహేశ్వరీతో మాట్లాడుతోంది యామిని.. ఇంతలో ఓ న్యూస్ చానల్ లో ఓ స్క్రోలింగ్ చూసి రిమోట్ తో సౌండ్ పెంచుతూ.."ఉమా!... ఉమా!.. ప్లీజ్ నేనో ఫైవ్ మినిట్స్ తర్వాత చేస్తానే" అంటూ ఫోన్ కట్ చేసి ఒళ్ళంతా కళ్ళు చేసుకుని టీవీ వైపే చూస్తూ ఉండిపోయింది.

".... పరారీలో రిమాండ్ ఖైదీ శ్రీధరన్.. కోర్టుకు తరలించే టైములో పోలీసుల కళ్ళు కప్పి పరారైన వైనం..." బ్రేకింగ్ న్యూస్ వస్తోంది ఆ చానల్ లో.

వెంటనే శశాంక్ కు ఫోన్ చేసింది యామిని.

"ఆ అదా... గురు శిష్యులిద్దరూ అరెస్ట్ అయ్యారు మొన్న డ్రగ్ కేసులో. మా బాస్ ఏదో తంటాలు పడి బెయిల్ మీద బయట తిరుగుతున్నాడు.. మేము ఉద్యోగం చేసుకుంటున్నాం" చాలా సరదాగా ఏదో సిప్ చేస్తూ అన్నాడు శశాంక్.

చిత్రంగా అనిపించింది యామినికి. ఇంత సీరియస్ విషయం ఇంత క్యాజువల్ గా తీసుకోవడం.. ఇదే విషయం అడిగింది యామిని.

పెద్దగా నవ్వాడు శశాంక్ "పిచ్చి యామిని.. ఇలాంటి విషయాలు మామూలే ఇటువంటి వెధవలకు. ఆ శ్రీధరన్ గాడికి బాగా అయ్యింది. మా బాస్ వాడ్ని బాగా వాడుకున్నాడు, ఇప్పుడు వదిలేశాడు.. చేసుకున్నోళ్ళకు చేసుకున్నంతని... అలాగే జరగాలి నాయాళ్ళకు. ఇకనా ఉద్యోగమంటావా, మనిద్దరికీ వీసా పాస్పోర్ట్ లు వచ్చేశాయ్."

"మరి నాకు చెప్పలేదేం."

"నువ్వు హాస్పిటల్లో ఉన్నప్పుడే వచ్చేశాయ్. నీకపుడు చెబితే ఆనందించే పరిస్థితుల్లో ఉన్నావా??..అదేదో తార పిచ్చి పని చేయబట్టి సరిపోయింది.. లేకుంటే ఈ

విషయం ఎప్పటికీ చెప్పే అవసరముండేది కాదేమో.. అయినా మీ ఆడవాళ్ళకెందుకే అంత జలసి. అదేదో తార నన్ను ముద్దు పెట్టుకున్నంత మాత్రాన నన్నెగరేసుకు పోతుందనా.. అయినా మనకు మంచే జరిగిందిలే. దాని జీవితంలో మనకు చేసిన మంచి పని ఇదొక్కటే..." శశాంక్ చెప్పుకు పోతుంటే

"అవును తారంటే గుర్తొచ్చింది.... తారేంటి ఈమధ్య... ఫోనూ లేదు పాడు లేదు. అసలేమైంది అది.." అడిగింది తార.

"ఇప్పుడు దాని గోలెందుకు గాని.... టైం కి మందులేసుకుంటున్నావా లేదా.." ఆవిషయాన్ని అంతటితో ఆపేశాడు శశాంక్

"ఆ.. సరే ఇక ఉంటా" ఫోన్ పెట్టేసింది యామిని నిట్టూరుస్తూ. తనకు పునర్జన్మనిచ్చిన తారను శశాంక్ మరీ అంత తేలికగా తీసి పారేయడం నచ్చడంలేదు. తార ప్రేమ స్వచ్ఛమైనది..ఎటువంటి స్వార్థం లేనిది..తను ప్రేమించిన వాళ్ళు ఆనందంగా ఉండాలనుకునేది.. తనకు యాక్సిడెంట్ అయినపుడు తనమీద చూపించిన అభిమానం, చేసిన సేవ కేవలం శశాంక్ మీదున్న ప్రేమవల్లే... శశాంక్ ఇది అర్థం చేసుకోలేకపోతే పోయాడు. ఇలా తేల్గ్గా తీసిపారేయడం సుతరామూ నచ్చలేదు యామినికి.

తారకు రెండు మూడు సార్లు కాల్ చేస్తే సమాధానం లేదు. మళ్ళీ ఏదో జరిగింది ఇద్దరిమధ్య అనుకుంది యామిని... ఊరకుండబుద్దేయలేదు. మళ్ళీ కాల్ చేసింది.. ఈసారి రేవతి లిఫ్ట్ చేసింది,

"అంటీ!. నేను యామినిని.. ఎలాఉన్నారు.. తారేది అస్సలు ఫోన్ చేయడం మానేసింది."

మౌనంగా ఉండిపోయింది రేవతి

"అంటీ.. ఆంటీ.. ఏమైనా ప్రాబ్లమా.." అంది యామిని

"లేదమ్మా.. ఎలావుంది నీ ఆరోగ్యం.." అంటూ విషయం చెప్పడం ఇష్టంలేక దాటేసింది రేవతి

“బాగుంది..ఓసారి ఫోన్ తారకివ్వరా...” అని యామిని అంటూనే తారకి ఇచ్చింది ఫోన్ ని రేవతి.

“ఏమై పోయావే ముద్దు... నన్ను చూడటానికి ఒక్కసారికూడా రాలేదు...” యామిని ఎంత సరదాగా మాట్లాడడానికి ప్రయత్నించినా తార ముక్తసరిగా సమాధానమిస్తోంది..

“ఏమైందే నీకు..” అంది యామిని. తార మాట్లాడుతున్న ప్రతీసారి ఆమె గొంతులో వణుకు యామినిలో ఎన్నో సందేహాలను రేకెత్తిస్తోంది. వదలలేదు యామిని. తారను గ్రుచ్చి గ్రుచ్చి అడిగేసరికి.. ఇక ఉండబట్టలేక ఒక్కసారిగా ఏడ్చేసింది తార.. ఆమెలో గూడుకట్టుకున్న దుఖం యామిని ఓదార్పు మాటలతో ఒక్కసారిగా వెల్లుబుకింది. జరిగినదంతా చెప్పింది యామినికి. ఆమె పట్ల జరిగిన అమానుషం కంటే, శశాంక్ తనను ఈసడించుకోవడం ఎక్కువ బాధ పెట్టినట్టుంది. మొట్ట మొదటిసారిగా శశాంక్ మీద యామినికి విపరీతమైన కోపం వేసింది.

* * *

గంటలు కాదు..రోజుల తరబడి గెస్ట్ హౌస్ లో కుర్చునిత్రాగుతూ ఉన్నా తనకు జరిగిన అవమానం మద్యం మత్తును దరిచేరనివ్వడం లేదు. జరిగిన సంఘటన మరచినా మరపురాకుంది. త్రాగి త్రాగి విసుగెత్తి చేతిలోని మద్యం గ్లాసును కసిగా విసిరికొట్టాడు నందన్. తను తిన్న అప్ప్రతిష్ట మరిచిపోవాలంటే ఈ మందు సరిపోదు.. ఇంతకు మించి కావాలి. అది కావాలంటే శ్రీధరన్ రావాలి..వాడిక బయటకు వచ్చే మార్గం లేదు. తనకు డ్రగ్స్ దొరికే అవకాశం లేదు... తల నొప్పి భరించలేదున్నాడు నందన్. ఇది చాలదన్నట్టు తార కిడ్నాప్ కేసు. ఏదో విధంగా పరపతినుపయోగించి బెయిల్ పై వచ్చాడు.. కానీ పూర్తిగా కేసునుండి బయట పడడం ఎలా.. ఎలా.. ఎంత ఆలోచించినా మార్గం దొరకడం లేదు. తను ఎప్పుడో శ్రీధరన్ ను వదిలించుకోవాల్సింది. ఆడవాళ్ళ పిచ్చి తననింతవరకు తెచ్చింది.ఇపుడీ సమస్యనుండి బయటపడటం ఎలా.. ఎలా.. తీవ్రంగా ఆలోచిస్తున్నాడు నందన్.

ఇన్నాళ్ళు శ్రీధరన్ మీద ఆధార పడ్డాడు.. శ్రీధరన్ చూపించే ఆడవాళ్ళ మాయలో పడి, కొన్ని సార్లయితే తను ఆలోచించడమే మానేశాడు ...మళ్ళీ వాడే రావాలా?... కణతలు నొక్కేసుకుంటున్నాడు సందన్. చేతి వ్రేళ్ళ మధ్య కాలుతూ చురుక్కుమన్న

సిగరెట్ ను దూరంగా విసిరేస్తూ అలవోకగా చూశాడటువైపు. చూసి ఓ క్షణం చలించి పోయాడు తనవెన్నులో ఎవరో కరెంట్ షాక్ ఇచ్చినట్టు.

తన ఎదురుగా శ్రీధరన్. శ్రీధరన్ కళ్ళలో కసి, పంటి బిగువున పీక కోరికేద్దామన్న కోపం నందన్ అంతవరకూ త్రాగిన మందును వాంతి చేసుకునేట్టు చేసింది. ఆవకాశం వదల్లేదు శ్రీధరన్. వాంతితో పాటు తూలీ పడిపోయిన నందన్ మెడమీద కాలువేసి కసిగా తొక్కాడు.. ఊపిరాడక గొంతుపెగలక గింజుకోసాగాడు నందన్.

సొమ్మసిల్లిన నందన్ ను జుట్టు పట్టుకుని పైకి లేపాడు శ్రీధరన్.

“కుక్కలకు మాత్రమే విశ్వాసం ఉంటుంది.. మనుషులకు కాదని మరోసారి నిరూపించావు కదరా... వాడుకుని వదిలేస్తావురా నన్ను..” అంటూ కసిగా పిడికిలి బిగించి నందన్ కడుపులో గ్రుద్దాడు గట్టిగా. అప్పటిదాకా గొంతుపట్టుకుని ఊపిరి తీసుకోవడానికి దగ్గుతున్న వాడల్లా ఉంగలు చుట్టుకుపోయి రెండు చేతులతో కడుపు పట్టుకుని మళ్ళీ వాంతి చేసుకున్నాడు నందన్. అయితే ఈ సారి పీకలదాకా త్రాగిన మందును కాదు, కడుపులో ప్రేగులు నలిగి బయటకు చిమ్మిన రక్తాన్ని.

ఎర్రటి రక్తం.. శ్రీధరన్ కళ్ళలో క్రౌర్యాన్ని మరింత పెంచింది.. చివాలెత్తినట్టు అరుస్తూ అంతవరకూ జీన్ ఫ్యాంట్ లో దాచుకున్న కత్తిని తీసి కసితీరా నందన్ కడుపులో పొడిచాడు.. గొంతుపెగిలే ఆవకాశం లేక ఉన్న ఫళంగా కుప్పకూలిపోయాడు నందన్. కడుపులో గ్రుచ్చుకున్న కత్తిని అమాంతంగా పెరికాడు శ్రీధరన్. నందన్ ప్రేవులను పరపరమని కోస్తూ బయటకు వచ్చింది కత్తి. డ్రగ్ మత్తులో విచక్షణ కోల్పోయి నందన్ గుండెలపైన పొడవడానికి సిద్ధపడ్డాడు శ్రీధరన్. తళతళలాడే కత్తి రుధీరంతో తడిసి మరింత కర్కశంగా మెరుస్తోంది శ్రీధరన్ కళ్ళలో.

పళ్ళు పటపటమని కొరుకుతూ కసిగా పైకి లేపాడు కత్తిని శ్రీధరన్. నందన్ గుండెల్లో దించబోయెంతలో అక్కడి దృశ్యాన్ని చూసి పనిమనిషి పెద్దగా కేకలు వేసేసరికి కత్తిని దూరంగా విసిరేసి పనిమనిషిని త్రోసుకుంటూ వింటి నుండి వదిలిన భాణంలా దూసుకెళ్ళి.. చీకట్లో కలిసిపోయాడు శ్రీధరన్.

* * *

అది ఓ పాడుబడ్డ లోకో పవర్ ప్లాంట్. పూర్వం బ్రిటిష్ పాలనలో డీజిల్తో నడిచే పవర్ ప్లాంట్ లను మైంటైన్ చేసేవారు. కాల క్రమేణా అవి మూతపడ్డాయి. ఒకప్పుడు దాని చుట్టూ నగరం విస్తరిస్తే ఇపుడెమో ఉపయోగంలేని పవర్ ప్లాంట్ నుండి నగరం దూరంగా వెళ్ళిపోయింది. ఉన్న కాస్త మెషినరీ తీసేయగా మిగిలిన తుప్పు పట్టిన ఇనుప సామగ్రి, గబ్బిలాలకు ఆవాసం అయిపోయింది.దీంతో నగరం దాన్నుండి మరింత దూరంగా వెళ్ళిపోయింది. కేవలం ఇపుడది శ్రీధరన్ లాంటి గబ్బిలాలకు ఆవాసమైంది అడివిలా పెరిగిన చెట్లమధ్య.

సిగరెట్టులో వేసుకున్న డ్రగ్ ను చివరి పఫ్ ను పీలుస్తూ తనలోని మనిషిని దూరంగా పారద్రోలేస్తున్నాడు శ్రీధరన్. చూపు ఈ లోకాన్ని దాటి ఎక్కడికో వెళ్లిపోతుంటే, తమకంగా కళ్ళు మూసుకున్నాడు. ఇపుడు తను ఈ లోకంలో ఉన్నాడో లేడోనన్న సందిగ్ధం, ముసురుతున్న మత్తుని పదేపదే ప్రశ్నిస్తోంది మనసు.. సందేహం నివృత్తి చేస్తున్నట్టుగా మ్రోగింది శ్రీధరన్ ఫోన్. అంత మత్తులోనూ ఉలిక్కిపడ్డాడు శ్రీధరన్. తన సెల్ ఫోన్ నంబర్ ఎవరికీ తెలుసబ్బా అనుకుంటూ లిఫ్ట్ చేశాడు.

“సౌకర్యంగా ఉందా శ్రీధరన్..” గంభీరంగా మ్రోగింది ఓ గొంతు సెల్ ఫోన్ లో.

తటాలున లేచి తన చుట్టూ భయం భయంగా చూశాడు శ్రీధరన్.

“భయపడకు శ్రీధరన్..నీలాటి వాళ్ళను చేరదీయడమే నా ప్రవృత్తి. నువ్వో మంచి ఆయుధానివి.నాకు సరిగ్గా ఉపయోగపడితే బద్రంగా దాచుకుంటా.. ఆలోచించుకో..నేను మళ్ళీ ఫోన్ చేస్తా..” కట్ అయిపొయింది. ఎడారిలో ఒయాసిస్ లా ఉన్నాయి ఆ మాటలు. ఫోన్ కట్ అయింది అని తెలిసి కూడా ‘హలో హలో అంటూ ‘ పిచ్చి పట్టినట్టుగా ఆదుర్దాగా అడుగుతున్నాడు శ్రీధరన్ దొరికిన ఊతమేదో చేజారిపోతున్నట్టు.

ఎవరై ఉంటారని ఆలోచిస్తూ సిగరెట్టూ వెలిగించి రేలాక్సుడు గా షెడ్ నుండి బయటకు వచ్చాడు శ్రీధరన్. కాళ్ళకు ఎదో తగిలే సరికి సిగరెట్టును ఓ రెండు పఫ్ఫ్ లలో పూర్తి చేసి అవతల పారవేసి చూశాడు. అది బిర్యానీ, మందు, వాటర్ బాటిల్ ఉన్న క్యారి బ్యాగ్.. ఎవరో అదృశ్యశక్తి తన వీపు గట్టిగా చరిచినట్టైయింది. వెన్నులో సన్నగా వణుకు మొదలైంది. ఎవరైనా ఉన్నారేమోనని చుట్టుప్రక్కలకు పరుగెత్తి

పరుగెత్తి మరీ చూశాడు. ఎవరూ కనపడక పోయేసరికి, అలసిపోయి ఇంతకు ముందు తానున్న చోటికే వస్తుంటే మళ్ళీ మ్రోగింది శ్రీధరన్ ఫోన్.

ఆత్రంగా లిఫ్ట్ చేశాడు శ్రీధరన్."హలో హలో అంటూ మీరెవరంటూ" హైరానా పడుతోంటే, తెరలు తెరలుగా నవ్వు బిగ్గరగా వినిపిస్తోంది ఫోన్ లోనుండి.

"బీ కూల్ శ్రీధరన్..బీ కూల్.. నీ టార్గెట్ పూర్తి చేశావంటే నీకు మా అధికారం అండగా ఉంటుంది. ఎందుకంటే మాకు అధికారం చేజారకుండా చేయగలిగేది నువ్వే కనుక.." ఆశ్చర్యపోయాడు శ్రీధరన్

"ఇంతకూ మీరెవరు.."

"తెలుసుకోక పోవడం నీకే మంచిది.."

"ఐతే మిమ్మల్నెలా నమ్మడం"

మరింత పెద్దగా నవ్వింందా గొంతుక

"నమ్మకతప్పదు. ఎందుకంటే నీకు వేరే గత్యంతరం లేదు.."

"వాడుకున్న తర్వాత నన్ను లేపెయ్యరుగా.."

"మే బి.. పనిలో తేడా వస్తే. కాని ఈ పని చేయకుంటే రేపే పోలీసు ఎన్కౌంటర్ లో పోతావ్. మా కెపాసిటీ ఏంటో నీకిప్పటికే తెలిసుంటుందనుకుంటూన్నా.. నీకిదో గోల్డెన్ చాన్స్.నీ అదృష్టాన్ని పరిక్షించుకో."

"నాకు కొంచం టైం కావాలి"

"టైం లేదు నీకు" ఘర్జించిందా కంఠం. ఇందాకటి బుజ్జగింపు లేదు ఆ గొంతులో.

తలలోనుండి నుదుటిమీదకు కారిపోతున్న చెమటలను తుడుచుకుంటూ తడారిన గొంతుతో అన్నాడు శ్రీధరన్" నేనేం చేయాలి??.."

"నీ టార్గెట్ రేవతి!!!" నిశ్చయంగా ఆజ్ఞాపించింది ఆ కంఠం.

* * * * *

24

ఎందుకో వీధిలో అంత రద్దీగా ఉన్నా, అందరూ ఏదో పోగొట్టుకుని నడుస్తున్నట్టు అనిపిస్తోంది శశాంక్ కు. ప్రొద్దుపోకముందే వెలుగుతున్న వీధి దీపాలు మసక వెలుతురులో వెలవెలబోతున్నాయి. నెమ్మదిగా బైక్ డ్రైవ్ చేసుకుంటూ రూమ్ చేరాడు శశాంక్. తనకు ఇంతకాలం ఎంతో ఉత్సాహం నింపిన కంపెనీ ఇపుడు బాస్ నందన్ హాస్పిటల్ పాలవ్వడంతో మూతబడపోతుంది.. ఇది తలచుకుంటేనే ఎంతో బాధనిపిస్తోంది. తన రచనా వ్యాసంగానికి ఆర్థికంగా ఊతమిచ్చిన కంపెనీ ఇపుడు యజమానితో పాటు ఇబ్బందుల్లో పడింది.ఇంతకాలం తన కడుపులో చల్ల కదలకుండా ఉండబట్టే తనకిష్టమైన వ్యాపకాన్ని కొనసాగించగలిగాడు. శ్రీనాథ కవైనా పరిస్థితి బాగున్నపుడు ఒకలాగా, లేనపుకు ఇంకోలాగా వ్రాయడం ఇందుకేనేమో. పోతన కవి అతని బంధువైనా ఆధ్యాత్మికంగా ఉన్నందుకేమే.. ఎప్పుడూ ఒకేలాగా వ్రాయగలిగాడు. అంత స్థిరత్వం రావాలంటే దేవుడిని నమ్మాలా..?.... నమ్మకుండా ఇలా ఆలోచించడం శశాంక్ కు నవ్వు తెప్పిస్తోంది

శ్రీధరన్ గురించి ఎన్నోసార్లు బాస్ ను హెచ్చరించాడు. కానీ వాడి మత్తులోపడి వినిపించుకోలేదు. ఇపుడు అచేతనంగా వెంటిలేటర్ మీదున్నాడు. డాక్టర్ లు అతను బ్రతకడం కష్టమన్నారు.ఇంతకాలం బాస్ ను తిట్టుకుంటూ పనిచేసిన శశాంక్ ఇపుడు బాస్ బ్రతికితే బాగుండునని అనుకుంటున్నాడు. ఇదంతా ఎవరితో నైనా చెప్పుకుంటే బాగుండుననిపిస్తోంది. మెట్లెక్కుతూ చూశాడు శాంతమ్మ ఇంటివైపు. ఇంటికి తాళం వేసిఉంది. ఆవిడ ఇపుడుండి ఉంటే ఎంత బాగుండేది, కాస్తయినా మనసుకు విశ్రాంతిగా ఉండేది. ఈ ముసలావిడ ముసలావిడలా ఉండదు. కుర్రపిల్లలాగా అస్తమానం అటూ ఇటూ తిరుగుతూ ఉంటుంది. మనసులోనే సుతారంగా తిట్టుకుంటూ రూమ్ కి వెళ్ళిపోయాడు శశాంక్.

రూమంతా ఓ సారి కలయచూశాడు శశాంక్. అది ఎప్పటిలాగే ఉన్నా.. ఏదో నిస్సారంగా ఉన్నట్టనిపిస్తోంది ఇవ్వాళ. బహుశా బాస్ ను హాస్పిటల్లో వెంటిలేటర్ మీద చూడడం వల్లనేమో.

కాళ్ళకు షూ కూడా తీకుండా అలాగే వాలిపోయాడు బెడ్ మీద.ఫ్యాను ను ఎంత స్పీడు పెట్టినా, నీరసంగా కదులుతున్నట్టనిపిస్తోంది. ఇక లాభం లేదని స్నానానికి వెళ్ళాడు.

స్నానం చేసిన తరవాత మనసు కాస్త తేలిక పడింది.. అలా చల్లగాలికి బయటకువచ్చాడు యామినికి ఫోన్ చేయడానికి. తను హాస్పిటల్ కు వెళ్ళిన సంగతులు చెబుతూ, బాస్ మీద శశాంక్ ఎంతో జాలి కురిపిస్తోంటే, చాలా ఇబ్బందిగా అనిపించింది యామినికి. యామిని తను చెప్పినవాటన్నింటికి ఏదో ముక్తసరిగా సమాధానమిస్తుండేసరికి "మినీ! నేను చెప్పేది వింటున్నావ్ కదా." చెబుతున్నది ఆపేసి అడిగాడు శశాంక్.

దీనికీ యామిని సమాధానం "ఆ"అనే

"ఏమైంది నీకు.." అడిగాడు శశాంక్

"ఏమీ కాలేదు. కాసేపు మీ బాస్ మీద నీకున్న జాలి దయ పక్కన పెట్టి మాట్లాడితే.. బావుంటుంది..." కించిత్ కోపం ధ్వనించింది యామిన్ గొంతుతో

"ఏం ఏమైంది.." రెట్టించి అడిగాడు శశాంక్

"నీకేం చెబితే అర్ధమౌతుందీ... నీ ధోరణి నీదే..నిన్ను ప్రేమించే వాళ్ళను ప్రక్కన్ని పెడతావ్, నిన్ను వాడుకుని వదిలేసే వెధవల్ని నెత్తినెక్కించుకుంటావ్."

"ఏమైందే నీకు.. మీ ఆడవాళ్ళంతా ఇంతేనా.. ఏదీ సూటిగా చెప్పరా... స్ట్రైట్ ఏమైనా ఆర్డర్ పెట్టించమంటావా" కొంచెంలో గొంతుకతో అన్నాడు శశాంక్

"దేనికి" మూతి ముడుచుకుని మరీ అన్నట్టుంది యామిని

"అపుడైనా సుత్తి లేకుండా సూటిగా చెబుతావేమోనని.."

"వెధవ జోకులేయ్యకు.. ఒళ్ళుమండుకోస్తోంది నాకు.. మీ బాస్ పేరెత్తితేనే ఒంటి మీద చీమలు పాములు ప్రాకినట్టుంట్టుంది. పైగా వాడి మీద జాలి ఒకటి."

"అసలేమయిందే?.." సాగదీశాడు శశాంక్

"వాడు తారనేమిచేశాడో తెలుసా?"

"మధ్యలో తారేంటి??.."

"అంతే లెండి. నిన్నిష్టపడేవాళ్ళంటే నీకు చులకన.. తారేమి చేసింది నిన్ను. అసలు తార ఎందుకు జాబ్ మానేసిందో తెలుసా నీకు.."

"జాబ్ మానేసిందా??.."

"అదికూడా తెలీదా నీకు.తార కోసమే తార పనిచేసే కంపెనీని కొనేశాడు మీ బాసు.. అంత పర్వర్టేడ్ మీవాడు.. అట్టాంటి వాడ్ని వదిలేసి తారమీద పడతావేంటి. అయినా అది చేసిన తప్పేంటి. అమాయకంగా నిన్ను ప్రేమించడమా??.. అది సరే రేవతి అంటీ ఏం చేసింది. సమస్యల్లో ఉన్నపుడు తన బిడ్డను కాపాడుకోవడానికి వీరేశంతో చేయి కలిపింది. వాడితో చేయి కలిపింది ఎవరి సాయం అందకనే... అంతేగానీ నువ్వేదో అల్లుడిపై ఆమెను ఉద్ధరిస్తావనికాదు. అయినా..వాళ్ళు ఇబ్బందుల్లో ఉన్నపుడు వదిలేసినవాడివి, నేనుపోతే తారనెట్లా పెళ్ళాడుతావనుకుంటారు వాళ్ళు. ఎంతగా వలచి వచ్చినా అంత చులకనగా చూస్తావా దాన్ని... నువ్వు నింద వేసి ఈసడించుకున్నావని ఎంతగా కుమిలిపోయిందో నాకు తెలుసు. ఎంతగా అంటే మీ బాసు దాన్ని కార్లో చేతులు కాళ్ళు కట్టేసి కిడ్నాప్ చేసినదానికంటే.. ఎందుకంత ద్వేషం దాని మీద... ఒక్కసారి ఆలోచించు... ఇప్పటిదాగా జరిగినవన్నీ నీప్రమేయం లేకుండా జరిగాయా??.. నాకేదో తార సేవలు చేసి పునర్జన్మ ఇచ్చిందని చెప్పడం లేదు శశాంక్..నిజంగా ఒక్కసారి ఆలోచించు.. ఒక్కసారి తార వైపు నిలబడి ఆలోచించు.. రచయితనని చెబుతుంటావు కదా.." యామిని ఆవేశంతో బుసలు కొట్టడం ఫోన్ లో స్పష్టంగా తెలుస్తోంది శశాంక్ కు.

"సారి మినీ.. వెరీ వెరీ సారి. మా బాస్ ఇంతపని చేశాడని తెలీదు..ఐయాం రియల్లీ సారీ.."

అవతల నుండి సమాధానం లేదు.. యామినికి ఇంకా కోపం చల్లారినట్టు లేదనుకున్నాడు.. టాపిక్ మార్చడానికి ప్రయత్నించాడు.. కాని ఇంతలో యామిని వాళ్ళ బాబాయి రావడంతో ఫోన్ కట్ చేసింది యామిని.

నిట్టూరుస్తూ పిట్టగోడమీద చేతులు ఆన్చి చీకట్లో చుక్కల్లా ఉన్న వీధి దీపాలను చూడసాగాడు శశాంక్. ఇందాక తను వచ్చేటపుడు వెలవెలబోతూ కనిపించిన వీధిదీపాలు, ఇపుడు చీకట్లో దివ్వెల్లా దేదీప్యమానంగా కనబడుతున్నై, బహుశా సాయం సంధ్య మసక చీకట్లో మసిబారిపోయిన వీధిదీపాలు ఇపుడు తనను చుట్టేసిన చీకట్లమధ్య వీరోచితంగా పోరాడుతున్న యోధుల్లా కనిపిస్తున్నాయి. నిజంగా ఎంత అమాయకంగా ప్రేమించింది తార. తారను చూసిన మొదట్లో అంత అందమైన ఆమె తనను ఇష్టపడడం తనకు ఓ క్రెడిట్ గా, గర్వంగా ఫీలైయ్యాడే తప్ప.. తార తనను ఎంతగా స్వంతం చేసుకుందో గ్రహించలేకపోయాడు. ఇంతకాలం ఆమె పట్ల తనెక్కడ చొరవ చూపిస్తే, తనమీద ఆశలు ఇంకాస్త పెంచుకుంటుందేమోనని దూరంపెట్టడానికి ప్రయత్నించాడు.. అంతే కానీ ఆమె పట్ల ద్వేషం కాదు. యామిని మీద ప్రేమతో. అనాలోచితంగా దాచుకోకుండా వీరేశం మాటలు చెప్పిన రేవతిని అసహ్యించుకున్నాడు. ఛ.. తార హాస్పిటల్లో ఉన్నపుడు తను అలా వదిలేసి రావలసింది కాదు.. తార అలా మందుకు బానిసవడానికి ఓ విధంగా కారణం తనే. తనే వాళ్ళను ఆ పరిస్థితుల్లో వదిలేసి రావడం.. ఛ....ఇపుడెలా ఉందో తార..జాబు పోయీ... ఆ వెధవలకు బలయ్యి...

ఆలోచించే కొద్దీ శశాంక్ మనసు వికలమవుతోంది..మనసంతా పశ్చాత్తాపంతో నిండిపోతోంది. ఎంత ప్రేమగా పిలిచేది తార..మినీ పిలిచినట్టు శశీ అని ఎన్నిసార్లు పిలవాలనుకుందో.. తనే నిర్దాక్షిణ్యంగా తుంచివేసేవాడు..ఆమె నోటివెంట ఆ శశి అనే పిలుపులో ఎంత మాధుర్యం. ఆ పిలుపునే మననం చేసుకుంటున్నాడు శశాంక్.. మననం చేసుకునేకొద్దీ మరింత దగ్గరవుతున్నట్టుంది ఆ పిలుపు.. ఇప్పుడది మరింత స్పష్టంగా వినపడుతోంది.

అప్రయత్నంగా తిరిగిచూశాడు శశాంక్. ఎదురుగా టెర్రస్ మీది LED కాంతిలో శోకదేవతలా నిలచునివుంది తార.

"తారా!.." అప్రయత్నంగా పిలిచాడు శశాంక్.

ఆ పిలుపుకే ఆమె కళ్ళలో మెరుపులు ఆమె ముక్కు పుడక కాంతితో పోటీ పడుతున్నాయి. ఆమె నల్లని కాటుక కనులలో మరింత దివ్యంగా కనబడుతున్నాయి ఆమె దాచుకున్న ఆశలు. ఆశలను అదిమి పట్టిన గొంతు జీరబోతోంటే

"నే వెళ్ళిపోతున్నా శశి.." మాటలు దూరనంత నిశ్శబ్ధాన్ని వదిలేస్తూ అంది తార

"కనీసం నీకు ఫోన్ కూడా చేయకూడదని అనుకున్నా.. ఎంతగా ప్రయత్నించినా.. నావల్ల కావడం లేదు.. చేసినా నీవు కట్ చేస్తావని తెలుసు.. కానీ మనసు నా మాట వినడం లే..ఏదో వదిలి వెళ్లి పోతున్నట్టు.. నా ఈ గుండె చూడు ఇపుడు.. ఎంతగా కొట్టుకుంటుందో. దీనికీ తెలియట్లా ...చివరి సారిగా తనివితీరా దీనికి నిన్ను చూపిద్దామని వచ్చా... అంతే.. నిన్నొక్కసారి చూసి వెళ్ళిపోతా... నేనిక్కడ వదిలేసిన జ్ఞాపకాలన్నీ తీసుకుని వెళ్ళిపోతా... నిజంగా నీతో ఉండాలనే ఇంతకాలం ఇక్కడ దాచుకున్నా.."

మౌనం ఇద్దరిమధ్య టేలగా చూస్తోంటే కళ్ళనీళ్ళు తుడుచుకుంటూ.

"శశీ!.. నిన్నిలా పిలవాలంటే నాకెంతో ఇష్టం..అమ్మ తప్ప ఇంకే అనుభందాన్ని చూడనిదాన్ని... నీలో ఎన్నో అనుభందాలను చవిచూశా ఇక్కడ. మీ కుటుంభం.. బంధువులు.. సందడి... ఇవన్నీ కావాలనిపించాయ్..నిన్ను కోరుకునే అర్హత నాకుందో లేదో ఆలోచించలేదు..ప్రేమకు ఇవేవీ తెలీవన్న సంగతి ఇన్ని రోజులకుగాని తెలిసిరాలేదు నాకు. అంతే కాదు శశి.. ప్రేమంటే నీతో కలిసి ఆనందంగా ఉండాలనుకోవడం మాత్రమే కాదు, మనం ప్రేమించిన వాళ్ళను ఆనందంగా ఉంచడంకూడా అని.. నాకెపుడూ దూరంగా ఉండాలనుకొనే నిన్ను ఆనందంగా ఉంచాలనుకున్నానే తప్ప.. నేనే లోకంగా బ్రతికేమా అమ్మను గుర్తించలేకపోయా.. నీకు దూరంగా వెళ్ళిపోయి నిను మరిచిపోదామనుకున్నా... ఇపుడా ప్రయత్నంలోనే ఉన్నా.... కానీ నా వల్ల కావడం లేదే.. అప్పటిదాకా అదిమి పెట్టుకున్న ఏడుపు ఒక్కసారిగా వెల్లుబుకింది.

ఉప్పెనలా ఉరుకుతున్న కన్నీళ్లను తుడుచుకుంటూ... "నిన్నోసారి చూడాలనిపించింది.. దూరంగా నైనా.. ఓ సారి చూద్దామని.. అంతే..." గొంతు పూడుకుపోతుంటే మాటలు కూడదీసుకుంటూ అంది తార తన రెండు అరచేతులతో ముఖం కప్పుకుంటూ.

చుట్టూ ఉన్న శబ్దాలతో ముఖం దాచుకున్న మౌనం తట్టిలేపుతున్నట్టు శశాంక్ కు. తన గుండె చప్పుడు తనకే పదేపదే వినిపిస్తోంది.. కరిగి కదులుతున్న మనసు ముందుకు అడుగేయబోతోంటే...

బెరుకు బెరుకుగా వణుకుతున్న గొంతుతో కన్నీళ్లను తుడుచుకుంటూ అడిగింది తార

"శశాంక్ నిన్నో సారి... హాగ్ చేసుకోవచ్చా..."

కదులుతున్న శశాంక్ మనసు ఓ క్షణం ఆగింది

తార తనే మళ్ళీ "నేనిపుడు తాగి రాలేదు శశాంక్..." అదీ బెరుకుగానే అడిగింది.

ఇక శశాంక్ కాళ్ళు నిలవలేదు. జాలీ పశ్చాతాపం దాటుకుని కేవలం ప్రేమే శశాంక్ ను ముందుకు త్రోసింది. ఒక్కసారిగా వచ్చి తారను కౌగిలించుకొన్నాడు. పందిరిని అల్లుకున్న తీగలా అతని కౌగిట్లో ఒదిగిపోయింది తార. దూరమౌతున్న బాధ ఇక దాచుకోలేకపోతోంది.. గట్టిగ హత్తుకొని మనసులోని బాధనంతా ఏడ్చేస్తూ తీర్చేసుకుంది. లాలనగా శశాంక్ తల నిమురుతుంటే ఏడుపు ఎక్కిళ్ల రూపంలోకి మారిపోయింది. "సారీ! తార.. సారీ!!.. నిన్నెంతో బాధపెట్టాను".. అన్నాడు శశాంక్.

కళ్ళు తుడుచుకుంటూ శశాంక్ నుండి విడివడింది తార, "లేదు శశాంక్, నేనే నిన్ను బాధ పెట్టాను... నన్ను క్షమించు..." అంటూ ఓసారి ఇల్లంతా చూడాలని ఉంది శశాంక్. వెళ్లి చూడనా" అంటూ శశాంక్ వైపు చూడసాగింది. చొరవగా తార చేయి పట్టుకుని లోపలి తీసుకెళ్ళాడు.

ఓసారి ఇల్లంతా కలయచూస్తూ, తను పూజ చేసిన చోటికెళ్ళి తను పెట్టిన దేవుడి పటాలు అలానే ఉండడంతో తార ముఖం విప్పారింది. తార దీపం వెలిగించడంలో కొత్త శోభను సంతరించుకుంది ఆ గది. ఎప్పుడూ దేవుడికి దండం పెట్టని శశాంక్ తార పక్కన చేరి దేవునికి నమస్కారం పెట్టడం వింతగా అనిపించింది.ఆశ్చర్యపోతూ "ఏం కోరుకున్నావ్" అంటూ అడిగింది.

"నీచేతి కాఫీ త్రాగాలని ఉంది తార. కాఫీ త్రాగడం ఫస్ట్ టైం కదా ... ఏమీ జరగకుండా చూడమని" కన్నెగరేస్తూ కొంటెగా నవ్వాడు శశాంక్. నవ్వొచ్చింది తారకు.

"నువ్వు కాఫీ త్రాగుతావా.. నువ్వు!!!" మరింత ఆశ్చర్యపోతూ అడిగింది తార

"అవును.. మా నాన్న కలవరిస్తూ ఉంటాడు నీ కాఫీ కోసం.. ఎందుకో చూద్దామని"

లేని ఉత్సాహం తెచ్చుకుంది తార.. గబ గబా కాఫీ పెట్టి తీసుకొచ్చింది. వాసన అదిరిపోతుండగా ఆత్రంగా త్రాగాబోయి నాలుక కాల్చుకున్నాడు శశాంక్..

వేడివేడి కాఫీని ఊదుకుంటూ ఊదుకుంటూ కబుర్లతో త్రాగేసారు కాలాన్ని వారిద్దరూ.

రేవతి ఫోన్ వచ్చేసరికి. ఇక వెళ్లక తప్పలేదు తారకు. అప్పటిదాకా ఎంతో తేలిక పడ్డ మనసు ఉన్నట్టుంది బరువైపోసాగింది. కదలలేక కదలలేక కదిలింది అక్కడనుండి తార. ఎందుకో ఇపుడు శశాంక్ కు కూడా బాధనిపిస్తోంది. తార ఓ మధుర జ్ఞాపకం.. ఆమె దూరంగా వెళుతోంటే మనసెందుకో శూన్యమౌతున్నట్టుంది..

"తార!.. నేను డ్రాప్ చేయనా" అన్నాడు శశాంక్ కిందికి వెళుతున్న తారను తదేకంగా చూస్తూ

మెట్లు దిగి వెళ్ళిపోతున్న తార ఓక్షణం ఆగి గబగబా పైకి వచ్చి శశాంక్ ను చేరుకుంది. ఒక్కసారిగా శశాంక్ ను చుట్టేసి. అతని ముఖాన్ని చేతుల్లోకి తీసుకుని ముద్దులతో ముంచెత్తింది. వర్షిస్తున్న ఆమె కన్నీళ్లు శశాంక్ ముఖాన్ని తడిపేశాయి.

"వద్దు శశాంక్ వద్దు... రేపు నా సెండ్ ఆఫ్ కి కూడా రావొద్దు. నిను చూస్తూ చూస్తూ.. వెళ్ళలేను... ప్లీజ్.. రావద్దు" అంటూ వెనుదిరిగి చూస్తూ మెట్లు దిగి వెనుదిరిగి చూడకుండా వెళ్ళిపోయింది తార.

కళ్ళలో నీళ్ళు సుడులు తిరుగుతుంటే అలాగే ఆమె వైపు చూస్తూ ఉండిపోయాడు శశాంక్.

* * *

వెలుగుతున్న నెగడులో చిటపటలాడుతు మండుతున్న నిప్పులా రగిలిపోతోంది శ్రీధరన్ గుండె. ఇంతవరకూ తను సృష్టించుకున్న మాయాప్రపంచంలో నిర్లక్ష్యంగా తను పోగొట్టుకున్న భార్య గుర్తొస్తోంది. తను చెడు తిరుగుళ్ళు తిరుగుతోంటే అది మగవాడి సత్తా అనుకున్నాడే గాని తనకోసం వేచివేచి అదే తన భార్య చేస్తే తట్టుకోలేకపోయాడు. ఆమె మీద ద్వేషంతో మత్తుకు బానిసయ్యాడు. మరిచిపోవడానికి మత్తు ఇచ్చే

కిక్కుకంటే, ఆ మత్తులో దగ్గరైన మనుషులే ఎక్కువ కిక్కిచ్చారు. డబ్బు పలుకుబడి తనిచ్చే మత్తుకోసం దాసోహమవుతోంటే. తానో చక్రవర్తిలా ఫీలైయ్యాడు. అదే నిజమని భ్రమించాడు. ఆ మాయా జగత్తుతోనే రమించాడు.చీకటిని కౌగిలించుకొన్న శ్రీధరన్ ఓ చిన్న వెలుగుకే అది కరిగిపోయేసరికి తల్లడిల్లిపోయాడు. ఇన్నాళ్ళు తను నిర్మించుకున్న మత్తుజగత్తు తనను వెక్కిరిస్తున్నట్టుంటే తట్టుకోలేకపోతున్నాడు. తనను వాడుకుని వదిలేసిన వాళ్ళందరి మీద రగిలిపోతున్నాడు. ఒక్కొక్క చితుకును మంటల్లో వేస్తూ పైశాచిక ఆనందాన్ని అనుభవిస్తున్నాడు.

ఫోన్ మ్రోగింది.. మళ్ళీ.. త్రాగుతున్న సిగరెట్ ను కసితీరా మంటల్లో విసిరేస్తూ..

ఫోన్ లిఫ్ట్ చేశాడు.

“హలో శ్రీధరన్!.. ఇంకా మత్తు వదల్లేదా ... ఫోన్ చేసినపుడు లిఫ్ట్ చేయాలని తెలీదా” ఎంతో కమాండింగ్ గా ఉందా వాయిస్.

“ఇంతకీ ఎవర్రా మీరు?” కోపంగా అరిచాడు శ్రీధరన్.

“నువ్వు నాకోసం అనవసరమైన ఎంక్వైరీ లు మానేసి చెప్పినట్టు విను.. నీకు ఇంతకు ముందే చెప్పా.. ఎక్కువ టైం లేదని.. రేపే ఈ సిటీ వదిలి ముంబాయి వెళ్ళిపోతుంది రేవతి. టార్గెట్ జారిపోతే నీ ఎన్ కౌంటర్ ఖాయమౌతుంది. జాగర్త.. నీకు కావలసినవన్నీ నీదగ్గరకు చేర్చా.. బుద్ధిగా పని చేసుకుని నా దగ్గర బద్రంగా పడుండు.. అన్నట్టు నీకో బాడ్ న్యూస్..మీ బాస్ నందన్ చతుర్వేది హాస్పిటల్లో చచ్చాడు. ఎవరో వాంటెడ్ గా వెంటిలేటర్ కనెక్షన్ తీసేశారట... కొంపదీసి నువ్వు కాదుకదా... జాగర్త.. జాగర్త.. నిన్ను మరో సారి హెచ్చరించను. ఎందుకంటే శవాలను హెచ్చరించడం నాకు తెలీదు.” కట్ అయింది ఫోన్.

రారాజులా బ్రతికిన తనను ఎవరో కుక్కని ఆడించినట్టు ఆడిస్తున్నారు..

శ్రీధరన్ కి కోపంతో పిచ్చెక్కి పోతోంది. చేతిలోని విస్కీ బాటిల్ ని నేలకేసి కసితీరా విసిరికొట్టాడు. పగిలిన సీసా లోంచి విస్కీ ఓడుతూ మండుతున్న నెగడుని చేరుకొని రగులుకుంటూ వెళ్ళిపోతోంది దూరంగా... రగిలిన వెలుతురులో ఆ అజ్ఞాత

వ్యక్తి పంపిన క్యారీ బ్యాగ్ కళ్ళబడేసరికి.. నిస్సహాయంగా ఆక్రోశించింది శ్రీధరన్ గొంతు బిగ్గరగా.....

అడివంతా ప్రతిధ్వనించేలా...

ఉలిక్కిపడ్డాయి నిశాచర జీవులంతా ఒక్కసారిగా.

* * * * *

25

సంతోషంగాను, కాసింత ఆశ్చర్యంగాను ఉంది రేవతికి. ఒక్క రాత్రిలో తారలో ఇంత మార్పు. తారే సుదర్శన్ తో మాట్లాడింది. ప్రయాణానికి తనే దగ్గరుండి ఏర్పాట్లుచేసింది. ఎయిర్ పోర్ట్ లో బోర్డింగ్ పాస్, సెక్యూరిటీ చెక్ అయిపోయాయి.. ఇక కాసేపట్లో ఈ సిటీ దాటి వెళ్ళిపోబోతున్నారిద్దరూ. ఓ అరగంటలో ఫ్లైట్ రాబోతుందన్న అనౌన్స్ మెంట్ జరిగింది. ప్రశాంతంగా సెల్ ఫోన్ లో మునిగిపోయిఉన్న తారనోసారి చూసి తృప్తిగా నవ్వుకుంటూ వాష్ రూమ్ కి వెళ్ళింది తార. ఆ కాస్త ఎడబాటే ఇద్దరి జీవితాలను తలక్రిందులు చేస్తుందని ఊహించలేకపోయింది రేవతి.

సెల్ ఫోన్ నూ తదేకంగా చూస్తున్న తారకు తనకు వచ్చిన వీడియో కాల్ ని చూసి కల్లోలమయింది మనసు. ప్రశాంతంగా ఊహించుకున్న భవిష్యత్తు ఒక్కసారిగా వర్తమానానికి దానోహమైంది. తను ప్రాణప్రదంగా ప్రేమించిన శశాంక్ అలా చిత్రవధ అనుభవిస్తూ వీడియోలో చూస్తూ ఉంటే కాళ్ళక్రింద నేల అమాంతంగా కూరుకుపోతున్నట్టనిపిస్తోంది. కాళ్ళు వాటిపాటికవి వేగంగా కదలసాగాయ్ ఆ ఫోన్ లో వాయిస్ ను అనుసరిస్తూ. సెక్యూరిటీ చెక్ దాటుకుని ఎంత వేగంగా బయట పడ్డాయో తెలీదు.. తార బయటకు రాగానే...ఫోన్ కట్ అయ్యింది.. మళ్ళీ దానికోసం ప్రయత్నిస్తోంటే.. వేరే కాల్..." హ మేడం.. మీరెక్కడ.. మీకోసం కార్ బుక్ చేశారు.. అంటూ టాక్సీ నెంబర్ చెప్పసాగాడు. మళ్ళీ ట్రై చేసిందా ఫోన్ కి. ఈ సారి ఏకంగా వచ్చి ఆమె ముందు వాలిపోయింది టాక్సీ. రమ్మంటూ వెనుక డోర్ తీశాడు డ్రైవర్. ఏదో అదృశ్యశక్తి ఆడిస్తున్నట్టు తన ప్రమేయం లేకుండానే ఎక్కి కూర్చుంది తార. సెల్ ఫోన్ లో ఆ వాయిస్ తారను శాసిస్తోందిపుడు.

* * *

ప్రశాంతంగా వాష్ రూమ్ నుండి బయటకువచ్చిన రేవతి తార అక్కడ లేకపోయే సరికి క్షణకాలం ఉలిక్కిపడింది. ఆమె మనసేదో కీడు శంకిస్తున్నా, తార ఆ చుట్టుప్రక్కల

ఉంటుందేమోనేని సర్ది చెప్పుకుంటోంది.కానీ టెర్మినల్ దగ్గర తారకోసం తనకోసం చేస్తున్న అనౌన్సు మెంట్ వింటున్న కొద్దీ ఆమెలో గాబరా మొదలైంది. ఫోన్ చేసింది రేవతి. సమాధానం లేదు.. ఒకటే ఎంగేజ్ వస్తోంది.. అన్నీ టెర్మినల్స్ తిరిగివెతుకుతోంది పిచ్చిదానిలా.. గుండెవేగం అధికమౌతోంటే, ఒంట్లో వణుకుమొదలైంది.. అక్కడున్న స్టాఫ్ ను అడుగుతోంది... అనౌన్సుమెంట్ చేస్తున్నామనే సమాధానం తప్ప ఎటువంటి ఆచూకీ కనబడటం లేదక్కడ. రేవతికి ఉన్నట్టుంది ఆ ప్రదేశమంతా ఎడారిగా మారిపోయింది.. దిక్కు తోచక ఏడుస్తూ బయటకుపరుగెత్తు కొచ్చింది. మళ్ళీ తారకు కాల్ చేసింది. ఈ సారి తార ఫోన్ లిఫ్ట్ చేసేసరికి ప్రాణం లేచివచ్చినట్టైంది. కోపం మిళితమైన ఆదుర్దాతో అడిగింది “తార ఎక్కడున్నావే..”

“అమ్మా.. నేను బాగానే ఉన్నా..నువ్వేం కంగారు పడకు.. శశాంక్ ను...” కట్ అయింది ఫోన్. తార గొంతులో ని భయం రేవతిని మరింత క్రుంగదీస్తోంది.మళ్ళీ మళ్ళీ తారకు కాల్ చేసింది.. ఒకేటే ఎంగేజ్..

* * *

టాక్సీ ఎక్కడా ఆగలేదు.తార గుండెవేగంతో పాటుగా పరిగెడుతూనే ఉంది.. తార ఫోన్ కట్ చేయడానికి కారణం మళ్ళీ ఆ వీడియొ కాల్ రావడమే. డ్రైవర్ చేతికి ఫోన్ ఇమ్మంది ఆ గొంతు.. డ్రైవర్ కి అడ్రస్ చెప్పి మళ్ళీ తార చేతికి ఇమ్మని ఆదేశించింది. తార రేవతికి ఫోన్ చేయబోయంతలో సెల్ ఫోన్ ను దూరంగా విసిరేయమని గర్జించింది. లేదంటే శశాంక్ ను చెంపేస్తాననే బెదిరింపు. మరో మాట మాట్లాడకుండా కార్ డోర్ లోంచి తన సెల్ ఫోన్ ను డ్రైవర్ చూడకుండా దూరంగా విసిరేసింది. సిటీ శివార్లలో ఓచోట రోడ్ మీదే ఆపాడు డ్రైవర్.. తారను దిగమన్నట్టుగా కార్ డోర్ తీసి, సార్ చెప్పిన అడ్రస్ ఇదే మేడం అంటూ. తారను అక్కడ దింపేసి వెళ్ళిపోయాడు. ఎక్కడికెళ్ళాలో దిక్కు తోచని పరిస్థితి.. ముందు వెనుక ఆలోచించకుండా వచ్చేసింది. శశాంక్ ను పెట్టే బాధలు చూడలేక, బెదిరిపులతో కాలం పరుగెత్తింది, తను ఇక్కడిదాకా పరుగేత్తుకొచ్చింది. ఇప్పుడు ఎలా వెళ్ళాలో తెలీదు. అసలు ఆ ఫోన్ చేసిన వాడెవడో తెలీదు.. సొమ్మసిల్లి రోడ్డు ప్రక్కనున్న ఓ రాతిపై కుర్చోంది తార. తన శ్వాస తనకే వినిపిస్తోంటే.. శృతి కలుపుతున్నట్టుగా మ్రోగింది ఆమె ప్రక్కలో ఉన్న ఓ పొదలో

నుండి సెల్ ఫోన్, ఫోన్ లో ఆ ఆగంతకుడు చెప్పినట్టుగానే ఆ ఫోన్ ని చేతిలోకి తీసుకుంది.

* * *

ఎయిర్ పోర్ట్ బయట నీరసించి సొమ్మసిల్లి పడిపోయింది రేవతి. ఆమె ముఖం మీద నీళ్ళు చల్లి లేపారెవరో.. తెప్పరిల్లి చూసి మళ్ళీ కన్నీరు మున్నీరయింది. చుట్టూ మూగిన జనాల్ని అడిగింది ఎవరైనా తారను చూశారా అని.. ఇదంతా చూస్తూ అక్కడే ఉన్న ఎయిర్పోర్ట్ ఆథరైజ్డ్ కాబ్ ఆపరేటర్ ఆమె వద్దకు వచ్చి తమ కాబ్ లోనే తార వెళ్లినట్టు చెప్పాడు. ఎక్కడికి వెళ్లిందో తెలుసుకోవడానిని ఫోన్ చేశాడు క్యాబ్ డ్రైవర్ కు.. సెల్ అవుట్ అఫ్ కవరేజ్ ఏరియా అని వస్తోంది ఎన్ని సార్లు చేసినా..తెలియాలంటే ఆ క్యాబ్ డ్రైవర్ వచ్చేదాకా ఆగమన్నట్టుగా చెప్పుకొచ్చాడు.. క్యాబ్ ఎవరు బుక్ చేశారని అడిగింది. ఆ ఆపరేటర్ చెప్పిన పేరు విని నిర్ఘాంతపోయింది రేవతి...

* * *

ఎంత దూరం వచ్చిందో తెలీదు. ఒంటిమీదున్న బట్టలు ముళ్ళ పొదలమధ్య దూసుకెళుటూ ఛిద్రమౌతున్నా, ఫోన్ లో ఆగంతకుడి గొంతు తారను ఊపిరి సలపనీయడం లేదు. అలసిపోతున్న కాళ్ళను మాటల కొరడాతో అదిలించి తరుముతున్నాడా ఆగంతకుడు. సొమ్మసిల్లి క్రిందపడబోయి పైకి చూసింది ఓసారి తార. క్రుంగుతున్న సంధ్య వెలుతురులో దాపునున్న కొండ నీడకు మసిబారినట్టున్నపాత లోకో పవర్ ప్లాంట్ షెడ్ కనిపించింది.ఆశతో మెరిశాయి ఆమె కళ్ళు. ఫోన్ కట్ అయింది. ఆగంతకుడి ఆజ్ఞాపనల హోరు ఒక్కసారిగా ఆగిపోయి, చల్లటి కొండవాలు గాలి తార చెక్కిళ్ళను కసికసిగా తాకి వెళుతోంది.. అలసిపోయి గుండెలెగసి పడుతోంటే ఆమె శ్వాస ఆమెను మరింత భయపెడుతోంది. తుప్పుపట్టిన ఐరన్ ఫ్రేం నుండి నలిగి జారిన ఇనుప రేకులు గాలికి సగం ఊడిపోయి నేలకు జారగిలపడి ఊగుతున్నై. చెట్టూ పుట్టా రాయి రప్ప సమస్తమూ రెప్పవేయకుండా చూస్తున్నాయి తార బెదురుకళ్ళను. మూసుకుపోతున్న వెలుతురులోంచి వెదుకుతూ షెడ్డు చీకట్లోకి వెళ్ళుతున్నాయి ఆమె చూపులు. గట్టిగా కళ్లు మూసుకుంది తార, తనతెలిసిన చీకటిని మననం చేసుకుంటూ. తెరిచిన కళ్ళకు ఇపుడేదీ అంత చీకటనిపించడం లేదు. ఎదో పరిచయమున్న దారిలాగే ముందుకు

సాగుతున్నాయి ఆమె కాళ్ళు. ఎటువెడుతున్నా ఆదే చీకటి ... దిక్కు తోచక అరిచింది ఆమె గొంతు.. శశాంక్ అని.. శూన్యమైన ఆచోట ఆ పిలుపే ఆ పెద్దు పైకప్పును తాకి దారికానక తిరిగి చేరింది ఆమె చెవులను సోలిపోతూ, నీరసంగా మళ్ళీ మళ్ళీ.

పదే పదే పొరాడుతున్న ఆమె పాదాలను ఒడిసి పట్టుకుంది ఓ అవరోధం. తూలి ఒక్కసారిగా క్రింద పడిపోయింది తార. నేల మీద ఓ రాయి కొట్టుకుని తార నుదురు రక్తం స్రవించసాగింది.. బాధను పంటిబిగువున ఉంచి లేని సత్తువను తెచ్చుకుని పైకి లేచింది తార.తన ఊపిరికంటే వెచ్చగా కారసాగింది ఆమె నుదిటిమీదినుండి చిమ్మిన రక్తం. కళ్ళ రెప్పలమీద నుండి నెత్తురు ధారకడుతోంటే మసక బారుతున్న తన కళ్ళకు, మిణుకుమిణుకు మంటూ ఓ వెలుగు..నెగడు మీద పొగ.. చేతులు చాచింది తారను అటువైపుగా రామ్మనట్టుగా.... శక్తినంతా కూడదీసుకుంది తార, రెట్టించిన వేగంతో ఆత్రంగా చేరుకుంది అక్కడకు.

నెగడు దగ్గర చితుకులా పడిఉన్న శశాంక్ ను చూసి ఒక్కసారిగా మ్రాన్పడిపోయింది. నోట మాటరావడం లేదు, అచేతనంగా పడివున్న శశాంక్ ను చూసి గొండె ఓ క్షణం ఆగిపోయింది.

నేలమీద అలాగే కూలబడి శశాంక్ ను తన ఒడిలోకి తీసుకుంది. శశాంక్ కళ్ళు అరమోడ్చి ఉన్నాయి.జీవం లేదా కళ్ళలో.అతని నోటినుండి నెత్తుటిలో కలసి కారుతోన్న చొంగ తీగలా ధారా కడుతోంది.. బరువెక్కి ఆగిఆగి కొట్టుకుంటున్న గుండెతో చూపుకి కన్నీళ్ళు అడ్డుపడుతుంటే.. మాట జీరపోతూ చెంపలను తట్టితట్టి లేపుతోంది శశాంక్ ను తార..తట్టి తట్టి అలసిపోయి శశాంక్ ముఖం మీద వాలిపోయింది.. ఏడుపు సన్నగా మొదలైంది. శశాంక్ కు ఏదో జరగబోతున్న ఊహకే తల్లడిల్లిపోయిన తార శశాంక్ ఇక లేడని తెలిసి అల్లాడి పోతోంది. ఎంత గట్టిగా ఏడ్చినా, ఎంతగా ఆక్రోశించినా తన బాదే తనకు మృత్యుఘోషలా మళ్ళీమళ్ళీ తనకే వినిపిస్తోంది.

ఒంటరిగా ఉన్న ఆమెను చుట్టూ ఉన్న చీకటి కమ్మేస్తోంటే, తెరలు తెరలుగా ఓ నవ్వు ఆమెకు మరింత చేరువవుతోంది.తలెత్తి చూసింది తార. కాలుతున్న శవంలా ముఖమంతా జిడ్డోడుతూ, ముఖంమీద మట్టి ఊడల్లా పడుతున్న జుట్టును తొలుచుకుంటూ తననే చూస్తున్న శ్రీధరన్ ను చూసి క్షణకాలం ఉలిక్కిపడింది తార.

శ్రీధరన్ ను పోల్చుకోవడానికి ఎంతో సమయం పట్టలేదు తారకు. బాధతో మిళితమై కోపం బుసలుకొట్టింది ఆమె కళ్ళలో.

అది గమనించిన శ్రీధరన్" కూల్.. తారా దేవి.. కూల్... నువ్వు సంతోషపడి నన్ను సంతోషపెడతానంటే.. నీకో శుభవార్త.. ప్రామిస్ చేస్తానంటే చెబుతా" అంటూ పైకిలేచి వికారంగా నవ్వ సాగాడు.

ఓ సాఫ్ట్ వేర్ ఇంజనీరుగా ఎంతో డీసెంట్ గా ఉండాల్సిన వ్యక్తి, స్మశానంలో పిశాచంలా నృత్యం చేస్తుంటే.. విస్తుపోయి చూస్తూ ఉంది తార.

"నీ శశాంక్ చాలా సున్నితం.. పాపం నా చిన్న చిన్న శాడిజాన్నికూడా తట్టుకోలేకపోయాడు. అందుకే ఒక్కసారిగా వాడ్ని..." శ్రీధరన్ మాటలు ఇంకా పూర్తి కాలేదు. అపరకాళికలా లేచింది తార.. శ్రీధరన్ ను విసురుగా గోడకేసి తోసింది... ఒడుపుగా వాడి మెడ పట్టుకుని "నిన్ను వదలనురా..నిన్ను నా శశాంక్ దగ్గరికే పంపిస్తా..".అంటూ కసితీరా నొక్కుతూ ఉంటే తన చుట్టూ ఏదో పూలమాల చుట్టేసినట్టు తన్మయంతో నవ్వుతున్నాడు శ్రీధరన్.

"ఇక చాలు తార.."అంటూ గోముగా తన పశుబలంతో తారను తనవైపు లాక్కుని గట్టిగా వాటేసుకున్నాడు. శ్రీధరన్ ఉక్కు కౌగిలిలో ఉక్కిరిబిక్కిరవుతోంది తార... అసహ్యంగా చూస్తూ బయటపడడానికి పెనుగులాడుతోంది తార.

"ఏం మత్తుగున్నావే. నీముందు కొకెయిన్, హెరాయిన్... లాంటివి కూడా వేస్టే.. ఒక్కసారి నిన్ను తనవితీరా ఆస్వాదించాలని ఉంది... ఊ.. కానీ నువ్వు మూడ్ లో లేవే?.. నీకో శుభవార్త చెబుతా.. అపుడైనా నువ్వు నా మూడ్ లోకొస్తావా?.."

"వదలరా పిచ్చికుక్క.. వదులు" అంటూ మోకాలితో విసురుగా తన్నింది అతని పొత్తికడుపుక్రింద. స్వర్గం నుండి త్రోసేసిన త్రిశంకుడిలా దూరంగా జరిగాడు తారనుండి."ఎంతపని చేశావే" అంటూ వృషణాలు చేత్తో పట్టుకుంటూ ముడుచుకు కూర్చుండిపోయాడు శ్రీధరన్ బాధతో మెలికలు తిరిగిపోతూ..

దగ్గరలోని చేతికందిన ఓ కర్రను తీసుకుని పళ్ళు పటపట కొరుకుతూ శ్రీధరన్ పై దాడిచేసింది తార. విచక్షణా రహితంగా కొడుతున్నా తన కసి చల్లారనట్టు దూరంగా

విసిరేసింది చేతిలోని కర్రను. చీకట్లోనే ఓ పెద్ద రాయిని వెదికింది, దొరికిందే తడవుగా లేవలేక క్రిందపడి దొర్లుతున్న శ్రీధరన్ నెత్తిన వేయడానికి సిద్ధమైయ్యింది. అంతవరకూ బేలగా అబలగా ఉన్న తార ఇపుడు అపర కాళికాశక్తిలా కనబడుతోంది శ్రీధరన్ కు. పైకి లేవలేని అసహాయతలో ఏమీ చేయలేక దగ్గరకు వస్తున్న తారకాళ్ళను, తన కాళ్ళతో జాడించి తన్నాడు శ్రీధరన్. ఒక్కసారిగా క్రింద పడిపోయింది తార. ఆవకాశం వదలలేదు శ్రీధరన్. తార చేతులను వెనుకకు ఒడిసిపట్టి పైన కూర్చొని ఒగరుస్తూ వికటాట్టహాసం చేయసాగాడు.. వెంటవెంటనే తన పాకెట్ లో సిద్ధం చేసుకున్న కొకెయిన్ సిరంజిని కసితీరా తార నడుము మీద పొడిచాడు. బాధగా అరుస్తూ తలంతా దిమ్మెక్కుతోంటే తల వాల్చేసింది తార.

"ఉఫ్.. తార! తారా! తార!!... చెంపమీద గట్టిగా తడుతూ లేపుతున్నాడు తారను. తార మగతగా కళ్ళు మూస్తూ తెరుస్తూ ఉంది

"పిచ్చి తారా, నేచెప్పేది వినపడుతోందా??.. నీ శశాంక్ ఇంకా చావలా... మత్తులో జోగుతున్నాడంతే. కాకుంటే కాస్త డోస్ ఎక్కువిచ్చా.. ఈ సరికి మీ అమ్మ వచ్చేస్తూ ఉంటుంది.. మీ అమ్మ వచ్చేలోగా మన ఏకాంతానికి అడ్డు రాకూడదని వాడ్ని కాస్త అలా బజ్జో పెట్టా..... మనమధ్య వాడెందుకు చెప్పు..... అందుకే కాస్త ఎక్కువ మోతాదులో మన డ్రగ్ ఇచ్చా.... మధ్యలో లేచాడో.. చచ్చాడే నా కొడుకు..." పిచ్చి పట్టినట్టు అరిచాడు శ్రీధరన్ ఏదో సాధించిన వాడిలా.

శ్రీధరన్ మాటలు వినపడుతున్నా తారకు గొంతు పెగలటంలేదు.బలవంతంగా మత్తునుండి బయటకు రావడానికి శతవిధాలా ప్రయత్నిస్తోంది... తన రెండు చేతులు అతికష్టం మీద జోడిస్తూ, కళ్ళలో నీళ్ళు తిరుగుతోంటే "ప్లీజ్.. శశాంక్ ను వదిలేయ్... నీకేం కావాలన్నా ఇస్తాను.."అంది మాటలు కూడదీసుకుని మత్తులో తూలిపోతూ నిస్సహాయంగా వేడుకుంది తార.

"నువ్వు కావాలి. ఇప్పుడే..... ఈ క్షణమే.. నువ్వు నాకు స్వంత మవ్వాలి. అయినా ఎమున్నావే... ఇంత కసిగా ఉంటే నువ్వెందుకు నచ్చలేదే వాడికి.. అయినా వాడితో పనేముంది నాకు. చస్తే చచ్చాడు. ఇన్నాళ్ళు అదిమిపెట్టుకున్న కోరిక పరాకాష్టకు

చేరుకుందే నిన్ను చూడగానే... నన్నీ స్థితికి తెచ్చిన నిన్ను కసితీరా నలిపేస్తా." అంటూ తార ఒంటి మీద బట్టల్ని బటన్ నైఫ్ తో చకచకా తొలగించాడు. ఇపుడతనిలో కసి కామంతో కలిసి అతని కళ్ళలో బుసలు కొడుతోంది. నిస్సహాయంగా పెనుగులాడుతున్న ఆమె చేతులను నేలకు అదిమిపెట్టి ఎటువంటి ఆచ్ఛాదన లేని ఆమె ఎద వైపు వస్తున్న శ్రీధరన్ ఉన్నట్టుండి కళ్ళు తేలేస్తూ తలలోనుండి చిమ్మిన రక్తం ధారకడుతోంటే తలను వాల్చేశాడు.

ఒగరుస్తూ చేతిలోని ఇనుప రాడ్ ను అవతలికి విసిరేసి ఒక్క తన్ను తన్ని పక్కకు తోసేసింది రేవతి. తారను అలా నిస్సహాయంగా వివస్త్ర అయి పడివుండటం చూసి భోరున ఏడ్చేసింది. తారను చేతిలోకి తీసుకుని బట్టలు సరిచేసింది. గబగబా తన ఒంటిమీద చీరను తీసి చుట్టి.. మత్తులో మగతగాఉన్న తారను లేపడానికి శతవిధాల ప్రయత్నిస్తోంది రేవతి.

నీళ్ళ కోసం చూసింది చుట్టూ.. అక్కడో మూల సగం త్రాగి పడేసిన వాటర్ బాటిల్ ని తీసుకుని ఆదుర్దాగా తార ముఖం పై చల్లింది.. తార కళ్ళు తెరవాలన్న ప్రతీ ప్రయత్నం ఘోరంగా విఫలమవుతోంది...ఇంతలో చటుక్కున మెరిసిందో ఉపాయం.ఆరిపోతూ వెలుగుతున్న నెగడులో నుండి ఓ కాలుతున్న కట్టెను తీసుకుని వణుకుతున్న చేతులతో తార కాలిపై పెట్టింది కళ్ళు మూసుకుని..

అమ్మా అని అరిచింది తార..

"లేమ్మా లే" అంటూ తారను లేపి నిలబెట్టడానికి ప్రయత్నిస్తోంది.. తూలీ పడిపోతోంది..ఎలాగో ఈడ్చుకొచ్చింది షెడ్ బయటిదాకా...

బయట ఎవరివో అడుగుల చప్పుడయ్యేసరికి తారను పక్కకు లాక్కెళ్ళింది రేవతి. మసక వెలుతురులో ఓ రెండు ఆకారాలు కలవరపాటుగా అటూఇటూ వెదుకుతున్నై.

"శశాంక్!... శశాంక్!....." అంటూ కలవరించసాగింది తార.. వాళ్ళకు వినపడుతుందేమోనని తార నోటిని గట్టిగా మూసేసింది. రేవతి. శ్రీధరన్ మనుషులేమో అని అనుకుంది. వాడు చచ్చాడని తెలిస్తే.. ఇక ఊహించలేక పోయింది. వాళ్లకు తెలిసే లోపలే ఇక్కడినుండి వెళ్లి పోవాలి.

వాళ్ళలా వెళ్ళగానే తార నడుముమీద చేయివేసి లాక్కు పోసాగింది రేవతి. వాళ్ళను వెళ్ళొద్దన్నట్టుగా వాళ్ళ శరీరాల్ని, శరీరాన్ని అంటిపెట్టుకున్న బట్టల్ని వెనక్కు లాగేస్తున్నాయి అక్కడి రక్కసి పొదలు.

పంటిబిగువున బాధను భరిస్తూ ముందుకు వెళుతున్న రేవతిని మళ్ళీ మొకాలొడ్డి ముందుకు తోసేసింది ఓ జాలిలేని బండరాయి. ధబ్బున క్రిందకు పడిపోయింది నిలదొక్కుకోలేక తారను పక్కకు తోస్తూ..

ఒళ్ళంతా రక్తసిక్తమై నీరశించిపోతుంటే.. ముఖం నేలకు గ్రుద్దుకుని ముక్కు పగిలి కారుతున్న నెత్తుటిని తుడుచుకుంటూ లేచింది... పక్కకు నెట్టిన తారకోసం ఆ చీకట్లోనే చేతులతో దేవులాడింది. వాలుగా ఉన్న గుట్టక్రిందకు జారిపోయింది తార.

లేచి అటువైగా వెళ్ళబోతున్న రేవతికి తన ముందు ప్రత్యక్షమైన నీడలను చూసి ఒళ్ళంతా చమటలు పట్టేశాయి. భయంభయంగా చూస్తూ వెనుకకు తిరిగింది.

మసక మసక వెలుతురులో దెయ్యాల్లా నిలబడివున్న వాళ్ళను తన శక్తినంతా కూడా దీసుకుని తన రెండు చేతులతో తోయబోయింది. ఆమె చేతులు వాళ్ళను తాకక ముందే ఆమె కడుపును తొలుచుకుని వెన్నులో నుండి తళతళమని మెరుస్తూ దూసుకెళ్ళాయి రెండు పొడవాటి కత్తులు. తన వెన్నులోనుండి కడుపు చీల్చుకుని బయటకు వచ్చిన కత్తిని నిర్ఘాంతపోయి చూస్తూ.. రక్తం జివ్వుమని చిమ్ముతుంటే... అమాంతంగా క్రిందపడి బాధతో విలవిలలాడిపోయింది రేవతి. గొంతు పెగల్చేలవకాశమివ్వలేదు ఆమెను చేరిన మృత్యువు.

మసకమసక వెన్నెల వెలుతురులో ఆమె తేలవేసిన కళ్ళు తన తలవైపు నిల్చున్న ఇద్దరు ఆగంతకులను నిరోమయంగా చూస్తున్నట్టున్నై.

"సార్! పనైపోయింది. వచ్చేయమంటారా. లేక బాడీని మాయం చేయమంటారా" తాపీగా అడిగాడు ఫోనులో అవతలి వ్యక్తిని.

"అవసరం లేదు.. అన్నీ శ్రీధరన్ ఖాతాలో వేసి రండి" అంటూ ఆజ్ఞాపించాడు అవతలి వ్యక్తి.

"ఒకే సార్.. మరైతే, ఇక్కడో కుర్రాడున్నాడు. వాడినేం చేయమంటారు."

"అతను మనకు అనవసరం. వదిలేయండి" అవతల వ్యక్తి అనగానే సంతోషంగా కదిలారు ఆ ఇద్దరు అక్కడినుండి.

చాలా రిలాక్సడుగా సిగరెట్టూ వెలిగించాడు వాళ్ళలో ఒకడు తాపీగా నడుస్తూ.

కాలుతున్న సిగరెట్టూ వెలుతురులో అతని ముఖం మరింత క్రూరంగా కనిపిస్తోంది..

దగ్గరలో ఆపిఉన్న బైక్ ని సమీపించాడు. దాని మీద కూర్చుని, తన సహచరుడు కూర్చున్నాడో లేదోనని చూశాడు వెనుకకోసారి.. అంతే

అకస్మాత్తుగా అతని నుదుటిపై బలంగా పడ్డది ఓ ఇనుపరాడ్డు. దెబ్బకు కళ్ళు బైర్లుకమ్మాయి అతనికి. అతని కెదురుగా ఆవేశంతో ఊగిపోతూ ఉందా ఆకారం. రక్తం చిమ్ముతోంటే దూరంగా నేలపై రక్తపు మడుగులో పడివున్న తన సహచరున్ని చూస్తూ కుప్పకూలిపోయాడు అక్కడికక్కడే. ఆవేశంతో బుసలుకొడుతూ చేతిలోని రాడ్డును కసిగా నేలకేసి విసిరేసిందా ఆకారం

ఎగసిపడే శ్వాసతో ఊగిపోతూ, తడబడుతూ కదులుతోంది అది షెడ్ లోపలికి. పడి లేస్తూ పరిగెడుతోంది కొడిగడుతున్న నెగడు వైపు వడివడిగా,

* * *

శశాంక్ కు తల ఎంత భారంగా ఉందంటే తన మెడ సైతం ఓడిపోయి పైకి లేపడానికి ప్రయత్నిస్తున్న తలను నేలపై పడేసింది నిస్సహాయంగా. తలంతా సూదులతో గ్రుచ్చినట్టుంది. చచ్చుబడినట్టున్న చేతులలో శక్తినంతా కూడదీసుకుని తలను గట్టిగా పట్టుకున్నాడు తలపోటు భరించలేక శశాంక్.

మెల్లగా లేచి గోడకు చేరిగిలాపడి కూర్చున్నాడు.శ్వాస భారమౌతోంది.శ్వాస తీసుకోవడానికి ప్రయత్నిస్తున్న ప్రతీసారి తెమడ గొంతుకు అడ్డంపడి పొలమారుతోంది. కళ్ళు తెరపిపడడంలేదు. అసలే కటిక చీకటి. మసకమసకగా కనపడుతోంది ప్రతీదీ.

ప్రక్కనున్న సిమెంటు స్తంభాన్ని పట్టుకుని అతికష్టం మీద పైకి లేచాడు శశాంక్. వణుకుతున్న కాళ్ళపై నిలబడడానికి శతవిధాల ప్రయత్నిస్తున్నాడు. ఒంట్లో ప్రతీనరం

ప్రతిఘటిస్తోంది ఆ ప్రయత్నాన్ని. శ్రీధరన్ చేసిన గాయాలనుండి కారుతూ గడ్డకట్టిన నెత్తురు, నరంనరం కండరాలలో సత్తువను నింపడానికి ప్రయత్నిస్తోంటే మళ్ళీ స్రవిస్తూ నీరుకారుస్తోంది ఆ ప్రయత్నాన్ని. నెత్తుటి ముద్దగా మారి, అంతవరకూ శ్రీధరన్ ఇచ్చిన డ్రగ్ మత్తులో జోగుతున్న నొప్పి ఒక్కసారిగా జివ్వుమంటూ తలకెక్కుతోంటే కళ్ళు బైర్లుకమ్మి పట్టుతప్పి క్రింద పడిపోయాడు శశాంక్.

శ్రీధరన్ శాడిజానికి శశాంక్ ఒళ్ళంతా పచ్చి పుండులా మారిపోయి, ఓ చిన్న రాయి గ్రుచ్చుకున్నా కత్తులతో పొడిచినంత బాధ, భరించలేక బాధగా మూల్గాడు శశాంక్. మండుతున్న నెగడు కాంతి సైతం తన కళ్ళను గుచ్చుతున్నట్లుంది.. కళ్ళు పూర్తిగా తెరవలేకున్నాడు శశాంక్.

దూరంగా మసకమసకగా కనిపిస్తున్న శ్రీధరన్ బాడీ క్రమంగా నేలమీద పారిన నెత్తుటి మెరుపుకి మరింత స్పష్టంగా కనిపిస్తోంది.

ప్రమాదం లేదన్నసూచన మనసును ఇంకాస్త ఉత్తేజితం చేస్తోంటే, ఈసారి గట్టిగా పంటిబిగువున బాధను భరిస్తూ శక్తినంతా కూడదీసుకుని పైకి లేచాడు శశాంక్. తడబడుతున్న అడుగులను సరిచేసుకుంటూ ముందుకు నాలుగు అడుగులు వేశాడో లేదో. బలంగా ఓ కాలు తన కడుపులో తన్నేసరికి బంతిలా ఎగిరి గోడకు తగులుకున్నాడు అమాంతంగా. తల గోడకు గ్రుద్దుకుని దిమ్మెర పోతుంటే, మసక బారుతున్న కళ్ళను చిటకరించుకుంటూ చూశాడు అటువైపు.

తన ఎదురుగా మృత్యుదేవతలా వస్తోందో ఆకారం. చీకటిలో కలిసిపోయి కేవలం నెగడు వెలుతురుకు మాత్రమే కనబడుతూ శశాంక్ ను సమీపిస్తోంది. జడలు విరబోసుకున్న పిశాచంలా గుర్రుపెడుతూ, తడబడుతూ దూసుకోస్తోంది. ఒళ్లంతా కంపిస్తూ ఉంటే ఆవేశంగా లేచింది ఆ వ్యక్తి చేతిలోని పొడవాటి కత్తి. నెగడు వెలుతురులో కణకణమని మెరుస్తూ తనవైపే బలంగా వస్తున్నకత్తికి దూరంగా జరిగాడు శశాంక్. తప్పించుకున్న శశాంక్ ను వదిలి బలంగా నేలను తాకిన కత్తిని మరింత కసిగా పైకి లేపింది ఆ ఆకారం.

మరోసారి దాడికి సిద్ధపడింది ఆ కరవాలం. ఈసారి కూడా గురి తప్పి శశాంక్ బుజంపై దిగబడేసరికి, మరింత ఆవేశంతో ఊగిపోయాడా వ్యక్తి. శశాంక్ బుజం నుండి

నెత్తురు జువ్వుమని చిమ్ముతూ ఉంటే కత్తిని విసురుగా పెరికి మరింత కసిగాపైకెత్తాడా వ్యక్తి.

భయంతో నోరు పెగలడం లేదు. లేవలేని నిస్సత్తువతో ఒడిపోయి, ఓవైపు భుజం గాయమై నెత్తురోడుతోంటే, తనను గుండెల్లో పొడవడానికి ఆ వ్యక్తి లేపిన కత్తిని చూసి శశాంక్ ప్రాణాలు పైనే పోయాయి.

దూరంగా అడుగుల చప్పుడుతో పాటుగా వినబడుతున్న ఆ హెచ్చరిక ను చూసి ఒక్కసారిగా దిగ్భ్రాంతికి లోనై బలవంతంగా కళ్ళు తెరిచి చూశాడు శశాంక్.

వాళ్ళ అరుపులతో పిలిచిన మనిషి రూపం క్రమంగా స్పష్టమౌతోంది. ఆశ్చర్యం భయాన్నీ మ్రింగేస్తుంటే గొంతుపెగలక లోలోనే ఉచ్చరించాడు ఆపేరుని

“శాంతమ్మ గారు..” శశాంక్ నిచ్చేష్టుడై కళ్ళప్పగించి చూస్తోంటే దూరంగా వినబడుతున్న అడుగుల చప్పుడు మరింత దగ్గరవుతూ హెచ్చరిస్తున్నాయి

“శాంతమ్మా!... కత్తిని క్రింద పడెయ్యండి.. ప్లీజ్. లేదంటే మిమ్మల్ని షూట్ చేయాల్సి ఉంటుంది”

ఓసారి అటూఇటూ చూసి పని త్వరగా ముగించాలని శశాంక్ గుండెలపై కాలువేసి వేగంగా దింపింది తన చేతిలోని కత్తిని శాంతమ్మ.

కసిగా తొక్కుతున్న శాంతమ్మ ఉక్కు పాదం క్రింద పెనుగులాడుతున్న శశాంక్ చాతిని చీల్చుతూ కత్తి దిగుతుండగా ఒక్కసారిగా ప్రేలింది సిబిఐ ఆఫీసర్ మనోజ్ కుమార్ శర్మ చేతిలో పిస్టల్, చప్పుడు లేకుండా వెనుకకు విరుచుకు పడిపోయింది శాంతమ్మ.

* * * * *

26

ఆ హాస్పిటల్ అంతా చాల హడావిడిగా ఉంది. వార్డు ముందు పోలీసుల కాపలా, హాస్పిటల్ స్టాఫ్ సైతం వాళ్ళ పర్మిషన్ తో తిరుగుతుంటే తెల్లబోయి చూస్తున్నారు అక్కడున్న పేషంట్ తాలూకు వాళ్ళు. ఎన్కౌంటర్ లో తీవ్రంగా గాయపడ్డ ఓ గ్యాంగ్ స్టర్ ను తీసుకొచ్చారు పోలీసులు. అతను గాయపడ్డ తీరు తెన్నులు చూస్తోంటే పోలీసులే అతన్ని ఉద్దేశ్యపూర్వకంగా చంపాలని చూసినట్టుంది. అతని ఊపిరిపోతే, ఊపిరి తీసుకునే పెద్దవాళ్ళు చాలామందే ఉన్నారు అతని వెనుక. హ్యూమన్ రైట్స్ వాళ్ళు పాయింట్ అవుట్ చేస్తే సెంట్రల్ గవర్నమెంట్ ఈ కేసుని సిబిఐ ఆఫీసర్ మనోజ్ కుమార్ శర్మ కి స్పెషల్ గా అప్పగించింది.

ICU వార్డు ముందున్న సెక్యూరిటీ సెల్యూట్ చేశాడు, మనోజ్ కుమార్ శర్మ డాక్టర్ బయటకు వస్తోంటే. బయటకు వచ్చిన వాడిలా అతన్ని ఎగాదిగా చూసి తన ప్రక్కనే ఉన్న CI తో

"ఇమ్మీడియట్ గా వార్డు ముందున్న సెక్యూరిటీ ని మార్చండి, సెంట్రల్ ఫోర్స్ ని వాడండి" అంటూ ఆర్డర్ వేసి తన ప్రక్కనున్న డాక్టర్ తో.

"సెక్యూరిటీ ని పెంచమని చెప్పాను.. టైం టు టైం అతడి కండీషన్ నాకు తెలియపరచాల్సి ఉంటుంది. అతను స్పృహలోకి వస్తేనే ఈ కేసులో ముందుకు పోగలం. అతన్ని మావాళ్ళు కాల్చడం వెనుక ఉద్దేశ్యం ఆక్సిడెంటలా, ఇంకేదైనా ఉందా అనేది కూడా చూడాలి. ఇప్పటి ఈ ఆపరేషన్ లో ఉన్న వారందరినీ వేరొ చోటికి ట్రాన్స్ఫర్ చేయించాను, నిందితులెవరైనా వదిలే ప్రసక్తే లేదు. బై ది బై డాక్టర్.. వీరేశం గౌడ్ కేసులో విక్టిం శశాంక్ కండీషన్ ఎలావుంది." అన్నాడు సిబిఐ ఆఫీసర్ మనోజ్ కుమార్ శర్మ.

"బాగుంది సార్, హి విల్ బి డిశ్చార్జ్డ విత్ ఇన్ టు డేస్" బదులిచ్చాడు డాక్టర్.

"ఐతే ఓసారి చూడొచ్చా.."

"ఓకే ఓకే.. నో ప్రోబ్లం.. కాని ఎంక్వయిరీ అదీ ఇదీ అంటే ఇప్పుడు వీలుపడదేమో.. అతని మాట కొంచం ముద్దగా వస్తోంది. సరిగా మాటలాడలేక పోతున్నాడు. డ్రగ్ ఎక్కువ మోతాదులో అతనికి ఇంజెక్ట్ చేయడం వల్ల మాట రావడానికి కొద్ది రోజులు పట్టొచ్చు. కావాలంటే ఓ సారి చూడండి. అతని మాటలు మీకు అర్థమైతే మీ ఎంక్వయిరీ ప్రోగ్రసివ్ గా ఉంటుందేమో" అంటూ శశాంక్ రూమ్ వైపు దారి తీశారిద్దరూ.

డోర్ తీసి లోపలి ఆహ్వానించాడు అక్కడి డ్యూటీ డాక్టర్. వాళ్ళను చూసి బెడ్ పై పడుకున్నవాడల్లా లేచి కూర్చోబోతుంటే.. వారించాడు మనోజ్ కుమార్ శర్మ. కుర్చీని అతనికి దగ్గరగా లాక్కుని కోర్చుంటూ,

"హౌ ఆర్ యు శశాంక్" చిరునవ్వుతో అడిగాడు.

బాగున్నానన్నట్టుగా తలూపాడు శశాంక్.

మాటకూడతీసుకుని "థాంకు సార్" అన్నాడు శశాంక్. మాట ముద్దముద్దగా వస్తోంది.

"సారి శశాంక్, మేము కాస్త ముందు యాక్ట్ అయివుంటే, రేవతిని కూడా కాపాడగలిగేవాళ్ళం.ఎనీ హౌ.. యు ఆర్ సేఫ్ నౌ.. శాంతమ్మ మీకు ఎంతకాలం నుండి తెలుసు?."అడిగాడు మనోజ్ కుమార్ శర్మ.

శాంతమ్మ పేరెత్తగానే శశాంక్ ముఖంలో ఆందోళనఛాయలు క్రమ్ముకున్నాయి.

"రోద్దేలుగా" నాలుక మొద్దుబారిపోయినట్టుగా వచ్చాయా మాటలు శశాంక్ నోటివెంట.

"మేము రావడం కాస్త లేటైయ్యుంటే.. ఆమె మర్డర్ ఖాతాలో నీది ఎనిమిదో నెంబరైయ్యుండేది. ఆమో సీరియల్ కిల్లర్" కళ్ళు పెద్దవి చేసుకుని చూస్తున్న శశాంక్ తో అన్నాడు మనోజ్ కుమార్ శర్మ.

తననెందుకు చంపాలనుకుందో అడగాలని ఉంది శశాంక్ కు, కానీ మాట పెగలడం లేదు. ఏదో అడగాలని ప్రయత్నం చేస్తున్న శశాంక్ అవస్థ చూసి

"ఓకే శశాంక్, విష్ యు స్పీడీ రికవరీ..మీరు డిశ్చార్జ్ అయిన తర్వాత ఓసారి మా ఆఫీసుకు రండి, కొన్ని ఫార్మాలిటీస్ ఉన్నాయి." అంటూ పైకి లేచి వెళుతున్న మనోజ్ కుమార్ శర్మ వైపు అసహాయంగా అలానే చూస్తూ ఉండిపోయాడు శశాంక్.

* * *

రోజులు గడుస్తున్నాయి. ఒంటిమీద గాయాలు మానుతున్నా, తను ఓ బొమ్మలా భావించిన శాంతమ్మ తనను చంపబోవడం మనసును తొలిచేస్తోంటే, లేచి నిలదొక్కుకోవాలన్న సంకల్పం శశాంక్ ను త్వరగా కోలుకునేలా చేసింది. ఇపుడు తన ప్రశ్నలన్నిటికీ సమాధానం దొరికేసమయమొచ్చింది. మనోజ్ కుమార్ శర్మకి నమస్కారం చేసి అతని ఎదురుగా కూర్చున్నాడు శశాంక్.

"వెల్ మిస్టర్ శశాంక్.ఆర్ యు ఓకే నౌ?..." రివాల్వింగ్ చైర్లో రిలాక్సుడుగా కూర్చొని అడిగాడు మనోజ్ కుమార్ శర్మ.

"థ్యాంక్ యు సర్, సమయానికి మీరు రాకపోయుంటే.. తలచుకుంటేనే.. ఇప్పటికీ ఒళ్ళు జలదరిస్తోంది. అయినా మీరెలా రాగలిగారు సార్."

"రేవతి. వీరేశం గౌడ్ మిస్సింగ్ కేసులో.. మొదట మేము అనుమానించింది పొలిటికల్ లీడర్ సహదేవరెడ్డి ని. వీరేశం గౌడ్ పార్టీ టికెట్ కోసం రేవతిని అడ్డం పెట్టుకుని సహదేవరెడ్డి ని బ్లాక్ మెయిల్ చేశాడన్న విషయం మాకు తెలిసింది. దాంతో రేవతి ఎవరనే విషయం మేము తెలుసుకోవాల్సి వచ్చింది. సహదేవరెడ్డి ఇంట్లో ఉన్న CC టివి ఫుటేజస్ తో రేవతిని నిర్ధానించుకున్నాం. ఆమె గురించి ఎంక్వయిరీ చేస్తే ఆమెకు సంభందించిన వివరాలేవీ మాకు దొరకలే. ఆమె ఫోన్ మీద నిఘా ఉంచాం. కాల్ డేటా చూస్తే ఆమె ఎక్కువ సార్లు శాంతమ్మతో మాట్లాడడం గమనించాం. అపుడు శాంతమ్మ కోసం ఆరా తీశాం."

ఏదో అడగబోతున్న శశాంక్ ను వారిస్తూ "మీకు ఈ శాంతమ్మ ఎలా తెలుసు" అన్నాడు మనోజ్ కుమార్ శర్మ

"ఆమె మా ఇంటి ఓనర్ సార్. రెండేళ్ళ క్రితం ఆమె ఇంటిపైనున్న రూంలో చేరా.."

"మీతో ఎలా ఉండేది ఆమె"

"చాలా బాగుండేది సార్.ఎంతో ఆప్యాయంగా పిలిచేది.. ఆమె మాటతీరు అదీ చూస్తె ఇంట్లో ఓ పెద్ద దిక్కు ఉన్నట్టుండేది."

"ఆమె వాళ్ళు ఎవరైనా తెలుసా మీకు"

"లేదు సార్. ఎప్పుడూ చూడలేదు. ఆమె భర్త ఓ ఎక్స్ మిలిటరీ అని, చనిపోయాడని చెప్పేది.. ఒంటరిగా ఉందికదా., అందుకనే మమ్మల్ని తన మనవళ్ళుగా చూసేదేమోననుకునే వాడిని.. అప్పుడపుడు కాస్త చాదస్తంగా మాట్లాడేది. వయసు మీదపడడం వల్లనేమోననుకున్నా." శశాంక్ అలా చెబుతూఉంటే ఆశ్చర్యంగా చూడసాగాడు మనోజ్ కుమార్ శర్మ.

"అంటే.. రేవతి శాంతమ్మ కూతురనే విషయం నీకు తెలీదా?.."

ఈసారి ఆశ్చర్యపోవడం శశాంక్ వంతయ్యింది.

"నిజమా.. మరి తార నాతొ ఎప్పుడూ నాకీ విషయం చెప్పలేదే."

"తారకు నేను చెప్పేవరకు ఈ విషయం తెలీదు."

"అంటే ఎందుకిలా"

"ఎందుకనంటే రేవతి గత చరిత్ర నీకు తెలియాలి. రేవతి, ఇప్పుడున్న సహదేవరెడ్డి ఒకప్పుడు కాలేజీ మేట్స్. ఇద్దరూ విద్యార్థి ఉద్యమాల్లో చురుగ్గా పాల్గొనేవారు. ఈ భావ సారూప్యమే వాళ్ళ మధ్య ప్రేమను చిగురింపజేసింది. అదెంత వరకు వచ్చిందంటే ఇద్దరూ కలిసి పార్కులకు, పిక్ నిక్ లకు వెళ్లేంత.. ఓసారి వాళ్ళు అరకులోఉన్నపుడు, వాళ్ళను సన్నిహితంగా చూసిన కొందరు కుర్రాళ్ళు సహదేవరేడ్డిని కొట్టి కట్టేసి, అతని ఎదుటనే ఆమెను దారుణంగా గ్యాంగ్ రేప్ చేసారు. ఎంతగా అంటే ఆమె కొలుకోవడానికి ఆరునెలల పైనే పట్టింది.. ఆమె ఇచ్చిన ఆనవాళ్లతో వాళ్ళనందరినీ అరెస్ట్ చేశారు. చట్టంలో లొసుగులు వాళ్ళకు బెయిల్ వచ్చేలా చేశాయి. ఆ తర్వాత కేసుని నీరుకార్చేశాయి"

“మరి సహదేవరెడ్డి ఏమీ చేయలేదా?” ఆసక్తి గా అడిగాడు శశాంక్.

నవ్వాడు మనోజ్ కుమార్ శర్మ “ఏముంది సహదేవరెడ్డి హాస్పిటల్ నుండి డిశ్చార్జ్ అయిన తర్వాత వాళ్ళ భందువులమ్మాయిని పెండ్లి చేసుకున్నాడు..”

“మరి రేవతి??..”

“రేవతిని శాంతమ్మ ఇంటికి తీసుకొచ్చింది. తనకు జరిగిన దుర్ఘటనను మర్చిపోలేకపోయింది రేవతి...తన బాధను మర్చిపోవడానికి మత్తునాశ్రయించింది. ఆమె డ్రగ్ అడిక్ట్ అయ్యేసరికి కొంతకాలం రీహబిటేషన్ సెంటర్ లో ఉండింది కూడా. కోలుకొని బయటకువచ్చాక సహదేవరెడ్డి మరొకరిని పెండ్లి చేసుకున్నాడని తెలిసి ఎంతగానో క్రుంగిపోయింది. పూర్తిగా డిప్రెషన్ లో కూరుకుపోయి ఓసారి ఆత్మహత్యా ప్రయత్నంకూడా చేసింది. ఇదంతా చుట్టూ ఉన్న జనాలు వింతగానూ, చిలువలు పలువలు చేసి మాట్లాడుతోంటే ఓసారి ఇంట్లో నుండి వెళ్లి పోయింది రేవతి. ఇక విసిగిపోయి రేవతిని సంతోషపెట్టడానికి నానా తంటాలు పడేది. పెళ్లి సంభంధాలు చూసింది. రేవతి విషయం తెలిసి ఆమెను పెళ్లి చేసుకునేందుకు ఎవరూ ముందుకు రాలేదు. పైగా ఆమె గురించి తెలిసిన వాళ్ళు జాలి చూపెట్టగపోగా ఆమెనో పబ్లిక్ ప్రాపర్టీగా చూడటం మొదలెట్టారు.ఇది తట్టుకోలేక శాంతమ్మ ఓ నిర్ణయం తీసుకుంది.” అంటూ బల్లమీదున్న గ్లాసులోని వాటర్ ను ఓ గుక్కవేసి మళ్ళీ చెప్పసాగాడు మనోజ్ కుమార్ శర్మ.

“ఈ ప్రేమకున్న రోగమేమోగాని మనుషుల్ని ఇంత గ్రుడ్డివాళ్ళను చేస్తుందని రేవతిని చూస్తే గాని తెలీలా.సహదేవరెడ్డి తనను పట్టించుకోకపోయినా అతనెపుడూ బాగుండాలని కోరుకునేది. అతన్ని మర్చిపోలేకపోయేది. అదే తన పిచ్చితనం అయ్యింది. ఆ పిచ్చితనం నుండి రేవతిని దూరం చేయడానికి శాంతమ్మ ఓ దారుణమైన నిర్ణయం తీసుకుంది. అప్పుడే సహదేవరెడ్డికి పుట్టిన పాపను దొంగచాటుగా తెచ్చి రేవతి ఒడిలో వేసింది. ఆ పాపలో తన ప్రియుడిని చూసుకుని మళ్ళీ మామూలు స్థితికి రాసాగింది రేవతి.”

“అంటే సార్.ఇప్పుడున్న తార..??..”

అర్ధోక్తిగా తల ఊపాడు మనోజ్ కుమార్ శర్మ

"అవును. తార సహదేవరెడ్డి కూతురు. ఈ విషయాన్ని సహదేవరెడ్డి ఇంట్లోవున్న అతని భార్య ఫోటోతో నిర్ధారించుకున్నా."

"మరి సహదేవరెడ్డి భార్య??"

"ఆ దిగులుతోనే చనిపోయింది. సహదేవరెడ్డి కూతుర్ని రేవతికి చేర్చినంత తేలిగ్గా, రేవతికి పుట్టిన బిడ్డ ఎవరని లోకుడిగిన ప్రశ్నలకు సమాధానం చెప్పుకోలేకపోయింది శాంతమ్మ. అందుకే తారకు కూడా ఈ విషయం తెలీనియకుండా రేవతిని దూరంగా పెట్టి వాళ్ళ బాగోగులు చూడసాగింది" అంటూ చెప్పుకొచ్చాడు మనోజ్ కుమార్ శర్మ.

కాసేపు నిశ్శబ్దం.. ఎన్నెన్నో ప్రశ్నలకు సమాధానాలు.. ఆరోజు తన గొంతుమీద కత్తి పెట్టి తన రూమ్ కి వాళ్ళు వచ్చినపుడు, ఎక్కడ శాంతమ్మ చూస్తుందేమోనని వాళ్ళను తీసుకొచ్చి తనరూంలో వదిలేయడం.. తలచు కుంటేనే ఎంతో ఫూలిష్ గా అనిపిస్తోంది.

"ఏంటి ఆలోచిస్తున్నావు శశాంక్" అంటూ ప్యూన్ తీసుకొచ్చిన టీ కప్పును తీసుకుంటూ శశాంక్ కి టీ ఆఫర్ చేశాడు మనోజ్ కుమార్ శర్మ.

"నో థ్యాంక్స్.. సారీ సార్ అలవాటులేదు.." సున్నితంగా తిరస్కరించాడు శశాంక్.

"నీలో ఈ క్వాలిటీ చూసే పడిపోయియుంటుంది తార" నవ్వుతూ టీ ని సిప్ చేయసాగాడు మనోజ్ కుమార్.

"మీకీ సంగతులన్నీ ఎలా తెలిశాయి సార్.." చాలా అమాయకంగా అడిగాడు శశాంక్

చిన్నగా నవ్వాడు మనోజ్ కుమార్. "చెప్పాను కదా.. రేవతి అని..అవసరానికి వాడుకుని వదిలేసే వీరేశం గౌడ్ లాంటి వాడి గురించి గట్టిగా హెచ్చరించాను.. అంతే మొత్తం చేప్పేసింది. ఆమె చెప్పబట్టే నిన్ను చేరుకోవడానికి మాకు దారి తెలిసింది. కాని కూతురి మీద ప్రేమతో మాకంటే ముందు బయలు దేరి సహదేవరెడ్డి మనుషుల చేతిలో బలయ్యిపోయింది."

"ఇపుడు తార ఎలా ఉంది "

"షి ఇజ్ ఆల్ రైట్..మరుసటి రోజే డిశ్చార్జ్ అయింది హాస్పిటల్ నుండి" అంటూ మనోజ్ కుమార్ కాస్త ఆగి కాలింగ్ బెల్ కొట్టి క్లర్క్ ను పేపర్స్ తీసుకురమ్మన్నాడు

పాపం తార పురిట్లోనే తల్లికి దూరమై, ఇప్పుడు పెంచినతల్లి దూరమై ఎంతగా విలవిలలాడిపోతోందో. తలచుకుంటేనే శశాంక్ మనసంతా కలచివేస్తోంది..

ఇంతలో ఆఫీస్ క్లర్క్ కొన్ని పేపర్స్ తెసుకొస్తే వాటిమీద సంతకం చేస్తూ ఆలోచిస్తున్నాడు శశాంక్.

శాంతమ్మ గురించి ఆలోచించసాగాడు. ఎంత క్షోభించి ఉంటుంది శాంతమ్మ తన కూతురు గురించి... శాంతమ్మ మొదట్లో తారను తనను జంటగా చూడాలనుకుంది. ఆమె పదేపదే చెబుతున్న కోరికను అదో చాదస్తంగా కొట్టిపారేశాడు తను. తార తనమీద పెట్టుకున్న ఆశలకు ఊతమివ్వలేకపోయాడు. తార కూడా తన కూతురు రేవతి పరిస్థితుల్లోకి నెట్టబడేసరికి తట్టుకోలేకపోయినట్టుంది శాంతమ్మ.చివరికి తార తన బ్రతుకేదో తను బ్రతికేందుకు సమాయత్తమవుతోంటే, తన మీద తార పెంచుకున్న ప్రేమ ఆమెను ప్రమాదంలోకి నెట్టివేసేసరికి భరించలేకపోయింది. ఇన్నాళ్ళు ఎంతో జాగ్రత్తగా ప్రేమగా పెంచుకున్న కూతురు, మనుమరాలు తన కళ్ళముందే నేలకూలుతుంటే, అందుకు కారణమైన తనును చంపాలనుకుంది. మరి యామిని మీద హత్యాయత్నం, తన మామగారు ఆదికేశవులు నాయుడు చంపబడటం.. వీటన్నిటికీ శాంతమ్మేనా కారణం??...

ఇదే అడిగాడు మనోజ్ కుమార్ శర్మని శశాంక్.

"మాకింతవరకు శాంతమ్మ మీద ఏమాత్రం అనుమానం రాలేదు.ఆమెను పట్టించింది చనిపోయిన మీ నందన్ చతుర్వేది."

ఎలా అన్నట్టుగా చూశాడు శశాంక్

"నందన్ చేతుర్వేదిని ఎవరో హత్య చేశారని హాస్పిటల్ లో తీసి పక్కన పడేసిన వెంటిలేటర్ ట్యూబ్ ని చూస్తే ఎవరికైనా అర్ధమౌతుంది. ఆ హాస్పిటల్ లో ఉన్న CC టీవీ ఫుటేజస్ చూశాక రూఢి అయ్యింది, అతన్ని చంపింది శాంతమ్మేనని. దాంతో ఆమెను ఫాలో చేయడం మొదలు పెట్టాం" అంటూ కాస్త ఆగి చెప్పుకొచ్చాడు మనోజ్ కుమార్ శర్మ.

“మరో విషయం శశాంక్.. మీ మామగారిని చంపింది కూడా శాంతమ్మే. ఎందుకంటే రేవతిని రేప్ చేసిన వాళ్ళలో ఆదికేశవులునాయుడు కూడా ఒకడు. అ తర్వాత రేవతి రేప్ కేసులో ముద్దాయిలను అందరి గురించి వాకబు చేశాం.. అందరూ చనిపోయారు ఆమె చేతిలో. వాళ్ళందరూ వివిధ ప్రదేశాల్లో, డిఫరెంట్ టైమ్స్ లో చనిపోవడం వల్ల ఏమాత్రం అనుమానం రాలేదు మా పోలీసులకు. అన్నీ అక్సిడెంటల్ డెత్ కేసుకింద క్లోజ్ అయిపోయాయి. యామినితో నీ పెళ్లి ఆపడానికి యామిని పై హత్యాప్రయత్నం చేసింది కూడా ఆమె. పాపం ఈ విషయాలేవీ రేవతికి గాని తారకు గాని తెలియవు.”

“మరి వీరేశం గౌడ్ ఏమయ్యాడు సార్??” మరింత ఆసక్తిగా అడిగాడు శశాంక్.

“వీరేశం గౌడ్ ని కిడ్నాప్ చేసింది సహదేవరెడ్డినే.. ఎలక్షన్స్ అయిపోయిన తర్వాత వదిలేద్దామనుకున్నాడు సహదేవరెడ్డి. కాని శాంతమ్మ ఈ అవకాశాన్ని చాలా చక్కగా వినియోగించుకుంది, ఆమెకు సంభందించి కొన్ని ఆధారాలు దొరికాయి వీరేశం గౌడ్ ను కిడ్నాప్ చేసిన చోట. శాంతమ్మ వీరేశం గౌడ్ ను చంపడంతో సహదేవరెడ్డి తన ప్లాన్ తలక్రిందులయ్యేసరికి, వీరేశం గౌడ్ డెడ్ బాడీ ని మూడోకంటికి తెలీకుండా మాయం చేశాడు.. ఇదే శాంతమ్మ బ్రతికుంటే మొత్తం బయటకు వచ్చుండేది.. ఆమెను మేమలా కాల్చి ఉండకూడదు.. ఆమే వీరేశం గౌడ్ మిస్సింగ్ కేసులో మాకున్న ఏకైక సాక్షి. నిన్ను ఆమె చంపబోతుంటే తప్పని సరి పరిస్థితుల్లో ఆమెను షూట్ చేయాల్సివచ్చింది. ఇపుడు సహదేవరెడ్డిని అరెస్ట్ చేయడానికి మాదగ్గర ఎటువంటి ఆధారాలు లేవు.. వీరేశం గౌడ్ శవం ఇప్పటిదాకా దొరకలేదు. ఇక ఈ కేసును ఇంతటితో క్లోజ్ చేయక తప్పడం లేదు” అంటూ నిరాశగా నిట్టూరుస్తూ రివాల్వింగ్ చైర్లో వెనక్కు వాలాడు మనోజ్ కుమార్ శర్మ.

“బై ది బై.. శశాంక్.. మునుముందు సహదేవరెడ్డిని అరెస్ట్ చేసే అవకాశం వస్తే అందుకు మిమ్మల్ని పిలవాల్సి ఉంటుంది.” ఇక మీరు వెళ్ళొచ్చు అన్నట్టుగా చూశాడు మనోజ్ కుమార్ శర్మ.

“వెరీ ష్యూర్ సర్, తప్పని సరిగా. థ్యాంక్యు.. థ్యాంక్యు ఒన్స్ అగైన్.. ఉంటాను సార్” అంటూ సెలవు తీసుకున్నాడు శశాంక్.

తుఫాను వచ్చి వెలిసినట్టు నిర్మలంగా ఉంది శశాంక్ మనసు. కానీ అమ్మను, అమ్మమ్మను ఒకేసారి పోగొట్టుకుని ఒంటరిదైన తారను తలచుకుంటేనే కాస్త బాధగా ఉంది. కూలిపోయిన బంధాల్ని వదిలేసి కొత్త బంధాల్ని నిర్మించుకోవాలి తార. తన ప్రాణం కాపాడటం కోసం తన మాన ప్రాణాలను ఫణంగా పెట్టడానికి సిద్ధపడ్డ తార ప్రేమకు శశాంక్ గుండెంతా కృతజ్ఞతతో బరువెక్కిపోతుంటే భారంగా కదిలాడు అక్కడనుండి.

* * * * *

27

నగరం నింగిని చూసి ఎంతకాలమయ్యిందో. పొద్దస్తమానం నేల చూపులు చూసుకుంటూ ఉరుకుల పరుగులతో రేపటికోసం ఎదురుచూడటం తప్ప. ఆకాశం ఆక్రోశించినా... తరుల గిరుల స్పర్శించి హర్షించినా... వర్షించినా.. ఎండలతో మండిపడ్డా.. పొగమంచు మగతలో మెత్తపడ్డా.. ఏదీ నగరానికి పట్టదు. ఒక్కసారి కూడా తలెత్తి చూడదు. రెండు కాళ్ళమీద నడిచే జంతువులా ఏదో ఒకటి ముసుగేసుకుని తప్పుకు తిరగడం తప్ప...

ఇప్పుడొచ్చిన చీకటి నగరానికి క్రొత్త కాకున్నా.. నిద్రరాని సమయంలో తనను తానూ బంధించుకున్న భావజాలం మధ్య దొరికిన ఎలక్ట్రిసిటి డిపార్టుమెంటు ను తిట్టుకోవడం తప్ప ఇప్పుడైనా కనీసం ఒక్కసారంటే ఒక్కసారి బయటకుచూడడానికి బద్ధకిస్తోంది. బయట వదిలేసిన గాలికోసం విసురుకుంటూ చీకట్లోనే కూర్చుంది.

రోడ్ల మీద గ్రుడ్డివాళ్ళలా లైట్లు వేసుకుని తిరుగుతున్న జనాలను చూసి, పున్నమి వెన్నెల విరగబడి నవ్వుతోంది. నీలాకాశంలో తారలన్నీ మిణుకుమిణుకుమంటూ దాంతో శృతి కలుపుతున్నాయి.

చుట్టూ ఉన్న చీకటిని చీల్చుకుంటూ సుదర్శన్ చేతిలోని క్రొవ్వొత్తి వెలిగింది. పరచుకున్న వెలుగు తార కళ్ళను తాకేసరికి ముసురుకున్న ఆలోచనల నుండి బయటకు వచ్చింది తార. కిటికీ నుండి వీస్తున్న చల్లని గాలికి రెపరెపలాడుతున్న క్రొవ్వొత్తికి ఓ చేయి అడ్డుపెట్టి మరో చేత్తో కిటికీ తలుపులు వేయబోయాడు సుదర్శన్. క్రొవ్వొత్తిని ఉఫ్ మని ఊదేసింది తార. కిటికీ తలుపు వేయబోతున్నవాడల్లా తారవైపు చూశాడు సుదర్శన్.

"ప్లీజ్ సుదర్శన్.. ప్లీజ్ విండో క్లోస్ చేయొద్దు" అంది తార

"అదేంటి అలా ఆర్పేశావ్" తార వైపు విస్మయంగా చూశాడు సుదర్శన్

"వద్దు"

"ఏం"

"వద్దు.. ఈ కాసేపైనా నన్ను అన్నీ మరిచిపోనీ.. ఈ వెలుతురు గదిలోని అమ్మ జ్ఞాపకాల్తో నా కళ్ళను గ్రుచ్చేస్తోంది. అమ్మ లేదన్న సంగతి గుర్తుచేస్తోంది. వద్దు.. ఇలా చీకట్లోనే కాసేపైనా ఉండనీ.నిద్రలోని కలలాగా ఏదీ కనపడకుండా ఉండనీ.. ప్లీజ్."

"ఇలా ఎంత సేపు?. కరంటు రావడానికి ఇంకో గంట పడుతుంది. ఇప్పుడే కాల్ సెంటర్ కి ఫోన్ చేసి కనుక్కున్నా.. గుర్తు తెలీని వేహికేల్ ఎదో పెద్దలైను స్తంభాన్ని గుద్దేసిందట..సప్లై రెస్టోర్ చేయడానికి టైం పడుతుందంటున్నారు.." సుదర్శన్ అంటుండగానే ఎవరో బయటతలుపు కొట్టిన చప్పుడైయ్యింది.

ఈ టైం లో ఎవరబ్బా పోలీసులు కాదుకదా అనుకుంటూ తలుపు తీశాడు సుదర్శన్. వచ్చిన వాళ్ళను చూసి సుదర్శన్ ముఖం విప్పారింది.

"ఎవరూ" అంటూ లోపలినుండి అడిగిన తారకు, శశాంక్ యామిని లు అంటూ బదులిచ్చాడు సుదర్శన్.

మునుపటిలా ఉరకలేయలేదు తార మనసు.. నిర్లిప్తంగా అలానే కిటికీలోనుండి బయటకు చూస్తుండిపోయింది.

వెలుగుతున్న క్రొవ్వొత్తితో పాటుగా వెచ్చగా తారను తాకింది యామిని చేయి. మౌనంగానే పలకరించుకున్నాయి వారిద్దరి కళ్ళు. కుర్చీని దగ్గరగా లాక్కుని కూర్చుంది యామిని.

"ఎలా ఉన్నావే"అంటున్న యామినిని తెరిపార చూసింది తార. తన చేతులలోకి ఆమె ముఖాన్ని తీసుకుని ఆ మసకమసక వెలుతురులో ఏదో వెతుకుతోంది తార.

"ఏంటే.. ఎలా ఉన్నావంటే పలకవు. ఎందుకలా చూస్తున్నావ్, నేను చాలా బాగున్నాను... మునుపటిలా... నువ్వు చూసుకున్న నీ యామినిలా..." తారను దగ్గరకు లాక్కుని ఆమె బుగ్గపై ముద్దుపెట్టింది యామిని.

తార చూపులు యామిని ప్రక్కకు మరలాయి శశాంక్ కోసం. షోల్డర్ సపోర్ట్ బెల్ట్ తో తారవైపే చూస్తూ యామిని వెనుక నిల్చుని వున్న శశాంక్ ని చూసి పైకి లేచింది తార.

ఎలా ఉన్నావ్ అంటూ తార చమర్చిన కళ్ళు అడుగుతోంటే, చిరునవ్వుతో బాగున్నానన్నట్టుగా చూశాడు

శశాంక్.

"ఎందుకు చీకట్లోనే కూర్చున్నారు.. బయట వెన్నెల కాస్తోంటే.." నిశ్శబ్దాన్ని చెదరగొడుతూ అన్నాడు శశాంక్.

"నేనూ అదే చెబుతున్నా..తార వింటేనా. చివరకు దీపం కూడా వెలిగించొద్దంది. వెలుతుర్లో వాళ్ళమ్మ జ్ఞాపకాలు గుర్తొస్తున్నాయంటోంది... మరచిపోవాలి మెలమెల్లగా.. అన్నీ.." అన్నాడు సుదర్శన్

"సహజమే సుదర్శన్.. పోయినవాళ్ళు మన జ్ఞాపకాలతో మనలోనే సజీవంగా ఉంటారు. లేరనే ఆలోచన ఎందుకు.. నిన్న మొన్నటిదాకా మన మధ్యే ఉంది ఆంటీ.. ఇపుడు కాస్త దూరంగా ఉందంతే. ఎంత దూరమంటే మనం చేరుకోలేనంత.. వాళ్ళెక్కడ ఉన్నా మనం సంతోషంగా ఉంటే వాళ్ళు సంతోషంగా ఉంటారు. వాళ్ళిక మన జ్ఞాపకాల్లోన్నే ఉంటే.. మనమేం చేయాలి?... చెప్పు తారా..." తార కళ్ళలోకి చూస్తూ అడిగాడు శశాంక్.

"గుర్తుకొచ్చే ప్రతీ చోటునా వాళ్లున్నట్టే. మరెందుకు బాధపడటం. మీ అమ్మైనా, నేనైనా... ఇంకెవరైనా." తార చేతిని తన చేతిలోకి తీసుకుంటూ అన్నాడు శశాంక్.

"నేనున్నది నిజం. ఊహ ఊహే కదా.. ఊహ నిజం కాదని తెలిసిన ప్రతీసారి.. ఎలా?" గొంతు పూడుకుపోతుంటే అన్నది తార.

"అపుడు ఊహకు దీటుగా నీ ముందున్న నిజాన్ని అంగీకరించాలి. నీముందు మేమున్నామన్నది నిజం. సుదర్శన్ నిజం.. మీనాన్న సహదేవరెడ్డి ఉన్నాడన్నది నిజం. నీ ముందున్న వాళ్ళను ఆక్సెప్ట్ చేస్తే.. పాత గుర్తులు మధుర జ్ఞాపకాల్లాగా మిగిలిపోతాయి. ఇది కాలం చెబుతున్న నిజం. కొంతకాలం పోయిన తర్వాత గుర్తుకు కూడా రావు." చెప్పుకుపోతున్న శశాంక్ ను అడ్డుకుంటూ

"కొన్ని గుర్తుకు తెచ్చుకునే అవకాశం ఉండదు. ఎందుకంటే వాటిని మరిచిపోతేనే కదా." శశాంక్ కళ్ళలోకి చూస్తూ అంది తార.

నిశ్శబ్దం తలాడిస్తూ వచ్చి చేరిందక్కడ. దూరంగా ఎక్కడో ఓ కీచురాయి మీటుతూ ఉంటే జతకలుపుతూ

"సరే అలా బయటకు వెడదాం" రండి అంటూ చనువుగా తార చేయి తీసుకుని పెరట్లోకి నడిచాడు శశాంక్. వెంట నడిచారు సుదర్శన్ యామినిలు అక్కడ ఉన్న కుర్చీలు తీసుకుని.

బయట వెన్నెల విరగకాస్తోంది. చల్లటి గాలి ఒంటికి హాయిగా తగులుతోంటే

"చూడండి బయట ఎంత హాయిగా ఉందో. బయటకు వస్తే కదా తెలిసేది.. ఒక్కసారి ఎలక్ట్రిసిటీ డిపార్టుమెంటు కు థ్యాంక్స్ చెప్పుకోవాలి మనం" సుదర్శన్ వైపు కళ్ళెగరేస్తూ అన్నాడు శశాంక్.

"కాదు కాదు.. స్తంభాన్ని గ్రుద్దేసిన వేహికల్ వాడికి చెప్పుకోవాలి" నవ్వుతూ అన్నాడు సుదర్శన్.

"అంటే అప్పుడపుడు కొన్ని ఆక్సిడెంట్ లు జరగడం మంచిదంటావ్" శ్రుతి కలిపాడు శశాంక్.

"కరెక్ట్.. మొన్న జరిగిన ఆక్సిడెంట్ కే కదా.. తార వాళ్ల నాన్న బ్రతికిఉన్నాడని తెలిసింది. లేకపోతే ఈ నిజం ఎప్పటికీ తెలిసేది కాదు. అంటూ సుదర్శన్ తారవైపు తిరిగి"చూడు తారా! నీకు అమ్మ పోయినా ఓ నాన్న దొరికాడు. నువ్విపుడు ఒంటరివి కాదు. కాబోయే CM కి కూతురివి నువ్వు మీ నాన్నతో ఇక హాయిగా ఉండొచ్చు.. నీ చుట్టూ బంధువులూ, నౌకర్లూ చాకర్లు.. అబ్బో మీము నీకు గుర్తోస్తామో లేదో.. కాని తార! ఎప్పుడైనా మేము వస్తే మీ నాన్న అప్పాయింట్ మెంట్ వెంటనే ఇప్పించాలి సుమా!!..." అంటూ శశాంక్ వైపు కన్ను గీటుతూ నవ్వాడు సుదర్శన్.

"మీరు చెప్పిన కల చాలా బాగుంది" నిర్లిప్తంగా అంది తార

"ఇది కలని ఎందుకనుకుంటున్నావ్. నిన్ను మీనాన్న కాదనడానికి ఒక్క కారణం చెప్పు. నువ్వు రేవతి కూతురివి కాదు. నువ్వు సహదేవరెడ్డి కూతురివి.. ఎప్పుడో పురిట్లో

పోగొట్టుకున్న కూతురు పాతికేళ్ళ తర్వాత దొరికేతే, ఏ తండ్రి మాత్రం సంతోషించడూ... ఎక్కువగా ఆలోచించకు" సముదాయింపుగా అంది యామిని.

"ఐతే ఇక ఆలస్యం ఎందుకు. రేపే పెళ్లి కలుద్దాం." రెట్టించిన ఉత్సాహంతో అన్నాడు శశాంక్.

నిస్పృహ నిండిన తారలో ఆశలు మొలకెత్తించే ప్రయత్నం చేస్తున్నారందరూ.. నింగిలో నక్షత్రాలను చల్లు తున్నట్టు.

చీకటి లేకుండా వెలగలేని చంద్రుని వెన్నెల నవ్వుల మధ్య నక్షత్రాలు మరింతగా వెలిగిపోతున్నాయి.

* * *

"ఇక్కడ కిరణ్ అంటే ఎవరూ.." అన్న పిలుపుతో ఎంతో సేపటినుండి వేచివున్న కిరణ్ ఒక్క ఉదుటున చేరాడు సెక్యూరిటీ హట్ దగ్గరకు.

"సార్ నేనే సార్! నేనే" అంటూ సెక్యూరిటీ ముందుకెళ్ళిన కిరణ్ ను

"మిమ్మల్ని PA గారు రమ్మంటున్నారు" అంటూ అతన్ని ఆపాదమస్తకం చెక్ చేసి లోపలి వెళ్ళమన్నట్టుగా దారి చూపించాడు సెక్యూరిటీ ఆఫీసర్.

"సార్ మావాళ్ళు ఇంకా ఉన్నారు" అన్నాడు కిరణ్

"సార్ చెప్పింది మిమ్మల్నొక్కరినే. మీరు వెళ్లి మాట్లాడిరండి." అంటూ అటువచ్చిన మరొకరిని చెక్ చేసే పనిలోపడిపోయాడు సెక్యూరిటీ.

వెనుదిరిగి వెళ్లొస్తానన్నట్టుగా బయటఉన్న శశాంక్ కు సైగ చేసి లోపలి వెళ్ళాడు కిరణ్.

వెళుతున్న అతన్నే చూస్తూ నిట్టూరుస్తూ కూర్చుండిపోయారు తార యామినిలు. సుదర్శన్ తీసుకొచ్చిన కోక్ టిన్ ను ఓపెన్ చేస్తూ తార చేతికి మరొక కోక్ టిన్ ను ఇచ్చింది యామిని.

తారకేందుకో ఇలా రావడం కరెక్ట్ అనిపించడంలేదు. మాయమయిన పాతికేళ్ళ తర్వాత నేనే నీ కూతుర్నని చెబితే ఏ తండ్రి మాత్రం వెంటనే ఒప్పుకుంటాడు??. తనకున్న ఒక్కగానొక్క రక్తసంభంధం సహదేవరేడ్డే. ఒంటరి ఆడపిల్లకు అంతకంటే అండ మరొకటుండదు.... కానీ ఇది వర్క్ అవుట్ అవుతుందా.. అతని బంధువుల ద్వారా ఎవరితోనైనా తను వెడితే ఏమైనా ప్రయోజనం ఉండుందేమో... అతను ఒప్పుకున్నా తన పినతల్లి ఏమంటుందో.. ఆ పినతల్లికి పుట్టినవాళ్ళు తనను ఆదరిస్తారా... వాళ్ళ అంతస్తులకు, హోదాలకు నన్ను చేరదీసేంత మమకారం ఉంటుందా...ఎందుకో ఇది వృధా ప్రయత్నమనిపిస్తోంది. ఒకవేళ తనకు భంగపాటు ఎదురైతే.. తను బ్రతికేందుకు దారి ఏదీ కనిపించదేమో... ఆలోచిస్తున్న కొద్దీ గుండె వేగం పెరుగుతోంది. నిస్సత్తువ ఆవహిస్తోంది, మెదడుకు చెమటలు పడుతున్నై... కణత మీదనుండి జారుతున్న స్వేదాన్ని తుడుచుకుంటుంటే, చేతిలోని కోక్ టిన్ కేప్ ను యామిని ఓపెన్ చేసేసరికి ఒక్కసారిగా టూస్ మనే వచ్చిన శబ్దంతో ఉలిక్కిపడి ఈ లోకం లోనికి వచ్చింది తార.

“ఏమిటే ఇంత దీర్ఘంగా ఆలోచిస్తున్నావ్, ” వంచుకుని ఉన్న తార ముఖంలోకి తొంగి చూస్తూ అడిగింది యామిని

“ఏమీ లేదే.. మనం చేస్తున్నది కరెక్ట్ కాదని అనిపిస్తోంది” అంటూ తల విదిల్చింది తార

“ఎందుకలా”

“ఇలా వెళ్ళడం.. మనం చెప్పింది అతనెలా నమ్మాలి.. ఎందుకు నమ్మాలి?.. ఇదేమంతగా వర్క్ అవుట్ కాదనిపిస్తోందే” నిర్లిప్తంగా అంది తార.

“పిచ్చి తారా.. ఆల్రెడీ CBI ఆఫీసర్ మనోజ్ కుమార్ శర్మతో చెప్పించాడు శశాంక్.. ఎందుకు నీకీ అనుమానాలు”

“లేదే.. ఎందుకో ఇది జరగదనిపిస్తోంది. సిబిఐ ఆఫీసర్ చెప్పిందే నమ్మేటట్లైతే నేను ఫలానా అని తెలిసిన తర్వాత మా నాన్న నన్ను కలవడానికి ఏదో ఒక ప్రయత్నం చేయాలికదా.. నేనంటే అంత ప్రేమున్నవాడు”

"అబ్బా.. నీ అనుమానాలు ఆపు.. మీ నాన్నే మైనా సదాసీదా మనిషనుకున్నావా?.. కాబోయే CM. అందులోనూ ఎలక్షన్ ల హడావిడిలో ఉన్నాడు.. నేను చెబుతున్నా చూడు.. ఇంకాసేపట్లో మనకు లోపలి రమ్మని కబురొస్తుంది.." అని యామిని అంటుండగానే సెక్యూరిటీ వచ్చి వాళ్ల పేర్లడిగాడు.

ఇపుడేమంటావ్ అన్నట్టుగా కనుబొమ్మలెగరేస్తూ తార వైపు చూసింది యామిని పైకి లేచి ముందుకు కదులుతూ.యామినిని అనుసరించింది తార.

సహదేవరెడ్డి ఇంటితో బాగా పరిచయమున్న మీడియా విలేఖరి ఒకరు, అచ్చుగుద్దినట్టు సహదేవరెడ్డి మొదటి భార్య పోలికలున్న తారను గమనించి తన కెమెరామెన్ కు సైగ చేశాడు ఆమెను షూట్ చేయమని. తారను వెంబడించబోతుంటే ఆపారు అక్కడున్న సెక్యూరిటీ.

సెక్యూరిటీ చెక్ అయ్యాక PA ఉన్న రూమ్ ను సుదర్శన్, శశాంక్ లు వెదుకుతుంటే, కిరణ్ వచ్చి తీసుకెళ్ళాడు వాళ్ళను PA దగ్గరికి. అతను వాళ్ళను ఒక్కొక్కరిగా పరిచయం చేస్తుంటే, ఎందుకొచ్చారో త్వరగా చెప్పమన్నట్టుగా చూడసాగాడు PA శాంతి సాగర్.

పరిచయం వాళ్ళ వెనుకనున్న తార దగ్గరకు వచ్చేసరికి, తదేకంగా తార వైపు చూస్తూ అప్రయత్నంగా పైకి లేచాడు శాంతి సాగర్ ఆశ్చర్యపోతూ.. వెంటనే తమాయించుకుని కుర్చీలో కుర్చుని సర్దుకుంటూ దగ్గరకు రమ్మన్నట్టుగా కిరణ్ కి సైగ చేశాడు శాంతి సాగర్.

"ఏంట్రా.. సహదేవరెడ్డికి నువ్విస్తానన్న సర్ప్రైజ్ గిఫ్ట్ ఈమేనా.. ఒరే నువ్వు తెచ్చింది గిఫ్ట్ కాదురా..RDX బాంబు రా..." క్రీగంట తారను చూస్తూ లోగొంతుకతో అన్నాడు శాంతి సాగర్.

"ఏంటి సార్! మీరనేది"కిరణ్ అడుగుతోంటే పట్టించుకోకుండా

"ముందిది చెప్పు... వీళ్ళు రావడం ఎవరైనా మీడియా వాళ్ళు చూసారా?.." అడిగాడు శాంతి సాగర్.

"లేదు" అర్థం కాన్నట్టు చూశాడు కిరణ్.

"ముందు అర్జంటుగా వీళ్ళను ఈ ఇంట్లో ఎదో ఒక రూమ్ లో దాచేయ్.. ఇపుడు కాసేపట్లో మీడియా అంతా వస్తుంది ఇక్కడికి. మాజీ మినిస్టర్ దేవేందర్ మన పార్టీలో చేరుతున్నాడు.. ఈ టైం లో ఈమెను మీడియా చూసిందంటే... లేనిపోని గందరగోళం క్రియేట్ అవుతుంది... త్వరగా.. వెళ్ళు"అంటూ లోగొంతుకతో అసహనాన్ని అదిమిపెడుతూ తొందర చేశాడు శాంతి సాగర్.

మరో మాట మాట్లాడకుండా వాళ్ళను అక్కడనుండి లోపలికి తీసుకెళ్ళి ఓ రూమ్ లోకి నెడుతూ తలుపేశాడు కిరణ్. అర్ధం కానట్టు అయోమయంగా చూడసాగారు శశాంక్, సుదర్శన్, యామినిలు.

వాళ్ళింత హైరానా పడుతున్నా, తార మాత్రం ఎంతో స్థిమితంగా విండో కర్టెన్ తొలగించి బయటకు చూడసాగింది.

దేవేందర్ కు జిందాబాద్ కొడుతూ పొలోమంటూ అతని అనుచరులందరూ లోపలికివస్తున్నారు. సహదేవరెడ్డి బయటకు వచ్చి అతన్ని సాదరంగా ఆహ్వానిస్తూఉంటే మొదటిసారిగా ప్రత్యక్షంగా చూస్తూ ఎంతో ఉద్వేగానికి లోనవుతోంది తార. తన కళ్ళలో నీళ్ళు క్రమ్ముకొస్తుంటే తన హ్యాండ్ బ్యాగ్ లోనుండి రేవతి సహదేవరెడ్డిల ఫోటోను చేతిలోకి తీసుకుని తడిమితడిమి చూస్తూ మరోసారి బయట ఉన్న తన తండ్రిని చూసింది.

ఏమాత్రం తేడా లేదు.. అప్పటికంటే కాస్త లావయ్యాడు, కాస్త బట్టతల వచ్చింది అంతే. ముఖంలో అదే కళ అదే వర్చస్సు. దేవేందర్ బుజం పై పార్టీ కండువా వేసి నవ్వుతూ ఆలింగనం చేసుకుంటున్న తన తండ్రి తననే దగ్గరకు తీసుకున్నట్టుగా ఓసారి ఊహించుకుంది. చిన్ననాటి నుండి తెలీని అనుభందం, తండ్రి పరిష్వంగంలో ఆ అనుభూతి ఊహ కందకుండా ఉంటే తార కనుదోయనుండి తన ప్రమేయం లేకుండానే కన్నీరు బయటకు ధారకట్టింది.

ఉన్నట్టుండి తన బుజం మీద యామిని చేయివేసేసరికి, కన్నీళ్లు దాచుకోవడానికి గబగబా కళ్ళు తుడుచుకుని తెచ్చిపెట్టుకున్న నవ్వొకటి విసిరేసింది తార. మనసు అర్ధమవుతుంటే తనూ నవ్వుకుంటూ విండో బయటకు చూడ సాగింది యామిని.

* * *

నవ్వులు చప్పట్లతో సహదేవరెడ్డి చాంబర్లో సందడి నెలకొంది. ప్రెస్ మీట్ అయింతర్వాత అందరూ బయటకు వెళ్ళగా దేవేందర్ సహదేవరెడ్డి మాత్రమే మిగిలారు అక్కడ, రాజకీయ వాణిజ్యం కోసం. ఫోన్లలో వ్యవహారాలు నడపడమంటే, బయట మైక్ పెట్టి అరిచినంత అద్వానంగా మారిపోయింది ప్రైవసీ. అందుకే చెవిటిదైన రూంలో మంతనాలు జరుగుతున్నాయి ఇపుడు. కాలం సైతం తొంగిచూడడానికి ప్రయత్నిస్తోంది సహదేవరెడ్డి చాంబర్ లోకి.

వాళ్ళ ముఖాల్లో పొలిటికల్ బిజినెస్ డీల్ ఓకే అయినట్టు విచ్చిన నవ్వులాగే తెరుచుకుంది సహదేవరెడ్డి ఛాంబర్ డోర్. ఇద్దరూ నవ్వుకుంటూ బయటకు వచ్చారు. మీడియాముందు ఆత్మీయంగా ఓ ఫోజ్ ఇచ్చి దేవేందర్ ను సాదరంగా సాగనంపాడు సహదేవరెడ్డి.

తన PA ను తన వెంట రమ్మని ఛాంబర్ లోపలి వెళ్ళాడు సహదేవరెడ్డి. వెళ్లి తన సీట్లో కూర్చుంటూనే "ఓకే సాగర్! ఈరోజు మన మిగిలిన షెడ్యుల్ పరిస్థితి ఏంటి.. టైం బాగా తినేశాడు దేవేందర్.. అంటూ గ్లాస్ లోని వాటర్ ను త్రాగి టేబుల్ పై పెడుతూ" అయినా బాగా వర్క్ అవుట్ అయింది లే. ఇంత తేలిగ్గా డీల్ ఓకే చేస్తాడనుకోలేదు. చాలా హ్యాపీగా ఉందీ రోజు. లంచ్ కి నాకిష్టమైనవి తయారు చేయించు..." అంటున్న సహదేవరెడ్డి మాటలకు అడ్డు తగులుతూ

"సార్..మీరోసారి... లోపలికి వస్తే.." సంశయిస్తూ అడుగుతున్న శాంతిసాగర్ ను చిత్రంగా చూశాడు సహదేవరెడ్డి.

"మీకు సిబిఐ ఆఫీసర్ మనోజ్ కుమార్ శర్మ ఫోన్ చేశారట కదా.. వాళ్ళు వచ్చారు" కళ్ళు దించుతూ చెప్పడం ముగించాడు శాంతి సాగర్.

అంతవరకూ సహదేవరెడ్డి ముఖంలో తాండవించిన ఆనందం క్షణంలో మాయమయ్యింది.

"ఇప్పుడెందుకొచ్చారు... ఎవరైనా చూశారా వాళ్ళను.." ఆత్రంగా అడిగాడు సహదేవరెడ్డి.

లేదు అన్న శాంతిసాగర్ సమాధానంతో కాస్త స్థిమితపడ్డాడు. లేచి బయటకు కదిలాడు. ఛాంబర్ బయటకు రాగానే తనకోసం ఎదురుచూస్తున్న వాళ్ళను చూస్తూ ముఖం మీదకు నవ్వుతెచ్చుకుంటూ పలకరించాడు వాళ్ళందరిని. కాస్త వేచిఉండమని చెబుతూ శాంతిసాగర్ ను అనుసరించాడు సహదేవరెడ్డి.

* * *

"ఎవరు కావాలి మీకు" రూమ్ లో అలముకున్న స్తబ్దతను బ్రద్ధలు చేస్తూ అన్నాడు సహదేవరెడ్డి.

అనుకోని ఈ ప్రశ్నకు హతాశురాలైంది తార. తన రూపం తన కన్నతల్లిని గుర్తుకు తెస్తుందేమోనని ఎంతో ఆశపడింది. తన తండ్రి మస్తిష్కం నుండి ఎప్పుడో చెరిగిపోయిందని తెలిసి తల్లడిల్లిపోతోందిపుడు తార మనసు. మెదడు మొద్దుబారి, గొంతు మూగబోతోంటే దాచి పెట్టుకున్న మమకారమంతా ఒక్కసారి ఒలికిపోయింది ఆమె కళ్ళలో కన్నీరులా.

"చెప్పండి. ఏం కావాలి మీకు" తన ఎదుట నిల్చున్న వాళ్ళ ముఖం కూడా చూడడానికి ఇష్టంలేనట్టు అటువైపు తిరిగి గద్దించినట్టు అడిగాడు సహదేవరెడ్డి వెనుకకు పెట్టుకున్న చేతుల్ని నులిమేసుకుంటూ.

"సమాధానం చెప్పరేం!!" అరిచినంత పనిచేశాడు సహదేవరెడ్డి కోపంగా తార వైపు తిరుగుతూ

బెదిరిపోయి చూసింది తార అతని వైపు..మాట తడబడుతుంటే వణుకుతున్న గొంతుతో

"మా అమ్మ" ఏడుపు దిగమ్రింగుకుంటూ తన దగ్గరున్న రేవతి సహదేవరెడ్డిల ఫోటోను సహదేవరెడ్డి ముందుంచింది తార.

తన ముఖంలో మారుతున్న రంగులను బలవంతంగా దాచిపెడుతూ చాలా మామూలుగా "ఓహ్.. ఈమే.. మొన్న ఓ ఇన్సిడెంట్ లో చనిపోయిందట కదా.. ఇందాకే మనోజ్ కుమార్ శర్మ ఫోన్ చేసి చెప్పాడు.. ఆమెను చంపిన వాళ్ళను కచ్చితంగా

పట్టుకుని శిక్షించేలా చేస్తాం. ఎవ్వరినీ వదలం.. మీరిక వెళ్ళొచ్చు...." అంటూ సహదేవరెడ్డి మాట పూర్తి కాకుండానే

"నాకు మా నాన్న కూడా కావాలి" కళ్ళనీళ్ళు తుడుచుకుని ఎర్రబడ్డ కళ్ళతో సూటిగా చూస్తూ అడిగింది తార.

ఒక్కడుగు వెనక్కు వేశాడు సహదేవరెడ్డి. ఇప్పుడు అతనికి స్పష్టంగా కనిపిస్తోంది ఆమె కళ్ళలో అతని భార్య రూపం.. పురిటి బిడ్డ కనబడకుండా పోయినందుకు తనను నిలదీసిన కళ్ళు.. అవే.. అవే.. అచ్చంగా అవే, తన భార్యే తన ఎదుటనిలబడి నిలదీస్తున్నట్టుంది.

నిరుత్తరుడై తారనలా చూస్తుండిపోయాడు సహదేవరెడ్డి.

"మిమ్మల్నే అడుగుతున్నా.. నాకు మా నాన్న కావాలి. ఇవ్వండి.." ఈసారి కోపమూ, బాధ ఉక్రోషం అన్నీ తాండవించాయి తార గొంతులో.

"ఆ..ఆ.. ఫోటోలో ఉన్న వ్యక్తి... నాకేం తెలుసు... ఐనా.. ఆ ఫోటో ఇచ్చి వెళ్ళండి.. నేను వెతికించి పెడుతా..." తడబడుతూ అన్నాడు సహదేవరెడ్డి.

"సార్ ప్లీజ్. ఉన్న ఒక్కగానొక్క బంధం మీరే తారకు... ఇపుడు పెంచుకున్న తల్లి కూడా లేదు.." శశాంక్ అంటుండగా అతని వైపు గుడ్లురిమి చూశాడు సహదేవరెడ్డి.

"సార్ మీరు కావాలంటే...DNA టెస్ట్ కూడా చేయించుకోవచ్చు.. మీరు ఎంత గొప్పవారో తెలుసుకుని రాలేదు తార. మీరు తనకేమౌతారో తెలుసుకుని వచ్చింది. మీరు కాదంటే.. మేము మీడియా దగ్గరకు వెళ్ళాల్సి ఉంటుంది." అందుకున్నాడు సుదర్శన్.

"ఏం బెదిరిస్తున్నారా!" ఘర్జించాడు సహదేవరెడ్డి.

"బెదిరింపుల వల్ల భందాలు నిలబడవు సార్.. చూడండి.. బాగా చూడండి తారను. మీకు మీ భార్య గుర్తుకు రావడం లేదా. ఇన్నాళ్ళు తండ్రి చనిపోయాడనుకుని బ్రతికింది సార్.. ఈ రోజు మిమ్మల్ని మీరు చంపేసుకుంటారా?" వేడుకోలుగా అడిగింది యామిని.

"చాలు! ఇక చాలు!! కాస్త డబ్బు పలుకుబడి ఉన్న వాళ్ళెవరైనా కనబడితే చాలు. ఇలాంటి వాళ్ళు తయారవుతూ ఉంటారు. కాస్త నా భార్య పోలికలున్నంత మాత్రాన నా బిడ్డై పోద్దా??.. మనిషిని పోలిన మనుషులు ఏడుమంది ఉంటారంటారు లోకంలో... అంతెందుకు ఓ సినిస్టార్ ను పోలినవాడితో ఏకంగా ఓ డైరెక్టరు సినిమా తీసేశాడు.. పోలికలున్నాయని తెలిస్తే చాలు డబ్బు హోదా కోసం ఎగబడుతుంటారు మీలాంటి వాళ్ళు..."

"అందుకే కదా సార్ మిమ్మల్ని DNA టెస్ట్ చేయించుదామంటున్నది" సహదేవరెడ్డికి అడ్డుపడుతూ అన్నాడు సుదర్శన్.

సహదేవరెడ్డి కోపం తారాస్థాయికి చేరుకుంది.పళ్ళు పటపట కొరుకుతూ

"పోరా బయటికి.. ఈ అమ్మాయిని అడ్డుపెట్టుకుని బ్లాక్మెయిల్ చేయడానికి వచ్చావా.. ఏం?!!.."ఆవేశంగా శ్వాస ఎగసిపడుతోంటే ఉరిమాడు సుదర్శన్ వైపు సహదేవరెడ్డి. శాంతిసాగర్ సుదర్శన్ ను బయటకులాగేశాడు.

"సార్ ప్లీజ్.. తార రాక మీ ఈ ఎలక్షన్ లకు ఇబ్బందిగా ఉంటే... ఎలక్షన్ లు అయిన తర్వాతే ఆమెను అంగీకరించండి.. అంత వరకు మీకు కనబడనంత దూరంగా తారను ఉంచుతాం. అంతే కాని తండ్రి ఉన్నాడన్న గంపెడాశతో వచ్చిన తారను వద్దనకండి సార్ ప్లీజ్..." బ్రతిమాలుతున్న శశాంక్ ను ఆపింది తార.

"వద్దు శశాంక్.. వద్దు. నా కిలాంటి ప్రేమ వద్దు..ఇలాంటి తండ్రి నాకు వద్దు.. తన కళ్ళముందే మానభంగానికి గురైన ప్రియురాలు ఎలా ఉందో, ఏమై పోయిందోనని క్షణకాలం కూడా ఆలోచించని,, ఈ గొప్ప మనిషి నా తండ్రి అయిఉండకూడదు. అయినా నా పెర్రి తల్లి రేవతి.. ఈ కపటప్రేమికున్నే ఆరాధిస్తూ, నాలోనే తన ప్రియుడ్ని చూసుకుని అల్లారు ముద్దుగా పెంచింది నన్ను... అలాంటి తల్లి ప్రేమతో పెరిగిన నేను.. ఇలాంటి వాణ్ణి నా తండ్రిగా అంగీకరించడమేమిటి. నా పిచ్చిగాని డబ్బు అధికారం పిచ్చి పట్టుకున్న ఇతనికి భార్యేనేమిటి, తల్లిని కూడా త్యజించేంత గొప్ప గుణమున్న ఇతనికి నేను బిడ్డనేమిటి.

నను పెంచిన తల్లిని చంపిన దుర్మార్గుడని తెలిసీ వచ్చానే... ఛ.. అసలు నా బుద్దేమయింది.. అంటూ నుదురు కొట్టుకుంది తార.

"అయినా ఏమూలో నను కన్నతల్లికి నీలో స్థానముందేమోననే భ్రమతో వచ్చా. తండ్రిగా అక్కున చేర్చుకుంటాడనే ఆశతో వచ్చా.. నీకు అధికారదాహం, అభిజాత్యం తప్ప మీరసలు మనిషికాదని తెలిసిందిపుడు" కోపం బాధ మిళితమై దోర్లుడున్నాయి మాటలు తార నోటి వెంట.

"మంచిది. తెలిసింది కదా..ఇంకా ఎందుకిక్కడ.. వెళ్ళండి.." నిష్టూరంగా అన్నాడు సహదేవరెడ్డి.

"వెళ్తా.. వెళ్ళే ముందు.. నీకో విషయం.. దీన్ని బెదిరింపనుకో.. హెచ్చరిక అనుకో.. నేనెవరో లోకానికి తెలిస్తే.. ఇన్నాళ్ళు నేనెక్కడ పెరిగానో లోకానికి తెలపాల్సి ఉంటుంది... నేనెక్కడ పెరిగానో తెలిస్తే... ఆమె నీకేమౌతుందో చరిత్ర చెబుతుంది.... ఆమెను చంపుతూ నువ్వు వ్రాసుకున్న ప్రస్తుత చరిత్ర నిన్ను ... నీ అధికార దాహాన్ని దహించక మానదు. మీడియా ముందు ఓ నిప్పు లాంటి నిజాన్ని జస్ట్ నేను రాజేస్తే చాలు.. కానీ నేనా పని చేయను.. ఏ పదవి కోసం బంధాల్ని వదిలేసి స్వార్ధం చుట్టూ దీపపు పురుగులా తిరుగుతున్నావో, ఆ దీపాన్ని నేనవుతా.... "నువ్వు నా కూతురివి" అంటూ బ్రతిమిలాడుకుంటూ నా చుట్టూ తిరిగేలా చేస్తా.. నా తల్లుల ప్రేమకు నిన్ను సమిధను చేస్తా.. వస్తా"

రా శశాంక్ అంటూ తన చేతిలోని ఫోటోలను సహదేవరెడ్డి మొహం మీద విసిరికొడుతూ ఓసారి గుండెలనిండా గట్టిగా గాలి పీల్చి, సంకల్పాన్ని పిడికిట బిగిస్తూ ఆడపులిలా బయటకు కదిలింది తార... కాదు కాదు తారాదేవి.

* * * * *

(కథ మొదలయ్యింది)

Made in the USA
Monee, IL
23 August 2025

23935687R00152